மறக்கப்பட்ட வரலாறு

மறக்கப்பட்ட வரலாறு

ஜெ. ராம்கி

கிழக்கு

மறக்கப்பட்ட வரலாறு
Marakappatta Varalaru
J. Ramki ©

First Edition : December 2022
216 Pages
Printed in India.

ISBN: 978-93-90958-73-3
Kizhakku - 1296

Kizhakku Pathippagam
177/103, First Floor, Ambal's Building, Lloyds Road,
Royapettah, Chennai - 600 014. Ph: +91-44-4200-9603
Email : support@nhm.in | Website : www.nhm.in

kizhakkupathippagam | kizhakku_nhm

Author's Email: ramkij@gmail.com

Kizhakku Pathippagam is an imprint of New Horizon Media Private Limited

<u>சமர்ப்பணம்</u>

உடன்பிறப்பான ஆயில்யன் என்னும் முத்துக்குமரனுக்கு

பொருளடக்கம்

முன்னுரை

வரலாறு எப்போதும் வினோதமானது. நமக்குப் பிடித்தமான பகுதிகளை மட்டுமே திரும்பத் திரும்பப் படிக்க நேர்வதால் அது இன்னும் பிடித்தமானதாகவும் ஆகிவிடுகிறது. வரலாற்று நிகழ்வுகளும் அதன் பின்னணியும் மாறக்கூடியவை அல்ல. ஆனால், காலத்திற்கேற்ப வரலாற்றின் பார்வை மாறிக்கொண்டிருக்கிறது. வயதும், அனுபவமும் வேறு விதமான பார்வைகளைத் தேட வைக்கிறது. ஒவ்வொரு பத்தாண்டிலும் அதுவரையிலான வரலாற்றுச் சம்பவங்கள் புதிய பார்வையில் எழுதப்பட வேண்டியிருக்கிறது.

தமிழ்நாட்டு அரசியலையும், சமூகத்தின் போக்கையும் புரட்டிப் போட்ட சம்பவங்களைப் பற்றிப் படிக்கும்போது, எங்கேயோ கேட்ட குரலாக மனதில் ஒலிக்கும். இன்னும் ஆழமாகப் படிக்கும்போது அதில் பல விஷயங்கள் வெளிவராமல் பொதிந்து கிடப்பது தெரியும். வெவ்வேறு சம்பவங்களைச் சரடுபோல் இணைக்கும் சுவாரசியத் துணுக்குகள் தென்படும். அவற்றையெல்லாம் தோரணமாக்கித் தொடுத்துப் பார்க்கும்போது இன்னொரு புதிய பார்வை கிடைத்துவிடுகிறது.

காவிரி பிரச்னையில் மத்திய அரசு தலையிட்டு உடனே தீர்த்து வைக்குமாறு ஜெயலலிதா மேற்கொண்ட உண்ணாவிரதம், அரசியல் ஸ்டண்ட் தவிர வேறில்லை. மத்திய, மாநில அரசு நடைமுறைகள் பற்றிய சரியான புரிதல் உள்ளவர்கள், அப்படியொரு அரசியலில் இறங்க மாட்டார்கள். முதல்வரான ஜெயலலிதா மீது சொத்துக் குவிப்பு வழக்குத் தொடர சுப்ரமணிய சாமிக்கு ஆளுநர் சென்னா ரெட்டி அனுமதியளித்த நேரத்தில் நடைபெற்ற நிகழ்வு என்பதையும் சேர்த்துப் பார்க்க வேண்டியிருக்கிறது.

1984 இந்திரா காந்தி படுகொலைக்குப் பின்னர் டெல்லி மாநகரத்தில் நடந்த கலவரங்கள், சீக்கியர்கள் மீதான தாக்குதலுக்குக் காங்கிரஸ் தலைவர்கள் காரணமில்லை என்று பிரதமர் ராஜிவ் காந்தி மறுத்து வந்த நேரத்தில்தான் டெல்லி காங்கிரஸ் எம்.பி. லலித் மகானின் படுகொலை நேர்ந்தது. திராவிடஸ்தான் கோரிக்கையை முன்வைத்த பெரியாரின் திராவிடர் கழகம், தட்சிணப் பிரதேசம் பற்றி ராஜாஜி பற்றிப் பேச ஆரம்பித்ததும் ஏனோ பின்வாங்கியது. தமிழ்நாடு என்னும் தனி மாநிலம் கேட்டுப் பெறவில்லை; வேறு வழியின்றித் தானாகவே உருவானது என்பதுதான் இனவாத அரசியலை முன் வைப்பவர்களுக்கு வரலாறு காட்டும் செய்தி.

கடமை தவறாத அதிகாரிகளை, அரசியல்வாதிகள் கொண்டாடு வார்கள். ஆனால், அரசியலில் ஆர்வம் காட்ட ஆரம்பித்து விட்டால் அதே அரசியல்வாதிகளின் எதிர்ப்பைச் சம்பாதிக்க வேண்டியிருக்கும். கிரண் பேடி முதல் பொன்சேகா வரை சொல்லும் செய்தி இதுதான். மதுவிலக்கு அரசியல் வரலாறு, முத்தையா முதலியாரிடமிருந்து ஆரம்பித்திருக்க வேண்டும். கண்ணகி கடவுளாக்கப்பட்டதற்கும் ரூப் கன்வர் மறக்கப்படாமல் இருப்பதற்கும் தேர்தல் அரசியல்தான் காரணமாக இருந்திருக்கிறது.

வங்கிக் கொள்ளை, ஆள் கடத்தல், துப்பாக்கிகளைக் கையாளுவதில் கெட்டிக்காரர்களாக இருந்த டக்ளஸ், தமிழரசன், உமா மகேஸ்வரன், வீரப்பன் போன்றவர்கள் போராளிகளாகக் கொண்டாடப்பட்டார்கள். ஆந்திராவின் ஜெயலலிதாவாக ஆகிவிடத் துடித்த லட்சுமி சிவபார்வதி காணாமல் போனார். அயோத்தி ராமரை முன்வைத்து அரசியல் நடத்திய ராம் விலாஸ் வேதாந்தியை வலதுசாரிகளே ஒதுக்கித் தள்ளினார்கள்.

போபால் விஷ வாயு தவறுகளுக்கு ஆளுங்கட்சி பொறுப் பேற்றிருக்க வேண்டும். மத்தியப்பிரதேசத்து முதல்வர் அங்கிருந்து தப்பியோடினார் என்கிற ஒற்றை வரிச் செய்தியைக் கடந்து விடமுடியாது. இந்தியாவில் மக்கள் நலத்திட்டங்களை அமல்படுத்துவதில் உள்ள நடைமுறைச் சிக்கலை தெஹ்ரி அணைக்கட்டு வெளிக்காட்டியது. தொழில்நுட்பத் தேர்ச்சியில்லாத அதிகார வர்க்கத்தின் கையில் மக்களின் வாழ்க்கை சிக்கிக் கிடப்பது அவலம்.

அப்துல் கலாமுக்கு அடுத்தபடியாக பிரபலமான ஜனாதிபதியாக இருந்த தமிழரான ஆர். வெங்கட்ராமனை மில்லினியக் குழந்தைகளுக்குத் தெரியாது. தங்களுடைய ஜாதியினருக்கு மட்டும்

தனி இடஒதுக்கீடு வேண்டும் என்று வன்னியர்கள் சாலைப் போராட்டத்தில் இறங்கியதன் மூலமாக தமிழ்நாட்டில் ஜாதி அரசியல் மீண்டும் தலைதூக்கியது. தமிழ்நாடு என்று பெயரிடப்பட்டதில் தொடங்கி, அ.தி.மு.க. என்னும் கட்சி உருவாக்கப்பட்டது வரை அனைத்து வரலாற்று நிகழ்வுகளிலும் தனி மனித ஈகோ பிரதானமாக இருந்திருக்கிறது.

மறக்கப்பட்ட வரலாறு, தொட்டுச் செல்லும் புள்ளிகளும் ஒரு புதிய வரலாற்றுப் பார்வையை முன்வைக்கலாம். சிலருக்கு நுனிப்புல் மேய்ந்ததுபோல் தெரியலாம். ஒவ்வொரு தலைப்பையும் தனியொரு புத்தகமாக எழுதக்கூடிய அளவுக்கு முக்கியத்துவம் பெற்றவை. ஒவ்வொரு அத்தியாயமும் வெவ்வேறு சம்பவங்களைக் கண்முன் காட்டின. சம்பந்தப்பட்ட நிகழ்வுகளின் முன்கதை, பின்கதையும் நம்மில் நிறையப் பேருக்கு நன்றாகத் தெரிந்தவைதான். நடுவில் மறந்து போன அல்லது மறக்கடிக்கப்பட்ட பக்கங்கள் மட்டுமே எழுதப்பட்டிருக்கின்றன.

தற்போதைய நிகழ்வுகளோடு தொடர்புப்படுத்தக்கூடிய வரலாற்றுச் சம்பவங்களை எழுதும்போது கூடுதல் கவனம் கிடைக்கிறது. படிப்பவர்களுக்கும் சுவாரசியமான அனுபவமாகிவிடுகிறது. கிழக்கு டுடேவில் தொடராக எழுத வாய்ப்பளித்த பொறுப்பாசிரியர் மருதனுக்கு முதல் நன்றி. ஒவ்வொரு வாரமும் படித்துவிட்டு, தங்களுடைய கருத்துகளைத் தெரியப்படுத்திய இணைய வழி நண்பர்களுக்கு நன்றி. ஒவ்வொரு வாரமும் முன்கதை, பின்கதைச் சுருக்கத்தை ஆர்வமுடன் கேட்டு, என்னைத் தேர்ந்த கதை சொல்லியாக உருவாக்கிய பிள்ளைகள் மஹதிக்கும் சஞ்சய்க்கும் நன்றி தெரிவித்தாக வேண்டும்.

அன்புடன்

ஜெ. ராம்கி

1. ஓர் உண்ணாவிரதத்தின் கதை

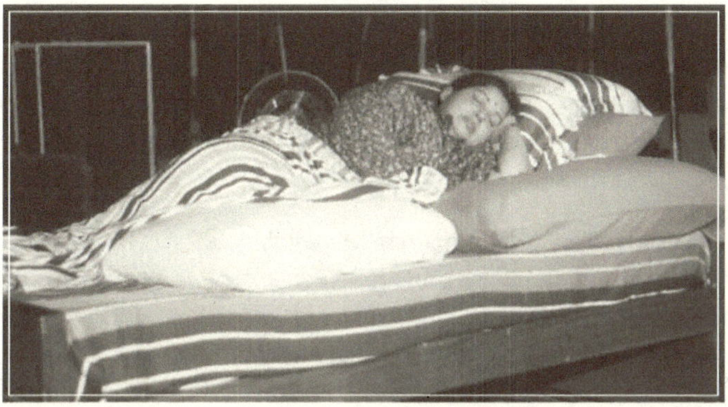

ஜூலை 18, 1993. சென்னையின் மெரினா கடற்கரை பரபரப்பானது. எம்ஜிஆர் சமாதி அருகே ஒரு சின்ன மேடை அமைக்கும் பணி ஆரம்பமானது. பெரிய அளவில் ஷாமியானா பந்தல் போடப்பட்டு, நாற்காலிகள் அடுக்கப்பட்டன. இன்னொரு பக்கம் டேபிள் ஃபேன்களும் ஏராளமான கூலர் ஃபேன்களும். பெரிய வேனில் பழுப்பு நிற சோபா செட்டை ஆட்கள் இறக்கிக் கொண்டிருந்தார்கள். முதல்வர் ஜெயலலிதாவுக்கு பிடித்தமான சோபா செட்.

எதற்காக மேடை? எதற்காக சோபா செட், படுக்கை? யாருக்கும் புரியவில்லை. பத்திரிக்கையாளர்களும் போட்டோகிராபர்களும் விபரம் தெரியாமல் பீச் ரோட்டில் எதிர்பட்ட அதிகாரிகளையெல்லாம் கேட்டுக்கொண்டிருந் தார்கள். அவசர அவசரமாகக் கிளம்பி வந்துகொண்டிருந்த அமைச்சர்களுக்கும் தெரியவில்லை. அண்ணாசாலை பத்திரிகை அலுவலகங்களின் தொலைபேசிகள்

பரபரப்பாக இயங்கிக்கொண்டிருந்தன. என்ன நடக்கப்போகிறது என்பது யாருக்கும் தெரியவில்லை.

கருப்பு நிறச் சீருடை அணிந்த ஆயுதமேந்திய பாதுகாப்பு வீரர்கள் புடை சூழ ஜெயலலிதாவின் கார், எம்ஜிஆர் சமாதிக்கு அருகே ஊர்ந்து வந்தது. கூடியிருந்த பத்திரிகையாளர்களைப் பார்த்து கையசைத்த ஜெயலலிதா, எதுவும் பேசாமல் மேடையேறினார். பழுப்பு நிற சோபாவில் அமர்ந்ததும் உதவியாளர் ஓடி வந்து மூக்குக் கண்ணாடியையும் ஓர் ஆங்கிலப் புத்தகத்தையும் தந்துவிட்டுச் சென்றார்.

மேடையையும் சுற்றி நிற்பவர்களையும் ஒருமுறை பார்த்த ஜெயலலிதா, ஒரு பெரிய கண்ணாடியை அணிந்து கொண்டார். பின்னர் நிதானமாகப் புத்தகத்தைக் கையிலெடுத்துப் படிக்க ஆரம்பித்துவிட்டார்.

1991, ஜூன் 25ல் வெளியான காவிரி நதி நீர் ஆணையத்தின் இடைக்காலத் தீர்ப்பை அமல்படுத்தாத கர்நாடக அரசைக் கண்டித்து அதன்மீது நடவடிக்கை எடுக்குமாறு மத்திய அரசை கேட்டுக் கொள்வதாகவும், தன்னுடைய கோரிக்கை நிறைவேறும்வரை காலவரையற்ற உண்ணாவிரதத்தை மேற்கொள்ளப் போவதாகவும் முதல்வர் ஜெயலலிதா முடிவெடுத்திருப்பதாக தலைமைச் செயலகச் செய்திக்குறிப்பு வெளியானது.

உண்ணாவிரதமிருக்கும் ஜெயலலிதாவைப் பார்ப்பதற்கு மக்கள் கூட்டம், மெரினாவை நோக்கிக் குவிய ஆரம்பித்தது. அமைச்சர்கள் வரிசையில் நின்று வாழ்த்து சொல்லி, வணங்கினார்கள். திரையுலகத்திலிருந்து முதல் ஆளாக ரஜினிகாந்த் வந்திருந்தார். முதல்வருக்குப் பூங்கொத்துத் தந்து, வாழ்த்துச் சொல்லிவிட்டுக் கிளம்பினார். அடுத்தடுத்துப் பல்வேறு கட்சிகளைச் சேர்ந்த அரசியல் தலைவர்கள் வர ஆரம்பித்தார்கள். தலைமைச்செயலக அதிகாரிகள் முதல் காவல்துறையின் உயரதிகாரிகள் வரை மேடைக்கு முன்னால் குழுமியிருந்தார்கள்.

கூட்டத்தை ஒழுங்குபடுத்தும் பணியில் காவல்துறையினரோடு, அதிமுக தொண்டர்களும் இணைந்து கொண்டார்கள். ஜெயலலிதா மட்டுமே அங்கு உண்ணாவிரதம் இருந்தார். கூடியிருந்தவர்களுக்கு பிரியாணி, தயிர் சாதம், ஐஸ்கிரீம் தாராளமாக வழங்கப்பட்டது. சென்னை மெட்ரோ வாட்டர் லாரிகள், மக்களுக்குக் குடிநீர் வழங்கிக் கொண்டிருந்தன. உயர்தர மினரல் வாட்டர் பாட்டில் அமைச்சர்களுக்கும் காவல்துறை உயரதிகாரிகளுக்கும் கிடைத்தன.

முதல்வர் உண்ணாவிரதம் இருந்த மேடையிலிருந்து சில மீட்டர் தொலைவில் படமெடுத்துகொள்ள தொண்டர்கள் அனுமதிக்கப் பட்டார்கள். தமிழகமெங்கும் வந்திருந்த அதிமுக தொண்டர்கள் ஜெயலலிதா சோபாவில் உட்கார்ந்தபடி தலைமைச் செயலாளரிடம் பேசிக்கொண்டிருக்கும் பின்னணியில் நின்று புகைப்படமெடுத்துப் புன்னகையோடு ஊருக்குக் கிளம்பினார்கள்.

இரவும் பகலுமாக மூன்று நாட்கள் நீடித்த உண்ணாவிரதத்தில் ஏராளமான அரசியல் தலைவர்கள் வந்தபடி இருந்தார்கள். பொறுமையாக வரிசையில் நின்று மெட்டல் டிடெக்டர் சோதனையைத் தாண்டி, ஜெயலலிதாவைச் சந்தித்து சால்வை தந்து, சிரித்தபடியே புகைப்படத்துக்கு போஸ் தந்து திரும்பிச் சென்றார்கள். தொண்டர்களும் குடும்பம் குடும்பமாக வந்து முதல்வரைப் பார்த்தபடியே சென்றார்கள். ஆண்களைவிடப் பெண்கள் கூட்டம் அதிகமாக இருந்தது. ஒரு சிலர் அங்கேயே தங்கிவிட்டார்கள். கடற்கரையோரமாகப் படுத்து தூங்கி, மெட்ரோ லாரி தண்ணீரில் குளித்து, நிறுத்தப்பட்டிருந்த மொபைல் டாய்லெட்டுகளைப் பயன்படுத்திக் கொண்டார்கள்.

உண்ணாவிரதத்தின் இரண்டாவது நாள், நிலைமை பதட்டமாக இருந்தது. கூட்டத்தைத் தடுக்க முடியவில்லை. காவிரித் தண்ணீரை தமிழகத்துக்குத் தராத கர்நாடக அரசை எதிர்த்துத் தொண்டர்கள் கோஷமிட்டுக் கொண்டிருந்தார்கள். 24 வயது நிரம்பிய ஒரு தொண்டர், கூட்டத்துக்குள் புகுந்து தன்னுடைய உடல்மீது பெட்ரோல் ஊற்றிக்கொண்டு தீக்குளித்தார். பதறிப்போன காவல்துறையினர் அவரைக் காப்பாற்றி, ஆம்புலன்ஸில் ஏற்றி அரசு மருத்துவமனைக்கு அனுப்பி வைத்தார்கள்.

இந்நிலையில் தமிழ்நாடு காங்கிரஸ் கமிட்டித் தலைவர் வாழப்பாடி ராமமூர்த்தி தலைமையில் காங்கிரஸ் கட்சியின் எம்.பிக்கள் டெல்லிக்குப்போய் பிரதமரைச் சந்தித்துப் பேசினார்கள். அ.தி.மு.க எம்.பிக்களும் அவரோடு இணைந்து செல்வதா என்பதில் குழப்பம் இருந்தது. ஜெயலலிதா தன்னுடைய உண்ணாவிரதத்தைக் கைவிட்டால் மட்டுமே காவிரிப் பிரச்னையைச் சுமூகமாகத் தீர்க்க முடியும். சட்டம் ஒழுங்கு கெட்டுப்போனாலோ அல்லது அரசியல் சாசனத்தை மீறினாலோ மட்டுமே மாநில அரசுகளின்மீது மத்திய அரசு நடவடிக்கை எடுக்க முடியும். காவிரி நீர் பிரச்னையில் அப்படியொன்று நிகழாதபோது மத்திய அரசை நிர்பந்திக்கக் கூடாது என்று வெளிப்படையாகவே பேசினார், மத்திய நீர்வளத்துறை அமைச்சரான சுக்லா.

இன்னொரு புறம் டெல்லியில் அரசியல் நடவடிக்கைகள் ஆரம்பமாகின. வி.சி. சுக்லா, பிரதமர் நரசிம்மராவைச் சந்தித்தார். காவிரி நதி நீர் பிரச்னைபற்றி விவாதிக்கப்பட்டது. பிரதமர் என்ன சொன்னார் என்பது யாருக்கும் தெரியாது. உடனே டெல்லியிலிருந்து கிளம்பிய சுக்லா, பெங்களூருக்கு வந்து கர்நாடக முதல்வர் வீரப்ப மொய்லியைச் சந்தித்தார். தமிழ்நாட்டின் கோரிக்கை பற்றியும், உண்ணாவிரதமிருக்கும் ஜெயலலிதாவின் உடல்நிலை பற்றியும் பேசப்பட்டது. பின்னர், கர்நாடக முதல்வரின் ஒப்புதலோடு 'சுக்லா பார்முலா' தயாரானது.

காவிரி நீர் இருப்பு பற்றிய சரியான விபரங்கள், குறிப்பாக அறிவியல் பூர்வமான முறையில் நடத்தப்பட்ட அளவீடுகளின் அடிப்படையில் பெறப்பட்ட தகவல்களை மத்திய அரசுடன் பகிர்ந்துகொள்ள கண்காணிப்புக் குழு அமைப்பதும் தலைக்காவிரி தொடங்கி கடைமடை பகுதி வரை காவிரி நீர் எப்படிப் பகிர்ந்துகொள்ளப் படுகிறது என்று ஆண்டு முழுவதும் கள ஆய்வு மேற்கொள்வதும் கண்காணிப்புக் குழுவின் பணியாக இருக்கும். இக்குழுவில் தமிழ்நாடு, கர்நாடகா, கேரளா, பாண்டிச்சேரி உள்ளிட்ட நான்கு மாநிலங்களின் தலைமைப் பொறியாளர்கள் இடம் பெறுவார்கள்.

அடுத்ததாக காவிரி நிதி நீர் விஷயமாக உயர்மட்டக் குழு ஒன்று அமைக்கப்படும். இதில் நான்கு மாநிலங்களின் தலைமைச் செயலாளர்கள், மாநில நீர்வளத்துறை அமைச்சர் அல்லது துறைச் செயலாளர், காபினட் செயலாளர் உள்ளிட்டவர்கள் இடம் பெறுவார்கள். கண்காணிப்புக் குழு அனுப்பும் பிரச்னைகளைப் பற்றிப் பேசி, அதற்கான சிக்கல்களைத் தீர்ப்பது இதன் பொறுப் பாகும். உயர்மட்டக் குழுவின் பரிந்துரையின்படி மத்திய அரசு, தேவையான நடவடிக்கைகளை எடுக்கும். இதுதான் சுக்லாவின் பார்முலா.

பெங்களூரில் வீரப்ப மொய்லி சந்திப்பு முடிந்ததும், சென்னைக்குக் கிளம்பினார் சுக்லா. கர்நாடக அரசு, சுக்லாவின் பார்முலாவுக்கு ஒப்புதல் தரவில்லை. குறிப்பாக, கண்காணிப்புக் குழு அமைப்பதில் உடன்படவில்லை. ஆனாலும் சென்னைக்கு வந்த சுக்லா, கண்காணிப்புக் குழு அமைக்க கர்நாடக அரசு ஒப்புக்கொண்டு விட்டது என்றார். உடனே பெங்களூரில் பத்திரிக்கையாளர்கள் கூட்டத்தைக் கூட்டிய வீரப்ப மொய்லி, கண்காணிப்புக் குழு அமைக்கும் விஷயத்தில் கர்நாடகா அரசுக்கு ஒப்புதல் இல்லையென்பதால் மேல்மட்டக் குழு பற்றிய பேச்சுக்கே இடமில்லை என்றார். ஆனால், சென்னையில் உற்சாக மழை

உச்சத்தில் இருந்தது. நான்கு நாட்கள் தொடர்ந்த ஜெயலலிதாவின் உண்ணாவிரதம் ஒருவழியாக முடிவுக்கு வரும் நேரம் நெருங்கியது.

ஜெயலிதாவின் மெரினா உண்ணாவிரதம், தடாலடி அரசியல் நடவடிக்கையாகவே பார்க்கப்பட்டது. 22 ஆண்டுகள் இழுபறிக்குப் பின்னர் 1990ல் நடுவர் மன்றம் அமைக்கப்பட்டு, காவிரி நதி நீர் பிரச்னை பற்றிய பேச்சுவார்த்தைகள் நடந்தன. பலகட்ட பேச்சுவார்த்தைகளுக்குப் பின்னரே இடைக்காலத் தீர்வு அறிவிக்கப் பட்டது. தீர்ப்பு வெளியானதும், கர்நாடகாவில் தமிழர்கள் வாழும் பகுதிகளில் தாக்குதல்கள் ஆரம்பமாயின. அதைத் தொடர்ந்து ஏராளமானவர்கள் அங்கிருந்து தமிழகத்தில் தஞ்சம் புகுந்தார்கள். காவிரி நதி நீர் பிரச்னை, இரு மாநிலங்களுக்கு இடையேயான பூதாகரமான பிரச்னையாக உருவெடுத்திருந்தது.

நடுவர் மன்றம் ஆரம்பிக்கப்படுவதையே கர்நாடகா விரும்ப வில்லை. காவிரிக் கரையோர விவசாய நிலங்களை மேம்படுத்தும் பணியில் கர்நாடக அரசு தீவிரமாக இருந்தது. காவிரியிலிருந்து தமிழ்நாட்டுக்கு உபரி நீர் கூட வெளியேறிவிடக்கூடாது என்பதில் அக்கறையோடு இருந்தார்கள். நடுவர் மன்றம் அமைக்கப்பட்ட போது நடந்த பேச்சுவார்த்தைகளில்கூட ஒத்துழைப்பு தரவில்லை. இடைக்காலத் தீர்வு வெளியிட நடுவர் மன்றத்துக்கு அதிகாரம் இல்லையென்று நீதிமன்றக் கதவுகளையும் தட்டினார்கள்.

கர்நாடகாவின் இரு அவைகளும் கூடி, நடுவர் மன்றத்தின் இடைக்காலத் தீர்ப்பை ஏற்றுக்கொள்ளப் போவதில்லை என்று தீர்மானம் நிறைவேற்றினார்கள். தீர்ப்பின் விபரங்கள் கெஜட்டில் வெளியானபோதுதான் பெங்களூரில் தமிழர்களுக்கு எதிரான கலவரங்கள் அரங்கேறின. அதைத் தொடர்ந்து தமிழகத்தின் பங்கான 205 டிஎம்சி தண்ணீரை விடுவிக்க வேண்டும் என்று கர்நாடக அரசை நடுவர் மன்றம் கேட்டுக்கொண்டபோது அதையும் மறுத்தார்கள். 1993 ஆரம்பத்தில் தொடர்ந்து பெய்த மழையின் காரணமாக தமிழகத்துக்கு வரவேண்டிய காவிரி நீர் வரப்பு அதிகரித்து 205 டிஎம்சிக்கும் அதிகமாக 243 டிஎம்சி தண்ணீர் கிடைத்துவிட்டது.

குறுவை சாகுபடிக்கு குறித்த நேரத்தில் தண்ணீர் வரவில்லை என்று காவிரி டெல்டா விவசாயிகள் தரப்பு கோரிக்கை விடுத்ததும் வழக்கமான ரெஸ்பான்ஸ் என்றுதான் நினைத்தார்கள். ஆனால், ஜெயலலிதாவோ சட்டென்று கையில் எடுத்துவிட்டார். நடுவர் மன்றத் தீர்ப்பை நிராகரிக்கும் கர்நாடகா அரசோடு பேச்சுவார்த்தை

நடத்துவதற்கு ஜெயலலிதா அரசு தயாராகவில்லை. அதற்கு பதிலாக மத்திய அரசை நிர்பந்திப்பது என்கிற முடிவில் இறங்கினார்.

கர்நாடகா அரசு தனது முடிவில் உறுதியாக இருக்கும் நிலையில் மத்தியில் எந்தக் கட்சி ஆட்சியில் இருந்தாலும் தலையிடுவதற்கு யோசிப்பார்கள். அப்படியே மத்திய அரசின் தலையீட்டின் பேரில் கர்நாடகத்தில் மாநில அரசு கலைக்கப்பட்டு, குடியரசுத் தலைவர் ஆட்சி அமல்படுத்தப்பட்டால்கூட தமிழ்நாடு அரசு எதிர்பார்த்தது நடைபெறுவதற்கு வாய்ப்பில்லை. குடியரசுத் தலைவர் ஆட்சி விலக்கிக்கொள்ளப்பட்டு தேர்தல் நடத்தப்பட்டால் மத்திய அரசுக்கு எதிரான உணர்வுகள் கர்நாடகாவில் கிளர்ந்தெழும் என்பதையும் காங்கிரஸ் கட்சி உணர்ந்திருந்தது.

ஜூலை 21 மாலை, உண்ணாவிரதம் கிளைமாக்ஸ் காட்சியை எட்டியது. மத்திய அமைச்சர் சுக்லாவும், தமிழக ஆளுநர் சென்னா ரெட்டியும் மெரினா கடற்கரைக்கு வந்து ஜெயலலிதாவை நேரில் சந்தித்து உண்ணாவிரதத்தைக் கைவிடுமாறு கேட்டுக்கொண்டார்கள். நான்கு நாட்கள் தொடர் உண்ணாவிரதத்தின் காரணமாக உடல் பலவீனத்தோடு படுத்த படுக்கையாக இருந்த ஜெயலலிதாவிடம் சுக்லாவின் பார்முலா குறித்து விளக்கிக் கூறப்பட்டது.

எஸ்.டி.எஸ், முத்துசாமி, கண்ணப்பன் உள்ளிட்ட அமைச்சர்களும், தங்கபாலு உள்ளிட்ட காங்கிரஸ் தலைவர்களும் உடனிருக்க தலைமைச் செயலாளர் வெங்கட்ராமன் மத்திய அரசின் புதிய திட்டத்தை வாசித்துக் காட்டினார். அதில் திருப்தியடைந்த ஜெயலலிதா, படுக்கையிலிருந்து எழுந்து உட்கார்ந்தார். பின்னர் சுக்லா தந்த பழரசத்தை அருந்தி, உண்ணாவிரதத்தை முடித்து வைத்தார். சுற்றியிருந்த அதிமுக தொண்டர்கள் கரவொலி எழுப்பி உற்சாகத்தை வெளிப்படுத்தினார்கள்.

காவிரி நதி நீர் விஷயத்தில் மத்திய அரசை தலையிடக்கோரி வலியுறுத்தி, தான் இருந்த உண்ணாவிரதத்தை, பிரம்மாஸ்திரம் என்று பெருமையோடு குறிப்பிட்டார், ஜெயலலிதா. பிரம்மாஸ்திரத்தால் என்ன பலன் என்பதை அவரால் விளக்க முடியவில்லை. தி.மு.க தலைவர் கருணாநிதியோ இதுவொரு கண்துடைப்பு என்றார். நடுவர் மன்றத்தின் இடைக்காலத் தீர்ப்பையே மதிக்காத கர்நாடக அரசு, கண்காணிப்புக் குழுவுக்கு ஒப்புக்கொள்ளும் என்று நம்புவது நகைப்புக்குரியது என்றார்.

ஜெயலலிதாவின் உண்ணாவிரதம், பெரும் ஏமாற்றத்தைத் தந்திருக்கிறது என்றார் வாழப்பாடி ராமமூர்த்தி. காங்கிரஸ் கமிட்டி

தலைவராக இருந்தாலும், காவிரி நீர் தொடர்பான ஜெயலலிதாவின் கோரிக்கைளை மனப்பூர்வமாக வரவேற்பதாக ஏற்கெனவே அறிக்கை வெளியிட்டிருந்தார். காவிரிப் பிரச்னையில் மத்திய அரசு பாரபட்சம் காட்டுகிறது என்று அதிரடியாகவும் பேசியிருந்தார். காவிரிப் பிரச்னைக்காக ஏற்கெனவே தன்னுடைய அமைச்சர் பதவியை ராஜினாமா செய்திருந்தார்.

கர்நாடகா அரசு, மத்திய அரசு முன்வைக்கும் திட்டத்தை ஏற்காதது பற்றி ஜெயலலிதாவிடம் கேட்டதற்கு அதைப்பற்றி எங்களுக்குக் கவலையில்லை. காவிரிப் பிரச்னையில் மத்திய அரசு தலையிட வேண்டும் என்பதுதான் எங்களுடைய கோரிக்கை. அதை மத்திய அரசும் ஏற்றுக்கொண்டு ஒரு புதிய ஃபார்முலாவை முன்வைத்திருக் கிறது. இது எங்களுக்குக் கிடைத்த மிகப்பெரிய வெற்றி என்றார்.

கிட்டத்தட்ட அதே நேரத்தில் ஜெயா பப்ளிகேஷன் சம்பந்தப்பட்ட விஷயத்தில் முதல்வர் பதவியில் இருப்பதற்கான தகுதியை ஜெயலலிதா இழந்துவிட்டதாக சுப்ரமணியம் சாமி தன்னிடம் கொடுத்த புகாரை விசாரிக்குமாறு மத்திய தேர்தல் ஆணையத்துக்குக் கடிதம் எழுதிக்கொண்டிருந்தார், தமிழ்நாட்டின் ஆளுநர் சென்னா ரெட்டி!

•

2. பழிக்குப் பழி

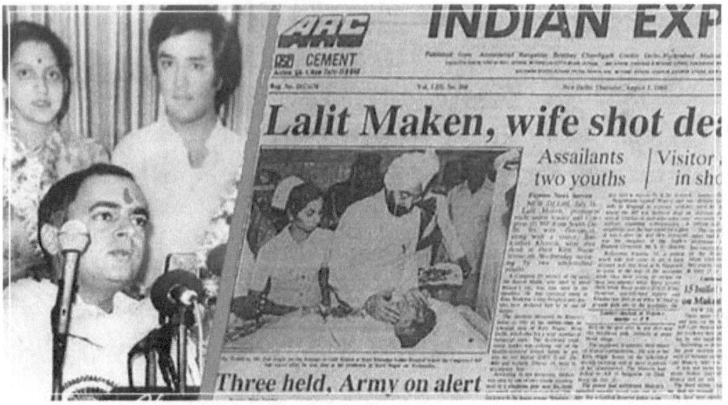

ஜூலை 31, 1985. டெல்லியின் கீர்த்தி நகர். காலை பத்தரை மணி. இரண்டடுக்கு கொண்ட தன்னுடைய சொந்த அபார்ட்மெண்ட்டிலிருந்து வெளியேறி, மனைவியோடு பேசியபடியே சிவப்பு நிற மாருதி காரை நோக்கி வந்து கொண்டிருந்தார், லலித் மேக்கன். தெற்கு டில்லியின் இளம் எம்.பி. பிரதமர் ராஜிவ் காந்திக்கு மிகவும் நெருக்கமானவர். அடுத்து வரும் அமைச்சரவை மாற்றத்தில் அமைச்சராவதற்குத் தயாராக இருந்தவர்.

ஆறு வயது மகளான அவந்திகா மேக்கனை பள்ளியில் விட்டுவிட்டு தம்பதியர் இருவரும் அலுவலக வேலை விஷயமாக கீர்த்தி நகருக்கு வந்திருந்தார்கள். அங்கே நெருக்கமான நண்பர்கள், உறவினர்களையெல்லாம் சந்தித்துவிட்டு காலை பத்தரை மணிக்குக் கிளம்பி வெளியே வந்தார்கள். அதே நேரத்தில் வெளியே ஒரு பஜாஜ் ஸ்கூட்டரில் முகத்தில் தாடியும், தலையில் தலைப்பாகையுடன் இரண்டு பேர் கையில் ஆயுதத்தோடு காத்திருந்தார்கள்.

அந்த ஆயுதம், ஒரு வித்தியாசமான துப்பாக்கி! லலித் தம்பதியினர் காரை நெருங்கி கதவைத் திறந்ததும், கேட்டுக்கு வெளியே நின்று கொண்டிருந்தவர்கள் முன்னேறி வந்து நிதானமாகச் சுடத் தொடங்கினார்கள். ஒரே குண்டுமழை. ரத்த வெள்ளத்தில் குளித்த லலித்தும் அவரது மனைவியும் வந்த வழியே வீட்டுக்குள் ஓட முயற்சி செய்வதற்குள் அனைத்தும் முடிந்துவிட்டது.

இருவரும் சரிந்து விழுவதை எட்டிப் பார்த்துவிட்டு, கொலையாளிகள் இருவரும் நிதானமாக நடந்துபோய் ஸ்கூட்டரை உதைத்துக் கிளப்பிப் புறப்பட்டுப் போனார்கள். ஜனநடமாட்டம் நிறைந்த பகுதி அது. ஆனாலும் யாரும் திரளவில்லை. அனைத்தும் மூன்றே நிமிடங்களில் நடந்து முடிந்துவிட்டன. காருக்குள் இருந்த டிரைவர் உறைந்துபோய் உட்கார்ந்திருந்தார். மாடி ஜன்னலில் இருந்து எட்டிப்பார்த்த வேலைக்காரர் அலறியபடியே ஓடிவந்தார்.

ரத்த வெள்ளத்தில் சுய நினைவின்றிக் கிடந்த தம்பதியினரைத் தூக்கி, அதே சிவப்பு மாருதியில் வைத்து ராம் மனோகர் லோகியா ஹாஸ்பிடலுக்கு எடுத்துச் சென்றார்கள். எடுத்துச் செல்லும் வழியிலேயே லலித் இறந்து விட்டார். அவரது மனைவி சில மணி நேரங்கள் உயிருடன் இருந்தார். பின்னர் சிகிச்சை பலனளிக்காமல் இறந்துவிட்டார்.

லலித் மேக்கன் படுகொலை, மறுநாள் தலைப்புச் செய்தியானது. டெல்லியின் சட்டம் ஒழுங்கு நிலைமையைக் கேள்வி கேட்டுத் தலையங்கங்கள் எழுதப்பட்டன. தன்னுடைய நெருங்கிய நண்பரின் உடலுக்கு அஞ்சலி செலுத்த பிரதமர் ராஜீவ் காந்தி வந்திருந்தார். அவர் அணிந்திருந்த கூலிங் கிளாஸ், அவரது கோபத்தை மறைத்துக் கொண்டிருந்தது. பெற்றோரை இழந்து பரிதாபமாய் நின்று கொண்டிருந்த அந்தச் சிறுமியிடம் குனிந்து பிரதமர் துக்கம் விசாரித்த போது, வெளியே தொண்டர்கள் கோபத்துடன் கோஷமிட்டார்கள்.

பட்டப்பகலில் ஆளுங்கட்சியின் எம்பி சுட்டுக் கொல்லப்பட்டது நாடெங்கும் தலைப்புச் செய்தியானது. 1984 டெல்லி கலவர சர்ச்சைகளுக்குப் பின்னர் உள்துறை அமைச்சகம், பிரதமரின் நேரடிக் கட்டுப்பாட்டில் கொண்டு வரப்பட்டது. உள்துறை அமைச்சராக இருந்த நரசிம்மராவின் இடத்துக்கு எஸ்.பி. சவான் வந்திருந்தார்.

நாட்டின் தலைநகரத்தில் பட்டப்பகலில் நடந்த இரட்டைக் கொலை வழக்கை விசாரணை செய்து, குற்றவாளிகளைக் கண்டுபிடிப்பதில் பிரதமர் அலுவலகம் தீவிரம் காட்டியது. ஆரம்ப கட்ட விசாரணையில்

லலித் மேக்கன் வீட்டில் இருந்தவர்களின் உதவியோடு குற்றவாளிகளின் தோற்றம் பற்றி ஒரு முடிவுக்கு வரமுடிந்தது. அதன் படி 6 பேர் அடையாளம் காணப்பட்டு, தேடுவதற்கான தனிப்படைகள் அமைக்கப்பட்டன. அவர்களைப் பற்றி மேலதிகத் தகவல் தருபவர்களுக்கு ஒரு லட்ச ரூபாய் பரிசு வழங்கப்படுவதாகவும் அறிவிக்கப்பட்டது.

கொலையாளிகள் எந்த ஆயுதத்தால் சுட்டார்கள் என்பதில் ஆரம்பத்தில் தெளிவில்லை. ஆனால், நிச்சயமாக இருவரும் ஏதோ ஒரு கூலிப்படையைச் சார்ந்தவர்கள். அவர்களது பின்னணியில் நிறைய ஆயுதங்களைக் கையாளுவதில் பயிற்சி பெற்றவர்கள் என்பது மட்டும் நன்றாகவே தெரிந்தது. ஏற்கெனவே சீக்கியர்களுக்கும் காங்கிரஸ் தொண்டர்களுக்குமான உறவு மோசமாக இருந்த நிலையில், என்ன காரணத்திற்காக நடைபெற்ற படுகொலை இது என்பதை உறுதியாகத் தெரிந்து கொள்ளாமல் அடுத்த கட்டத்தை நோக்கி நகரமுடியாது என்பதை உணர்ந்திருந்தார்கள்.

லலித் மேக்கன், ராஜிவ் காந்திக்கு நெருக்கமானவர். இவரைப் போன்று துடிப்பான இளம் எம்பிக்கள் காங்கிரஸ் கட்சியில் பொறுப்புக்கு வரவேண்டும் என்று பிரதமரால் வெளிப்படையாகப் புகழப்பட்டவர். லலித் மேக்கன், ராஜிவ் காந்தி தவிர கட்சியில் வேறு யாருக்கும் கட்டுப்படாதவர். அரசியலில் தடாலடியாக நடந்துகொண்டவர். டெல்லி காங்கிரஸ் கட்சியில் ஏகப்பட்ட அதிகாரப் போட்டி உண்டு. உள்கட்சி கோஷ்டி மோதல் காரணமாக நடந்த படுகொலையாகக்கூட இருக்கலாம் என்கிற கோணத்திலும் விசாரணை நடைபெற்றது.

லலித், வசதியான குடும்பத்தைச் சேர்ந்தவர். இந்தியப் பிரிவினையின் போது பாகிஸ்தான் பஞ்சாபிலிருந்து இந்தியாவில் வந்து செட்டிலானவர்கள். பஞ்சாபி இந்துவாக தன்னை வளர்த்துக் கொண்டவர். 1980 தேர்தலில் பஞ்சாபில் மாணவர் காங்கிரஸின் எழுச்சிக்குப் பெரிதும் காரணமாக இருந்தவர். மாணவர் காங்கிரஸ் போட்டியிட்ட 7 இடங்களில் 6 இடங்களில் வெற்றி பெற்றிருந் தார்கள். ஆனால், தேர்தலில் லலித் தோற்றுப் போயிருந்தார்.

தேர்தலில் தோற்றாலும் சஞ்சய் காந்தியின் நெருக்கமான வட்டாரத்தில் இருந்தவர். சஞ்சய் மறைவுக்குப் பின்னர் கட்சிக்குள் லலித் மேக்கனின் கிடுகிடு வளர்ச்சி, தேசிய அளவில் இளைஞர் காங்கிரஸ் தலைவராக முன்னிறுத்தியது. இன்னொரு பக்கம் தொழிலாளர் அமைப்புகளிலும் பல்வேறு பொறுப்புகளில் இருந்தார்.

டெல்லியில் ஸ்டிரைக் நடந்தால் நிர்வாகத்தோடு பேச்சுவார்த்தை நடத்துவதற்கு லலித் மேக்கனைத் தேடுவார்கள். ஆளுங்கட்சிக்காரர் என்பதால் அவரது குரலுக்கு மரியாதை உண்டு.

தொழிற்சங்கப் பின்னணியில் வளர்ந்தவர் என்பதால் அவருக்குக் கூடுதல் தைரியமுண்டு. சம்பவத்துக்கு முதல் நாள்கூட டெக்ஸ்டைல் கொள்கை குறித்த மத்திய அரசின் அறிவிப்பைக் கடுமையாக விமர்சனம் செய்திருந்தார். தொழிலாளர்களின் ஆதரவைப் பெறுவதில் கட்சித் தலைவர்களுக்கிடையே கடுமையான போட்டி இருந்து வந்தது. டெல்லி காங்கிரஸின் முகமாக இருந்த ஹெச்.கே.எல். பகத்தை எதிர்த்து ஏராளமான கோஷ்டிகள் முளைத்திருந்தன. இது சம்பந்தமாக தலைமை அலுவலகத்தில் மூப்பனார் முன்னிலையில் பேச்சுவார்த்தையும் நடந்துகொண்டிருந்தது.

முதற்கட்ட விசாரணையில் ஒரு திருப்பம் வந்தது. மூன்றாண்டுகளுக்கு முன்னர் நடந்த ஏர் இந்தியா விமானம் கடத்திச் செல்லப்பட்டு விபத்துக்குள்ளான விஷயத்தில் சம்பந்தப்பட்ட, அமெரிக்காவைச் சேர்ந்த சீக்கியத் தீவிரவாதி லால் சிங் பிரதான குற்றவாளியாக இருக்கலாம் என்று அறிவிப்பு வந்தது. லால் சிங், சர்வதேச அளவில் இந்திய அரசால் தேடப்படும் குற்றவாளியாக இருந்தார். காலிஸ்தான் கோரிக்கையை முன்வைத்து பஞ்சாபில் பல்வேறு குண்டு வெடிப்புகள், தொடர் தாக்குதல்களுக்கும் காரணமாக இருந்தவர். ஆனால், லலித் படுகொலையோடு அவரைத் தொடர்புப்படுத்த வலுவான காரணமில்லை.

லலித் சிங் இந்தியாவுக்கு அதிகமாக வந்ததில்லை. அதுவும் ஒரு எம்.பியை சுடுவதற்காக டெல்லிக்கு வருவாரா? ஜனநடமாட்டமுள்ள பகுதியில் ஒரு படுகொலையை நிகழ்த்திவிட்டு தப்பிப் போயிருக்க முடியுமா? சாத்தியமே இல்லாத விஷயம். ஆனால், லால் சிங் போன்ற காலிஸ்தான் தீவிரவாதிகளின் தொடர்பு இருக்கக்கூடும் என்கிற முடிவுக்கு போலீஸார் வந்தார்கள். அடுத்தடுத்துக் கிடைத்த ஆதாரங்களின் அடிப்படையில் ஒரு பெரிய நெட்வொர்க் பழிக்குப் பழி வாங்குவதற்காகச் சுறுசுறுப்பாகச் செயல்படுவது தெரிய வந்தது. வேட்டை, துரிதப்படுத்தப்பட்டது.

இந்திரா மறைவுக்குப் பின்னர் டெல்லியில் நடந்த கலவரங்களில் ஹெச். கே. எல் பஹத், ஜகதீஷ் டைட்லர், சஜன் குமார், தரம்தாஸ் சாஸ்திரி போன்ற காங்கிரஸ் நிர்வாகிகளின் பெயர்கள் அடிபட்டன. தார்குண்டே கமிஷன் தொடங்கி சிக்ரி கமிஷன் வரை ஏராளமான கமிஷன்கள் அமைக்கப்பட்டிருந்தாலும், அனைத்தும் மறைமுகமாக

சில காங்கிரஸ் தலைவர்களின் பெயர்களைக் குறிப்பிட்டாலும் பட்டியலில் லலித் மேக்கனின் பெயர் இல்லை.

ஆனால், PUCL என்னும் அமைப்பு, இந்திரா காந்தி படுகொலைக்குப் பின்னர் மூன்று நாட்கள் நடந்த கலவரங்களிலும் சீக்கியர்கள் மீதான தாக்குதலிலும் 17 ஆயிரம் பேர் படுகொலை செய்யப்பட்டதாகவும் அதற்குக் காரணமாக இருந்தவர்களாக 227 பேர் கொண்ட காங்கிரஸ் நிர்வாகிகளின் பட்டியலை வெளியிட்டது. அதில் மூன்றாவது இடத்தில் இருந்தவர், லலித் மேக்கன்.

இரண்டு ஆண்டுகள் தொடர்ந்து நடந்த விசாரணை, தேடுதல் வேட்டையில் மூன்று சீக்கியர்கள் கைது செய்யப்பட்டார்கள். அவர்களில் இருவர், காலிஸ்தான் தீவிரவாதப் படையில் பணியாற்றியவர்கள் என்பது தெரிய வந்தது. ப்ளூ ஸ்டார் நடவடிக்கையின்போது இந்திய ராணுவப்படையின் தளபதியாக இருந்த அருண் வைத்யாவின் மரணத்துக்கும் இந்த இருவரும் காரணமாக இருந்திருக்கிறார்கள். இதுதவிர பஞ்சாப் நேஷனல் வங்கி கொள்ளையிலும் இவர்கள் சம்பந்தப்பட்டிருந்தார்கள்.

லலித் மேக்கன் தம்பதிகளைப் படுகொலை செய்த வழக்கில் ஹர்ஜிந்தர் சிங் ஜிந்தா - சுக்தேவ் சிங் சுக்கா இருவரும் பிரதான குற்றவாளிகளாக அறிவிக்கப்பட்டார்கள். முன்னதாக வேறொரு வழக்கிற்காகவும் இவர்களைக் கைது செய்திருந்தார்கள். ஓய்விற்குப் பின்னர் புனேவில் வசித்து வந்த இந்திய ராணுவப் படையின் முன்னாள் தளபதி அருண் வைத்யாவை 1986ல் இவர்கள் இருவரும் சுட்டுக் கொன்றார்கள். வழக்கு விசாரணையின் முடிவில்தான் இருவருக்கும் தூக்குத் தண்டனை விதிக்கப்பட்டது.

லலித் மேக்கன் வழக்கில் மூன்றாவதாக ஒரு குற்றவாளியும் பிடிபட்டார். குக்கி என்னும் ரஞ்சித் சிங் கில். 1987ல் இண்டர்போல் அதிகாரிகளால் நியூ ஜெர்ஸியில் கைது செய்யப்பட்டார். அங்கிருந்து 2000ஆம் ஆண்டு இந்தியாவுக்குக் கொண்டு வரப்பட்டார். 18 ஆண்டுகள் வழக்கு விசாரணை தொடர்ந்தது. வழக்கின் முடிவில் ஆயுள்தண்டனை விதிக்கப்பட்டார். சிறையில் இருந்தபோது அவரது நல்லெண்ண நடவடிக்கைகள், சிறையிலேயே படித்துப் பட்டம் பெற்றது முதல் அவரது ஒவ்வாரு நடவடிக்கைகளும் செய்தியாக வெளிவந்து, சீக்கியர் மத்தியில் அவரை ஹீரோவாக்கியிருந்தார்கள்.

அவந்திகா வளர்ந்து, இளைஞர் காங்கிரஸ் தலைவராக இருக்கிறார். அவரது கணவரும் இளைஞர் காங்கிரஸில் இருக்கிறார்கள்.

அவந்திகாவும் பரோலில் வெளிவந்த குக்கியும் ஒருமுறை சந்தித்துக் கொண்டார்கள். என்னுடைய அப்பாவையும், அம்மாவையும் ஏன் கொன்றீர்கள் என்று அவந்திகா கேட்டதற்கு குக்கி விரிவாக விளக்கம் தந்திருக்கிறார். பின்னாளில் இருவரும் நண்பர்களாகி, குக்கியின் வீட்டிற்கு விருந்து உண்ணவும் சென்றிருக்கிறார் அவந்திகா. ஆறு வயதில் பெற்றோரை இழந்தது, என்னுடைய வாழ்க்கையை மாற்றிவிட்டது. பேரிழப்பு. மறக்க முடியாத காயம் அது. ஆனாலும், மனிதாபிமானத்தின் அடிப்படையில் குக்கியை மன்னித்துவிட்டேன் என்கிறார்.

டெல்லியில் சீக்கியர்களுக்கு எதிரான தாக்குதலைத் தூண்டிவிட்டவர் என்கிற அடிப்படையில் சீக்கியத் தீவிரவாதிகளின் முக்கியமான இலக்காக லலித் மேக்கன் இருந்திருக்கலாம். ஆனால், ஏன் அவரது மனைவி கீதாஞ்சலியும் சுடப்பட்டார் என்கிற கேள்விக்கு விடை தெரியவில்லை.

கீதாஞ்சலியும் இளைஞர் காங்கிரஸ் கட்சியில் இருந்தவர்தான். 70களின் இறுதியில் கட்சிப் பணியில் சேர்ந்து பணியாற்றும்போது லலித் மேக்கன், கீதாஞ்சலி இருவரும் காதலித்துத் திருமணம் செய்துகொண்டார்கள். கீதாஞ்சலியின் தந்தைதான், ஷங்கர் தயாள் சர்மா! கீதாஞ்சலி சுட்டுக் கொல்லப்பட்டபோது ஷங்கர் தயாள் சர்மா ஆந்திராவின் ஆளுநராக இருந்தார். 1992ல் அவர் குடியரசுத் தலைவராகப் பதவியேற்ற மூன்று மாதங்களுக்குள் சம்பந்தப்பட்ட இரண்டு தீவிரவாதிகளுக்கும் புனே எரவாடா சிறையில் தூக்கு தண்டனை நிறைவேற்றப்பட்டது.

•

3. தட்சிணப் பிரதேசம்

இந்திய மாநிலங்களை எவ்வாறு பிரிப்பது? அவற்றின் எல்லைகளை எவ்வாறு தீர்மானிப்பது? எவ்வாறு நிர்வாகம் செய்வது? சுதந்திரத்துக்குப் பிறகான பத்தாண்டுகளை ஆக்கிரமித்துக்கொண்ட கேள்விகள் இவை.

சாம, பேத, தான தண்டம் சகலத்தையும் பயன்படுத்தி சமஸ்தானங்கள் இந்தியாவுடன் இணைக்கப்பட்டு ஒன்றுபட்ட இந்தியாவை உருவாக்கிவிட்டார்கள். இனி நிர்வாக வசதிக்காக மாநிலங்கள் பிரித்தாக வேண்டும். எப்படிச் செய்வது?

இந்திய அரசியலமைப்புச் சட்டம் அமலுக்கு வந்த நாளே மாநிலங்களைப் பிரிக்கும் பணிகள் வேகமெடுக்க ஆரம்பித்துவிட்டன. மாநிலங்களை எதன் அடிப்படையில் பிரிப்பது, எல்லைக்கோடு எதுவாக இருக்கவேண்டும் என்பதைப் பற்றி ஆராய்வதற்கு ஏகப்பட்ட கமிஷன்கள் அமைக்கப்பட்டன. தார் கமிஷன், ஜே.வி.பி கமிட்டி, பஸல் அலி கமிஷன் என்று ஒவ்வொரு கட்டமாக

ஏகப்பட்ட கமிஷன்கள் அமைக்கப்பட்டன. கமிஷன் உறுப்பினர்களும் கள ஆய்வுகளை மேற்கொண்டு, பிரச்னையை ஆராய்ந்து, பக்கம் பக்கமாக அறிக்கைகளை எழுதி நேருவிடம் கொடுத்தார்கள்.

வெவ்வேறு காலகட்டங்களில் அமைக்கப்பட்ட அத்தனை கமிஷன்களும் கிளிப்பிள்ளைபோல் சொல்லி வைத்தது ஒரே விஷயத்தைத்தான். மொழிவாரி மாநிலங்கள் இந்தியாவுக்கு ஒத்து வரவே வராது!

பிரிட்டிஷ் இந்தியாவிலும் இதைத்தான் சொல்லியிருந்தார்கள். பன்மொழி வித்தகர்களும் இதையே தொடர்ந்து சொல்லிக் கொண்டிருந்தார்கள். பண்டைய இந்தியாவில் பல்லாயிரம் மொழிகள் பேசப்பட்டு வந்திருக்கின்றன. இன்றும் ஏகப்பட்ட மொழிகள் வழக்கில் இருக்கின்றன. பேச்சு வழக்கில், எழுத்து வழக்கில் ஏன் அலுவல் மொழியாகக்கூட ஒரு டஜன் இந்திய மொழிகள் இருந்திருக்கின்றன. எழுத்து வடிவமில்லாமல் வெறும் பேச்சு மொழியாக வழக்கில் இருக்கும் மொழிகளின் எண்ணிக்கை நூற்றுக்கணக்கில் இருக்கும்.

மொழிவாரி மாநிலங்கள் அமைப்பது என்று முடிவெடுத்தால் எத்தனை மாநிலங்கள் அமைப்பது என்பதை முடிவு செய்வதற்கே பல கட்டப் பேச்சு வார்த்தைகள் தேவைப்படும். எந்தெந்த மொழி என்பதைத் தேர்ந்தெடுக்க இன்னொரு பத்தாண்டுகள் ஆகிவிடும். ஒவ்வொரு மொழிக்கும் பிரத்யேகமாக ஒரு மாநிலம் அமைக்க முடியுமா? எல்லைகளை முடிவு செய்ய முடியுமா?

குட்டி, குட்டிச் சமஸ்தானங்களாகப் பிரிந்து கிடந்த ஒரு நாட்டை இணைத்து ஒன்றுபட்ட நாடாக உருவாக்கியிருக்கிறோம். மொழிக்கொரு மாநிலம் என்பதை அமல்படுத்தினால் அவை எல்லாம் சமஸ்தானத்தின் எண்ணிக்கையைவிடப் பல மடங்கு அதிகமாகிவிடும் என்றார்கள். இதெல்லாம் பொருளாதார வளர்ச்சிக்கு மட்டுமல்ல தேசப் பாதுகாப்பிற்கும் பெரிய அச்சுறுத்தலாகிவிடும் என்று எச்சரித்தார்கள். மத்திய அரசும் அதை ஏற்றுக்கொண்டது.

ஏற்கெனவே இருக்கும் மாகாணங்களை அப்படியே மாநிலங்களாக மாற்றியமைப்பதில் சவால்கள் குறைவு. சென்னை, பம்பாய், கல்கத்தா, திருவாங்கூர் என்றிருக்கும் மாகாணங்களை அப்படியே மாநிலங்களாக அறிவித்துவிடலாம் என்கிற முடிவுக்கு நேரு வந்திருந்தார்.

1956, ஜனவரி. நிர்வாக வசதிக்காக தட்சிண, உத்தர, கிழக்கு, மேற்கு, மத்திய ராஜ்ஜியங்கள் என ஐந்து பெரும் மாநிலங்கள் அமையவிருப்பதாக பிரதமர் நேரு அறிவித்தார். இனம், மொழி, மதத்தின் அடிப்படையில் பிரிக்கப்படாமல் பிரிட்டிஷார் காலம் தொடங்கி இருந்து வந்த அதே மாகாண முறையைத் தொடரலாம் என்பதுதான் செய்தி.

மகாத்மா காந்தியின் பிரதான சிஷ்யனான நேரு, மதத்தின் அடிப்படையில் மாநிலங்களைப் பிரிக்க ஒப்புக்கொள்ள மாட்டார் என்பது தெரிந்த விஷயம். மொழிவாரி மாநிலங்களுக்கும் நேரு எதிராக இருந்தார். வட இந்தியர்களில் பெரும்பாலானவர்களுக்கு அது நிம்மதியாக இருந்தது. ஆனால், தென்னகத்தின் எதிர்பார்ப்போ வேறு விதமாக இருந்தது.

சென்னை மாகாணம், திருவாங்கூர், கொச்சின் சமஸ்தானம் பகுதிகள் அடங்கியதுதான் தட்சிணப் பிரதேசம். கர்நாடகா, கேரளப் பகுதிகளோடு ஒன்றிணயவும் வாய்ப்பிருந்தது. தட்சிணப் பிரதேசம் உருவானால் தென்னகத்தின் பொருளாதார வளர்ச்சி நன்றாக இருக்கும். அதே சமயத்தில் மாநிலங்களுக்கிடையே மொழி ரீதியாக பிரச்னை வராது. இந்தியாவின் உள்நாட்டு பாதுகாப்பிற்கும் எந்த சிக்கலும் நேராது என்றெல்லாம் ஆளுங்கட்சியினர் விளக்கம் தந்தார்கள்.

சென்னை மாகாணத்திலிருந்து விடுபட்டு ஆந்திரா தனியாகச் சென்ற பின்னர்தான் சென்னையைச் சேர்ந்த காங்கிரஸ்காரர்களுக்கு நம்பிக்கை வந்தது. சென்னையை ஆள வேண்டியது தமிழர்களா, தெலுங்கர்களா என்கிற போட்டி 20 ஆண்டுகளுக்கும் மேலாக இருந்தது வந்தது. அதில் தமிழர்கள் எப்போதும் பதட்டத்திலேயே இருந்தார்கள். ஆந்திரா உருவானதும் ஒரு வழியாக நிம்மதி பிறந்தது. ஆனால் சென்னையை ஆள வேண்டியது தமிழர்களா, மலையாளிகளா என அடுத்த கட்ட போட்டி ஆரம்பித்திருப்பதை அவர்கள் உணரவில்லை.

நேருவின் தட்சிணப் பிரதேச அறிவிப்பு, பெரியாரை சந்தோஷப் படுத்தியிருக்க வேண்டும். பெரியார்தான் ஒன்றுபட்ட தென்னிந்தியா உருவாக வேண்டும் என்று நினைத்திருந்தார். பாகிஸ்தான் கோரிக்கையை ஜின்னா முன்வைத்தபோது, பெரியார் திராவிடஸ்தான் கேட்டார். பெரியாரின் குரல் எடுபடவில்லை. ஆனாலும், என்றாவது ஒருநாள் திராவிட நாட்டை அடைந்துவிடுவது என்று நம்பிக்கையோடு இருந்தார்.

1802ல் தொடங்கி சென்னையை தலைமையிடமாகக் கொண்டிருந்த மதராஸ் மாகாணத்தைத்தான் திராவிட நாடு என்று பெரியார் சொல்லிக்கொண்டிருந்தார். திராவிடஸ்தான், திராவிட நாடு, தமிழ் நாடும் எல்லாம் ஒன்றுதான் என்று ஆரம்பத்தில் நினைத்த பெரியார், மொழிவாரி மாநிலங்கள் அமைவதற்கு எதிராகவே இருந்தார்.

காங்கிரஸ் கட்சியில் நிறைய பேருக்கு பதவியை அள்ளித் தரவேண்டும் என்பதற்காகவே டெல்லி சர்க்கார் மொழி அடிப்படையில் பிரித்துவிட நினைப்பதாகவும் பேசிக் கொண்டிருந்தார். ஆனால், காங்கிரஸ் கட்சியின் கணக்கோ வேறுவிதமாக இருந்தது. அந்நேரத்தில் நேருவின் அறிவிப்பு, பெரியாரை வாயடைக்க வைத்தது. காரணம், ராஜாஜி!

பெரியாரின் திராவிட நாடு ஐடியாவுக்கு பதிலடியாக ராஜாஜி முன்வைத்த விஷயம்தான், தட்சிணப் பிரதேசம். தமிழ்நாடு, கேரளாவை உள்ளடக்கி ஒரு பெரும் மாநிலத்தை உருவாக்குவது என்பது ராஜாஜியின் கனவு. நாடு சுதந்திரமடைவதற்கு முன்னரே அவர் அதுபற்றிப் பேசிக்கொண்டிருந்தார். ராஜாஜியின் சிஷ்யர்களான சி. சுப்ரமணியன், பக்தவச்சலம் போன்றோரும் அதற்காகத் தீவிரமாகப் பணியாற்றினார்கள்.

நாட்டின் முதல் பொதுத் தேர்தல் முடிந்து, புதிதாகக் காங்கிரஸ் கட்சி ஆட்சிக்கு வந்ததும் அமிர்தசரஸ் நகரில் நடந்த காங்கிரஸ் மாநாட்டிலும் இதுபற்றிப் பேசினார்கள். தட்சிணப் பிரதேசம் என்பதை ஒட்டுமொத்த தென்னிந்தியர்களின் கனவாக முன் வைத்தார்கள். நேருவுக்கும் இதுவொரு நல்ல யோசனையாகத் தெரிந்தது.

காங்கிரஸ் தவிர்த்த அனைத்து எதிர்க்கட்சிகளும் ராஜாஜியின் தட்சிணப் பிரதேச ஐடியாவுக்கு எதிராக இருந்தார்கள். முன்னர் சென்னை மாகாண முதல்வராக வரவேண்டியது யார் என்பதில் ஒரு பெரும் போட்டி எழுந்தது. தமிழரான காமராஜரா அல்லது தெலுங்கரான சஞ்சீவ ரெட்டியா என்பதில் போட்டி. இருபக்கமும் சம பலத்தோடு மோதிக்கொண்டதால் டெல்லியின் தலையீட்டுக்குக் கொண்டு செல்லப்பட்டது. இருதரப்புக்கும் உகந்தவரான ராஜாஜி, முதல்வராகத் தேர்ந்தெடுக்கப்பட்டார்.

அதே காட்சி திரும்பவும் அரங்கேறியது. தட்சிணப் பிரதேசம் அமைந்தால் அனைவருக்கும் உகந்த ஒரே தலைவராக ராஜாஜி மட்டுமே இருக்க முடியும் என்பது தெள்ளத் தெளிவாகத் தெரிந்தது. ராஜாஜி எதிர்ப்பாளர்கள் களத்தில் சுறுசுறுப்பாக இறங்கினார்கள்.

அவர்களோடு தானும் சேர்ந்து இயங்க வேண்டும் என்று பெரியாருக்கு எண்ணம் இருந்தாலும் அதுவரை பேசி வந்த திராவிட நாடு கனவு தடுத்தது. தட்சிணப் பிரதேசம் என்பது திராவிட நாடுதானே!

சென்னையில் மட்டுமல்ல ராஜாஜிக்கு எதிராக தென்னிந்தியாவில் ஒரு பெரும் எதிர்ப்பு அலையே எழுந்தது. தமிழ்நாட்டில் ஜீவா, ம.பொ.சி உள்ளிட்ட இடதுசாரிகளும் தமிழ் தேசிய உணர் வாளர்களும் கேரளத்தின் அச்சுதமேனன், ஏ.கே கோபாலன் உள்ளிட்ட இடதுசாரிகளும் எதிராக இருந்தார்கள்.

ஏன், காங்கிரஸ் கட்சிக்குள்ளேயேகூட ராஜாஜிக்குக் கணிசமான எதிர்ப்பு இருந்தது. அது காமராஜர் வடிவில் இருந்தது. நேருவையோ ராஜாஜியையோ வெளிப்படையாக எதிர்த்துக்கொள்ளாமல் அதே நேரத்தில் மறைமுகமாக ராஜாஜி எதிர்ப்பு யுத்தத்தை காமராஜர் நடத்திக் கொண்டிருந்தார்.

சென்னை மாகாணத்திலிருந்து ஆந்திரா தனியாகப் பிரிக்கப் பட்டதிலிருந்து பெரியாரும் நிறையவே மாறியிருந்தார். திராவிட நாடு என்பது இனி சாத்தியமில்லை. திராவிட நாடு என்பதிலிருந்து தமிழ் நாடு என்கிற நிலைக்கு மெல்ல தள்ளப்பட்டுக் கொண்டிருந்தார். ஆந்திரர், கர்நாடகத்தவர், கேரளத்தவர் இன உணர்ச்சியில்லாதவர்கள். நாம் அப்படி இருக்கக்கூடாது என்றார்.

தமிழ் தேசிய உணர்வாளர்களுக்கு பெரியாரின் கருத்தில் உடன்பாடில்லை என்றாலும் சென்னை மாகாணத்துக்குத் தமிழ்நாடு என்றே பெயர் சூட்டிவிடலாம் என்று பெரியார் பேசியதால் நம் பக்கம்தான் நிற்கிறார் என்கிற முடிவுக்கு வந்தார்கள்.

ராஜாஜியோ உற்சாகத்தின் உச்சத்தில் இருந்தார். தட்சிணப் பிரதேசம் தயாராகிவிட்டது. இனியும் மொழிவழி அரசு பற்றி பேசுபவர்கள், காட்டுமிராண்டிகள் என்றார். அதுவரை பெரியார் மட்டுமே அப்படியெல்லாம் பேசிக்கொண்டிருந்தார். இப்போதோ, பெரியாரால் பேச முடியாத நிலை.

எதிர்க்கட்சிகளை ஒன்றுபடுத்த யாருமில்லாத நிலையில்தான் ம.பொ.சி களத்தில் இறங்கினார். குறுகிய காலத்துக்குள் பல கட்சித்தலைவர்களைத் தொடர்பு கொண்டார். அதே நேரத்தில் தட்சிணப் பிரதேசத்துக்கு ஆதரவு தேடி ராஜாஜியின் சிஷ்யர்கள் பெங்களூரில் முகாமிட்டார்கள். தட்சிணப் பிரதேச அமைப்பு, எல்லை பற்றியெல்லாம் முடிவு செய்வதற்காக காங்கிரஸ் தலைவர்கள் கூடினார்கள். அதில் காமராஜரும் கலந்து கொண்டார்.

ஜனவரி 27, 1956. ஜீவா, பாரதிதாசன், சி.பா. ஆதித்தனார், மா.பொ.சி, டி.கே சண்முகம், பி.டி. ராஜன், அண்ணாதுரை, நெடுஞ்செழியன் என ஏகப்பட்ட பேர் சென்னையில் கூடினார்கள். ஆனந்த் தியேட்டர் உரிமையாளரும் பின்னாளில் அக்னி நட்சத்திரப் படப் புகழ் வில்லனுமான ஜி. உமாபதியின் வீட்டில்தான் கூட்டம் நடந்தது.

தட்சிணப் பிரதேசத்தை நிராகரித்து மொழிவழி மாநிலம் அமைப்பது, மதராஸ் மாகாணத்துக்குத் தமிழ்நாடு என்று பெயரிடுவது என்று காமராஜர் அரசை வலியுறுத்துவது என்று முடிவு செய்தார்கள். இதை முன் வைத்து தமிழகம் முழுவதும் பொது வேலை நிறுத்தம், கடையடைப்பு செய்வதென்றும், சென்னையில் ஒரு மெகா பொதுக்கூட்டம் நடத்துவதென்றும் முடிவு செய்யப்பட்டது.

பெரியார் கலந்துகொள்ள வேண்டும் என்றார்கள். ஆனால், பெரியார் மறுத்துவிட்டார். அவசரப்படாமல் இருந்தால் காமராஜரே எல்லா வற்றையும் பார்த்துக்கொள்வார் என்பது பெரியாரின் நம்பிக்கை. சென்னை மாகாணத்தை தமிழ்நாடு என்று பெயர் மாற்றம் செய்துவிட்டாலே போதும். அதை காமராஜர் செய்துவிடுவார். முதல்வராக காமராஜர் இருக்கும்போது எதற்கு கவலைப்பட வேண்டும் என்றார் பெரியார்.

பிப்ரவரி 19, மாலை 4 மணி. திருவல்லிக்கேணி. தீவுத்திடலில் ஆரம்பித்த ஊர்வலம் புறப்பட்டு திருவல்லிக்கேணி வழியாக மவுண்ட்ரோடை நோக்கி வந்து கொண்டிருந்த நேரத்தில் கூட்டத்தில் தள்ளுமுள்ளு ஏற்பட்டு, தடியடிப் பிரயோகத்தில் இறங்கியது காவல்துறை. காமராஜர் அரசைக் கண்டித்துக் கோஷமிட்ட கம்யூனிஸ்ட் கட்சித்தலைவர்களை அடித்து விரட்டுவதில் காவல் துறை மும்முரமானது.

மூத்த தலைவர் ஜீவா மயங்கி விழுந்தார். மற்றொரு தலைவரான எம்.ஆர் வெங்கட்ராமன் மீது தடியடி நடத்தப்பட்டதில் அவரது கண்ணாடி உடைந்து, நெற்றியில் பெரிய காயம். தொண்டர்கள் யாரும் கலைந்து செல்ல வேண்டாம். அமைதி வழியில் நின்று, ஊர்வலத்தைத் தொடர்ந்து நடத்துமாறு சொல்லிவிட்டு இருவரும் காவல்துறை வாகனத்தில் ஏறிக்கொண்டார்கள்.

கம்யூனிஸ்ட் தலைவர்கள் மட்டுமே தடியடிக்கு பாதிப்புக்கு உள்ளானார்கள். மற்ற கட்சியினரோ நேரடியாக பொதுக்கூட்டத்துக்கு வந்துவிட்டார்கள். அங்கே கம்யூனிஸ்ட் தலைவர்கள் மீது தடியடி நடத்தப்பட்டதுபற்றி கூட்டத்தில் யாரும் பேசவில்லை. தட்சிணப்

பிரதேசத் தீர்வை எதிர்ப்பதென்றும் மொழிவாரி மாநிலங்கள் அடிப்படையில் தமிழ்நாடு அமைய வேண்டியதன் அவசியம் பற்றியும் பேசினார்கள். பின்னர் கலைந்து சென்றார்கள்.

மறுநாள் சென்னை நகரமெங்கும் போஸ்டர்கள். ஒட்டுமொத்தத் தமிழர்களின் உணர்வுக்கெதிராக தட்சிணப் பிரதேசத்துக்குத் துணை நிற்கும் காமராஜரின் ஆட்சியை எதிர்த்து தி.மு.கவினர் மேற்கொண்ட போராட்டம் வெற்றி பெற்றதாக போஸ்டர்களில் சொல்லப் பட்டிருந்தது. ம.பொ.சி மற்றும் கம்யூனிஸ்ட் தலைவர்களின் முயற்சியில் நடந்த போராட்டத்தில் கலந்து கொண்ட 'கண்ணீர்த்துளி இயக்கத்தினர்' (பெரியார் திமுகவுக்கு வைத்த பெயர்), போராட்டத்தைத் தங்களுடைய வெற்றியாக காட்டிக்கொண்டது பெரியாருக்கு பெரிய அதிர்ச்சியைத் தந்தது.

அடுத்து வந்த ஒரே வாரத்தில் தட்சிணப் பிரதேச ஐடியாவை நேரு அரசு வாபஸ் வாங்கிக் கொண்டது. அரசியலில் இருந்த ஒதுங்கிய ராஜாஜி, சக்கரவர்த்தித் திருமகன் என்னும் பெயரில் ராமாயணத்தைத் தமிழில் எழுத ஆரம்பித்தார். பெரியாரே சொன்னாலும் தமிழ்நாடு என்னும் பெயர் வைக்க முடியாது என்பதில் காமராஜர் உறுதியாக இருந்தார். அத்தனை பேரையும் பின்னுக்குத் தள்ளிவிட்டு காங்கிரஸ் கட்சியை எதிர்க்கும் பிரதான எதிர்க்கட்சியாக தி.மு.க தன்னை அடையாளப்படுத்திக் கொண்டது!

•

4. தளபதியின் துரோகம்

18 லட்சம் வாக்குகள் அதிகமாகப் பெற்று அதிபராகிறார் மகிந்த ராஜபக்சே. 2010 பிப்ரவரி இறுதியில் வெளியான பத்திரிக்கை தலைப்புச் செய்தி இதுதான்.

அதிபர் தேர்தலில் அவரை எதிர்த்து போட்டியிட்ட முன்னாள் ராணுவத் தளபதி பொன்சேகாவைவிட மிக அதிக வாக்குகள் பெற்று வெற்றி பெறுகிறார். 62 ஆண்டுகால இலங்கை அதிபர் தேர்தலில் எந்தவொரு அதிபரும் இப்படியொரு வரவேற்பைப் பெற்றதில்லை.

வரலாறு காணாத வெற்றிதான். இலங்கையில் உள்நாட்டுப் போர் முடிந்து ஆறு மாதங்கள்கூட ஆகவில்லை. சிங்களர்கள் மத்தியில் ராஜபக்சேவின் செல்வாக்கு உச்சத்தில் இருந்தது.

இந்நிலையில் தேர்தல் நடந்தால் வெற்றி நிச்சயம் என்கிற நிலையில் இரண்டு ஆண்டுகள் ஆட்சிக்காலம் இருந்த போதும் முன்கூட்டியே அதிபர் தேர்தல் அறிவிக்கப் பட்டது.

இலங்கை ராணுவம் தனக்கெதிராகச் சதி வேலைகளில் ஈடுபடுவதாகச் சந்தேகித்த அதிபர் ராஜபக்சே, சதியை முறியடிக்க இந்திய ராணுவத்தை அனுப்புமாறு கேட்டுக்கொண்டிருக்கிறார். இது இலங்கை ராணுவத்தை அவமதிக்கும் செயல். போராடி பெற்ற வெற்றியைச் சரியான விதத்தில் பயன்படுத்த ராஜபக்சே தவறிவிட்டார். பாதிக்கப்பட்ட தமிழ் மக்களின் மறுவாழ்வுக்கு எவ்வித வழியும் ஏற்படுத்தித் தராமல், அவர்களை அடைத்து வைத்திருப்பதன் மூலமாக பல புதிய போராளிகளை உருவாக்க நினைக்கிறார், என்றார் பொன்சேகா. இலங்கை ராணுவத்தின் மூத்தத் தளபதி.

ராஜபக்சேவுக்கு எதிராக பொன்சேகா முன்வைத்த 17 குற்றச் சாட்டுகளும் அதிர்வலைகளைக் கிளப்பின. ராணுவத் தளபதி பதவியை ராஜினாமா செய்து, கடிதத்தை அதிபருக்கு அனுப்பி வைத்த கையோடு அரசியலில் குதித்துவிட்டார் பொன்சேகா. புது அரசியல்வாதி போல் பளீரென்று வெள்ளை ஆடை உடுத்தி, பௌத்த விகாரைக்குச் சென்று ஆசி பெற்றுக்கொண்டார். அதிபர் தேர்தலில் பொது வேட்பாளராகக் களமிறங்கப் போவதாகவும் வெளிப் படையாக அறிவித்தார்.

கண்ணுக்கு எட்டிய தூரம் வரை எதிரிகளே இல்லாத நிலையில் ராஜபக்சே இருந்தபோது, அவரை எதிர்த்து பொன்சேகா களமாடினார். யார் இந்த பொன்சேகா? 2009ல் விடுதலைப் புலிகளை வீழ்த்திய இலங்கையின் மும்மூர்த்திகளில் ஒருவர்.

கார்டிஹேவா சரத் சந்திரலால் பொன்சேகா, ஒரு ராணுவத் தளபதி. இலங்கையின் அம்பலங்கொடையிலும் பின்னர் கொழும்பு ஆனந்தா கல்லூரியிலும் படித்தவர். இலங்கை ராணுவத்தில் சேர்ந்தவர், குறுகிய காலத்தில் முக்கியமான தளபதியாக உருவெடுத்தார்.

90களில் விடுதலைப் புலிகளுக்கு எதிரான பல கட்டப் போர்களில் மனித உரிமைகளுக்கு எதிராக நடந்துகொண்டதாகப் பலமுறை குற்றம் சாட்டப்பட்டவர். 1995ல் புலிகளுக்கு எதிரான சண்டையின் போது சரணடைந்தவர்களையும் காயப்பட்டவர்களையும் உயிரோடு புதைத்ததாகக் குற்றச்சாட்டு எழுந்தது. பெரிய அளவில் பள்ளம் தோண்டி, அதில் நூற்றுக்கணக்கானவர்களை உயிரோடு தள்ளிப் புதைத்த பொன்சேகாவின் கொடூரச் செயல்கள் ஐ.நா மன்றம் வரை விவாதிக்கப்பட்டன.

விடுதலைப் புலிகளும் பொன்சேகாவை எப்படியாவது ஒழித்துக் கட்ட முயன்றார்கள். ஒருமுறை அவர்மீது மனித வெடிகுண்டு

தாக்குதல் நடத்தப்பட்டது. அதிலிருந்து தப்பி, ஓய்வெடுத்துக் கொண்டிருந்தவரை ராஜபக்சேதான் அழைத்து வந்தார். விடுதலைப் புலிகளை ஒழிப்பதுதான் லட்சியம் என்று பிரசாரம் செய்து அதிபரான ராஜபக்சே, முதல் வேலையாக பொன்சேகாவை மீண்டும் ராணுவத் தளபதியாக்கினார்.

முல்லைத் தீவில் விடுதலைப் புலிகளை வீழ்த்தியதில் பொன்சேகாவுக்குப் பெரும் பங்கு இருக்கிறது. போர் முடிந்த பின்னர், முல்லைத் தீவு, முள்ளி வாய்க்கால், புதுக்குடியிருப்பு பகுதிகளில் இருந்து டன் கணக்கில் புலிகளின் ஆயுதங்கள் மீட்கப்பட்டன. மீட்கப்பட்ட ஆயுதங்கள், இலங்கை ராணுவத்தின் கணக்கில் சேர்க்கப்படவில்லை என்று செய்திகள் வெளியாகின. மீட்கப்பட்ட 4000 கிலோ தங்கமும் காணாமல் போய்விட்டதாகச் சொல்லப் பட்டது. இவையெல்லாம் ராஜபக்சேவுக்கும் பொன்சேகாவுக்கும் இடையேயான நெருக்கமான உறவில் விரிசலை ஏற்படுத்தின. உள்நாட்டுப் போரில் கிடைத்த வெற்றியைப் பங்கு பிரிப்பதிலும் சிக்கல். இது முழுக்க, முழுக்க இலங்கை ராணுவத்துக்குக் கிடைத்த வெற்றி என்பது பொன்சேகாவின் வாதம். இது அரசியல் ராஜதந்திரத்துக்குக் கிடைத்த வெற்றி என்று ராஜபக்சே நினைத்தார்.

ராணுவத்தின் முகமாக இருந்த பொன்சேகா, ராஜபக்சேவை வீட்டுக்கு அனுப்பி விட்டு அதிபராகப் போவதாகவும், இலங்கையில் ராணுவ ஆட்சி வரப்போவதாகவும் வதந்திகள் இறக்கை கட்டிப் பறந்தன. ஆறு முறை அதிபர் அழைத்தும் நேரில் சந்திக்கப் பொன்சேகா தயாராக இல்லை. இருதரப்புச் சமாதானப் படலங்கள் முறிந்த நிலையில்தான் பொன்சேகா அரசியலில் குதித்தார்.

அதிபர் தேர்தலை அவசர அவசரமாக நடத்தி முடித்து வெற்றி பெற்றுவிடலாம் என்று நினைத்த ராஜபக்சேவுக்கு பெரிய ஏமாற்றம். தன்னை எதிர்த்து பொன்சேகா களமிறங்குவார் என்பதையும் எதிர்பார்க்கவில்லை. இலங்கை அரசியலில் 40 ஆண்டுகால அனுபவமுள்ள ராஜபக்சேவை, அரசியலுக்கு வந்து 4 மாதங்கள் அனுபவமே உள்ள பொன்சேகா எதிர்த்து நின்றார். ஓடமும் வண்டியில் ஏறும். அரசியலில் எதுவும் நடக்கும்!

உள்நாட்டுப்போரில் கிடைத்த வெற்றிக்கு யார் காரணம் என்பதுதான் அதிபர் தேர்தல் பிரசாரத்தில் முக்கியமான டாபிக். சிங்களர்களைப் பொறுத்தவரை அதிபராக இருந்த ராஜபக்சே, ராணுவத்துறைச் செயலாளராக இருந்த அவரது தம்பி கோத்தபய ராஜபக்சே, ராணுவத்

தளபதி சரத் பொன்சேகா என மூவரையுமே நாயகர்களாக நினைத்திருந்தார்கள். மூவருக்கும் இடையேயான அதிகாரப் போட்டி வெளிச்சத்துக்கு வந்ததை சிங்களவர்கள் ரசிக்கவில்லை.

அதிபர் தேர்தல், புதிய அரசியலுக்கான பிள்ளையார் சுழி என்று நினைத்திருந்தார்கள். இனி உள்நாட்டுப் போருக்கான வாய்ப்புகள் இல்லை. வடக்கு கிழக்கு மாகாணங்களில் உள்ள தமிழர்கள், சிறுபான்மையினரின் மனதை வெற்றி கொள்வதெப்படி என்பதுதான் சவால். ஆகவே, பிரசாரத்தில் போர் பற்றிய நினைவூட்டல்கள் எதுவும் இருக்காது. புதிய ஆக்கப்பூர்வ திட்டங்களை முன்வைத்து ராஜபக்சே பேசுவார் என்று நினைத்தபோது பொன்சேகாவின் வருகை அனைத்தையும் கலைத்துப் போட்டுவிட்டது.

உள்நாட்டுப் போரில் நடந்த விஷயங்களைத்தான் பிரசாரத்தில் ஹைலைட் செய்தார்கள். 34 மாதங்கள் நடந்த போரில் ராணுவத்துக்கு முழு சுதந்தரம் அளித்ததாகவும், போர்ச் செலவுகளுக்காக எவ்வளவு வேண்டுமானாலும் எடுத்துக்கொள்ளுங்கள் என்று காசோலை தந்ததாகவும் ராஜபக்சே குறிப்பிட்டார்.

சிங்களவர்களின் ஆதரவு தனக்கு முழுமையாகக் கிடைத்தால் போதுமென்று ராஜபக்சே நினைத்தார். 75 சதவிகித வாக்காளர்கள், சிங்களவர்கள். வெற்றியை அவர்கள்தான் தீர்மானிப்பார்கள். சர்வநிச்சயமாக அதிபர் பதவி தன்னிடம் திரும்பிவரும். இலங்கையின் உச்சபட்ச அதிகாரம் கொண்ட அதிபர் பதவியில் உட்கார்ந்துவிட்டால் பின்னர் நாடாளுமன்றத்தில் யார் பெரும்பான்மை பெற்றாலும் கவலையில்லை. யார் ஆட்சிக்கு வந்தாலும் லகான் நம்முடைய கையில்.

ராஜபக்சே குடும்பத்தின் ஆதிக்கம், ஊழல் போன்றவற்றால் அதிருப்தி இருந்தாலும், நகர்ப்புற வாக்காளர்கள் ராஜபக்சே பக்கமே நின்றார்கள். 30 ஆண்டுகளாகத் தொடர்ந்த போர்ச்சூழல், வன்முறை, தீவிரவாதம் அனைத்தையும் தாண்டி, ஒரு புதிய நாட்டைக் கட்டமைக்கவேண்டும். அதற்கான சமூக, பொருளாதார மேம்பாட்டுத் திட்டங்களை முன்னெடுக்க ராஜபக்சேவால் மட்டும்தான் முடியும் என்று நினைத்தார்கள்.

பொன்சேகாவும் தன்னால் முடிந்தளவு ராஜபக்சேவுக்கு எதிரான விமர்சனங்களைப் பிரசாரத்தில் முன்வைத்தார். ஆனால், தமிழ் தேசியக் கூட்டணியோடு அவர் நெருக்கம் காட்டியது பெரும்பான்மை சிங்களவர்களை யோசிக்க வைத்தது. ஆக, தேர்தல் களத்தில் பழைய இனவாத பேதங்கள் உயிர்ப்போடு இருந்தது

தெரிந்தது. முதல் முறையாக இலங்கை ராணுவமும் அரசியலில் அடிபட்டதைப் பார்க்க முடிந்தது.

கருத்துக்கணிப்புகள் இரண்டு தரப்பும் சமபலத்துடன் இருப்பதை வெளிக்காட்டின. யார் வெற்றி பெற்றாலும் மிகக்குறைவான வாக்கு வித்தியாசத்தில் மட்டுமே வெல்ல முடியும் என்றார்கள்.

சிங்கள, தமிழ் எதிர்க் கட்சிகளுக்கிடையே பெரும்பாலான விஷயங்களில் முரண்பாடுகள் இருந்தாலும், ராஜபக்சேவைத் தோற்கடிக்க வேண்டும் என்பதில் ஒற்றுமை இருந்தது. அந்த நேரத்தில் தமிழ் மக்களின் நல்வாழ்வு பற்றி பொன்சேகா தொடர்ந்து பேசினார். விடுதலைப் புலிகள் ஆதரவு அமைப்பாக இருந்த தமிழ் தேசியக் கூட்டணி பொன்சேகாவுக்கு ஆதரவாக இருந்தது. தமிழ் அமைப்புகளுக்கும் பொன்சேகாவுக்கும் இடையே ரகசிய ஒப்பந்தம் இருப்பதாகச் செய்திகள் அடிபட்டன.

தேர்தல் முடிவுகள் யாரும் எதிர்பாராத அளவில் இருந்தன. பொன்சேகாவை விட 18 லட்சம் வாக்குகள் அதிகம் பெற்று ராஜபக்சே வெற்றி பெற்றிருந்தார். வடக்கு கிழக்கு உள்ளிட்ட தமிழர்கள் வாழும் பகுதிகளில் பொன்சேகாவுக்குப் பெரிய ஆதரவு இருந்தது. மற்ற இடங்களிலெல்லாம் ராஜபக்சே முன்னணியில் இருந்தார். வடக்கு, கிழக்கு, யாழ்ப்பாணம் போன்ற தமிழர்கள் வாழும் பகுதிகளில் வாக்குப்பதிவு மிகக் குறைவாகவே இருந்தது. பல இடங்களில் 50 சதவிகித வாக்குகள்கூட பதிவாகவில்லை. ஆனால், பதிவான வாக்குகளில் பெரும்பாலானவை பொன்சேகாவுக்குக் கிடைத்தன.

ராஜபக்சேவின் வேண்டுகோள்படி, இலங்கை ராணுவ அதிகாரிகளின் சதியை முறியடிக்க இந்திய ராணுவம் தயார் நிலையில் வைக்கப்பட்டிருக்கிறது என்று பொன்சேகா வெளியிட்ட கடிதம் தான் ராணுவத்தின் மீது ,பல சந்தேகங்களைக் கிளப்பியது. தன்னுடைய அரசியல் பிரவேசத்திற்காக பொன்சேகா அதை நன்றாகப் பயன்படுத்திக்கொண்டார். ராணுவச் சதி பற்றி இலங்கையிலிருந்து வெளியான செய்திகளை இந்தியா மறுத்தாலும் இலங்கை ஊடகங்கள் அதை விடுவதாக இல்லை.

தேர்தல் முடிவுகள் வரத் தொடங்கியதும், தன்னுடைய ஆதரவாளர்களோடு கொழும்பு நகரத்தின் ஒரு ஐந்து நட்சத்திர ஹோட்டலில் பொன்சேகா பதுங்கிவிட்டார். பாதுகாப்பு அச்சுறுத்தல் காரணமென்று சொல்லப்பட்டாலும் அரசின் கைது நடவடிக்கைகளிலிருந்து தப்பிப்பதற்காகச் செய்யப்பட்டவை என்பது தெரிந்தது.

உளவுத்துறையினரின் கண்காணிப்பையும் மீறி, பொன்சேகா ஹோட்டலில் திடீரென்று பதுங்குவதற்கான நிஜமான காரணம் எதுவென்று தெரியவில்லை. அதிபர் தேர்தலில் தோல்வி பற்றி கருத்து கேட்க, ஊடகங்கள் திரண்டு வந்தன. தனக்குக் கிடைக்க வேண்டிய வெற்றியை ராஜபக்சே திருடிக்கொண்டு விட்டார் என்றார் பொன்சேகா. ராணுவக் கலகம் பற்றிய தன்னுடைய குற்றச்சாட்டுகள் பற்றி எந்தவொரு கேள்விக்கும் அவர் விளக்கம் தரத் தயாராக இல்லை.

அடுத்த சில மணி நேரங்களில் ஹோட்டலைச் சுற்றி, ஏராளமான ராணுவ வீரர்கள் குவிக்கப்பட்டார்கள். உள்ளே என்ன நடக்கிறது என்பது தெரியாமல் வெளியே ஊடகங்கள் காத்துக்கொண்டிருந்தன. 2 நாட்கள் கழித்து வெளியே வந்த பொன்சேகா, ஊடகங்களைச் சந்தித்தார்.

‘என்னைக் கொல்வதற்கு சதி நடக்கிறது. என்னுடைய பாஸ்போர்ட் முடக்கப்பட்டிருக்கிறது. என்னுடைய நண்பர்கள், குடும்பத்தினர் களின் பாஸ்போர்ட்டையும் முடக்குவதற்கு முயற்சிகள் நடக்கின்றன. அரசு சம்பந்தப்பட்ட ரகசியங்களை பாதுகாப்பான இடத்தில் வைத்திருக்கிறேன். ஒருவேளை நான் கொல்லப்பட்டால், உடனடியாக அவையெல்லாம் பொதுவெளிக்கு வந்துவிடும்’ என்றார் பொன்சேகா.

தேர்தல் முடிவுகளுக்குப் பின்னர் பொன்சேகாவின் அரசியல் வீழ்ச்சி ஆரம்பித்தது. அதிபர் ராஜபக்சேவுக்கு எதிராகச் சதி செய்ததாக 15 முன்னாள் ராணுவ அதிகாரிகள் விசாரணை வளையத்துக்குள் கொண்டுவரப்பட்டார்கள். பொன்சேகாவோடு தொடர்பில் இருந்த ராணுவத்தினர்மீது கடுமையான நடவடிக்கைகள் எடுக்கப்பட்டன.

தேர்தல் வெற்றி பற்றியும், பொன்சேகாவின் குற்றச்சாட்டுகள் பற்றியும் அதிபர் ராஜபக்சேவிடம் கேட்டபோது, ‘பொன்சேகாவுக்கு என்னதான் பிரச்னை? ஏதாவது உதவி தேவைப்பட்டிருந்தால் என்னை நேரடியாகக் கேட்டிருக்கலாம். அவருக்கு உதவி செய்ய நான் என்றும் கடமைப்பட்டிருக்கிறேன். எது எப்படியிருந்தாலும் அவர் என்னுடைய தளபதி’ என்றார்.

•

5. ஒரு புயலின் பூர்வ கதை

மத்திய டெல்லியின் மையப்பகுதியில் அமைந்திருக்கிறது டிஸ் ஹசாரி நீதிமன்ற வளாகம். அதன் அருகில்தான் வடக்கு டெல்லி மாவட்ட காவல்துறை ஆணையர் அலுவலகமும் இருக்கிறது. 21 ஜனவரி 1988. கறுப்பு கோட் அணிந்த வழக்கறிஞர்கள் நீதிமன்ற வளாகத்தில் குவிந்திருக்கிறார்கள். காவல்துறையின் பல்வேறு அராஜக நடவடிக்கைகளை எதிர்த்துக் கோஷமிட்டாலும், அவர்களுடைய கோபம் முழுவதும் கமிஷனர் மீதுதான் இருந்தது. முந்தைய நாள் பத்திரிக்கையாளர் சந்திப்பில், வழக்கறிஞர்கள் பற்றி அவர் மோசமான வார்த்தைகளில் திட்டியிருந்தார். அதைக் கண்டித்துத்தான் அன்றைய தினம் ஆர்ப்பாட்டம் ஏற்பாடு செய்யப்பட்டிருந்தது.

எங்கும் பரபரப்பாக இருந்தது. அன்றைய தினத்தின் விசாரணை ஆரம்பிக்கவிருந்த நேரத்தில் அத்தனை வழக்கறிஞர்களும் நீதிமன்றங்களைப் புறக்கணித்துவிட்டு ஆர்ப்பாட்டத்தில் இருந்தார்கள். அவதூறாகப் பேசிய

காவல்துறை ஆணையர் மன்னிப்புக் கேட்கவேண்டும்; அவர் உடனே பதவியை ராஜினாமா செய்ய வேண்டும்!

எப்படியாவது கமிஷனர் அங்கிருந்து மாற்றப்பட வேண்டும் என்பது இரண்டு ஆண்டுகால எதிர்பார்ப்பு. ஹசாரி வழக்கறிஞர்களுக்கு மட்டுமல்ல ஆளுங்கட்சி அரசியல்வாதிகளுக்கும் அந்தத் தவிப்பு இருந்துவந்தது. அதற்குக் கமிஷனர் கொடுத்து வந்த குடைச்சல்தான் காரணம். அந்தக் கமிஷனர் கிரண்பேடி! இந்தியாவின் முதல் பெண் ஐபிஎஸ் அதிகாரி. எண்பதுகளில் இந்திய அளவில் மிகப் பிரபலமான காவல்துறை அதிகாரி.

சர்ச்சைக்கும் கிரண் பேடிக்கும் எப்போதும் சம்பந்தமுண்டு. எண்பதுகளில் டெல்லி அரசியல்வாதிகளுக்குச் சிம்ம சொப்பனமாக இருந்திருக்கிறார். ஆசிய விளையாட்டுப் போட்டிகள் நடந்தபோது கிரண் பேடியைப் போக்குவரத்துத்துறைக் கமிஷனராக நியமித்திருந்தார்கள். போக்குவரத்துத்துறை என்றாலும் தடாலடியாக இறங்கினார்.

ஓவர் ஸ்பீடு, நோ பார்க்கிங் விஷயங்களுக்கு இந்தியாவிலேயே முதல் முறையாக ஸ்பாட் பைன் விதிக்கும் நடைமுறையைக் கொண்டு வந்தார். அனுமதியில்லாத இடங்களில் நிறுத்தப்படும் வாகனங்களை அப்படியே கிரேன் வைத்துத் தூக்கிவிடும் வழக்கத்தையும் அவர்தான் ஆரம்பித்து வைத்தார். அவர் கிரண் பேடி அல்ல, கிரேன் பேடி என்றார்கள்.

பெரிய இடத்தில் பெரும் செல்வாக்குள்ள பிரபலங்களையும் அவர் விட்டு வைத்ததில்லை. இந்திரா காந்தியின் உதவியாளர் ஆர்.கே. தவான் முதல் அவரது யோகா குருவான தீரேந்திர பிரம்மச்சாரி வரை நிறைய பிரபலங்களுக்கு ஸ்பாட் பைன் விதித்திருக்கிறார். விளைவு? டெல்லியிலிருந்து கோவாவுக்கு டிரான்ஸ்பரில் அனுப்பி வைத்தார்கள். மூன்று ஆண்டுகள் முடிந்த பின்னரும் காத்திருப்புப் பட்டியலில் வைத்திருந்தார்கள்.

கிரண் பேடி, காவல்துறையினருக்கு மத்தியில் பெரும் செல்வாக்கோடு இருந்தார். அவர்களைப் பொறுத்தவரை அதிகாரத்தை எதிர்த்துக் குரல் கொடுக்கும் நேர்மையான அதிகாரியாக, நம்பிக்கை நட்சத்திரமாகப் பார்த்தார்கள். ஐந்தாண்டுகள் கழித்து அவர் டெல்லிக்குத் திரும்பி வந்தபோது, ஏகப்பட்ட வரவேற்பு கிடைத்தது.

பதவியேற்றதும், காவல்துறையினரின் நலன்களில் அக்கறை கொள்ளும் நடவடிக்கைகளுக்கு முக்கியத்துவம் தந்தார். ஒரே நாளில்

1600 பேருக்கு பதவி உயர்வு தரும் உத்தரவில் கையெழுத்திட்டார். டெல்லி மட்டுமல்ல இந்தியா முழுக்க காவல்துறையினர் அவருக்கு ரசிகர் மன்றம் ஆரம்பிக்கவும் தயாராக இருந்தார்கள்.

அரசியல்வாதிகள், பத்திரிக்கையாளர்கள், வி.ஐ.பிக்கள் என்று பலரையும் முறைத்துக்கொண்ட கிரண் பேடி மீது, பகிரங்கமாக யாரும் குறையோ, புகாரோ சொல்ல முன்வந்ததில்லை. ஆனால், இம்முறை வழக்கறிஞர்கள் அவரது பரம விரோதியாக மாறிவிட்டார்கள். அவர் பதவியை விட்டு விலகியே ஆகவேண்டும் என்று எந்த எல்லைக்கும் சென்று போராட ஆரம்பித்தார்கள். அப்படி, என்னதான் பிரச்னை?

1988 ஆண்டின் தொடக்கத்தில் டெல்லியில் உள்ள ஸ்டீபன் கல்லூரியில் படித்துக் கொண்டிருந்த மாணவிகளின் மணி பர்ஸ் காணாமல் போனது. கல்லூரி மாணவிகளின் கழிவறையில் யாரோ கரித்துண்டை வைத்து ஏதேதோ எழுதி வைத்திருந்தார்கள். நிர்வாணப் படங்களை வரைந்து, பாகம் குறித்து விளக்கமும் தந்திருந்தார்கள்.

ஒரு நாள் காலை கல்லூரி ஆரம்பிப்பதற்கு முன்னர் மாணவிகளின் கழிவறையில் ஒருவர் வசமாக சிக்கிக் கொண்டார். விசாரணையின் போது மணி பர்ஸ் காணாமல் போவது தொடங்கி மாணவிகளின் ஆபாசப் படங்கள் வரைந்தது வரை அத்தனைக்கும் அவர்தான் காரணமென்று தெரிய வந்தது.

அவரைக் கைது செய்த கிரண் பேடி, பட்டப்பகலில் மாணவிகள் கூட்டத்தின் நடுவே கைவிலங்கிட்டு, நீதிமன்றத்துக்கு அழைத்துச் சென்றார். வழக்கு விசாரணையின்போதுதான் அவரொரு வழக்கறிஞர் என்பதே தெரிய வந்தது. ராஜேஷ் அக்னிஹோத்ரி என்னும் அவர் திஸ் ஹசாரி நீதிமன்ற வளாகத்தில் வழக்கறிஞராக இருந்திருக்கிறார்.

விசாரணையின்போது வேறொரு பெயரைச் சொல்லியிருந்தார். அதனால் முதல் தகவல் அறிக்கை எழுதுவதில் ஏகப்பட்ட குழப்பம். அதையே நல்வாய்ப்பாகப் பயன்படுத்திய வழக்கறிஞர்களின் ஆதரவாளர்கள், காவல்துறையினர் தங்கள் மீது பொய் வழக்கு தொடர்ந்திருப்பதாகக் கண்டித்தார்கள்.

மூன்று வாரங்களாக காவல்துறையினருக்கும் வழக்கறிஞர்களுக்கும் முட்டல் மோதல் தொடர்ந்தது. கிரண் பேடியின் அலுவலகத்தைச்

சுற்றி வளைத்து ஆர்ப்பாட்டம் நடத்தியவர்கள், அவரை ராஜினாமா செய்ய வேண்டும் என்றார்கள். உள்ளிருந்து புயல்போல் வெளியே வந்த கிரண் பேடி, வழக்கறிஞர்கள்மீது தடியடிக்கு உத்தரவிட்டார். அடுத்து வந்த அரைமணி நேரத்தில் அந்த வளாகமே போர்க்களமானது.

24 வழக்கறிஞர்களின் மண்டை உடைந்து, ஆபத்தான நிலையில் மருத்துவமனையில் அனுமதிக்கப்பட்டார்கள். ஏகப்பட்ட பேருக்குப் படுகாயம். செய்தி சேகரிக்க வந்த பத்திரிக்கையாளர்கள், புகைப்படக்காரர்கள், வேடிக்கை பார்க்க வந்த பொதுமக்களும் காவல்துறையினரின் தாக்குதலில் சிக்கிக் கொண்டார்கள்.

16 வழக்கறிஞர்கள் மீது வழக்கு தொடரப்பட்டது. சம்பந்தப்பட்ட 16 பேரும் கடமையைச் செய்த காவல்துறையினரை தாக்கியதாகப் புகார் தரப்பட்டது. கை, கால்களில் கட்டோடு வந்த காவல்துறையினர் அவர்களுக்கு எதிராக வாக்குமூலம் கொடுத்தார்கள். கூட்டத்தைக் கலைக்க லேசான தடியடிதான் நடத்தப்பட்டது. அங்கிருந்து கலையாமல் நின்றவர்கள் மத்தியில் தள்ளுமுள்ளு ஏற்பட்டதால் பாதிப்பு ஏற்பட்டது என்று சுவாரசியமான விளக்கவுரையும் தரப்பட்டது.

மூன்று வாரங்கள் கழித்து அதே நீதிமன்ற வளாகம். இம்முறை ஏராளமான கும்பல் உள்ளே அழைத்து வரப்பட்டார்கள். காவல்துறை அதிகாரிகளால் வாடகைக்கு அமர்த்தப்பட்ட வாகனங்களில் இருந்து இறங்கினார்கள். எந்தவிதமான சோதனைகளும் இல்லாமல் உள்ளே செல்வதற்கு அனுமதிக்கப்பட்டார்கள். வழக்கறிஞர்களைக் கண்டித்து, கோஷமிட்டார்கள். கிரண் பேடியை வாழ்த்திக் கோஷமிட்டார்கள்.

வழக்கறிஞர்களுக்கு எதிராக காவல்துறையினரே இதை ஏற்பாடு செய்திருக்கிறார்கள். இதையெல்லாம் பார்த்து கொதிப்படைந்த வழக்கறிஞர்கள் மோதலில் இறங்க, தள்ளுமுள்ளு நடந்து இன்னும் சிலர் மண்டை உடைந்தது. மறுபடியும் அந்த இடம் ரண களமானது.

நூற்றுக்கணக்கான ஆட்களை திரட்டி, வழக்கறிஞர்களுக்கு எதிராக மோதலை உருவாக்கியதில் முக்கிய ஆசாமியாக ராஜேஷ் யாதவ் என்பவரை ஊடகங்கள் அடையாளம் காட்டின. பல்வேறு வாகனங்களில் வந்திறங்கிய ஆட்களின் கையில் ஹாக்கி மட்டை, இரும்பு கட்டை போன்றவை இருந்தன. கிரண் பேடிக்கு ஆதரவாகக் கோஷமிட்டவர்கள் கூடவே பிரதமர் ராஜிவ் காந்திக்கு ஆதரவாகவும்

கோஷமிட்டார்கள். ராஜேஷ் யாதவ் காங்கிரஸ் பிரமுகர் என்பதுதான் அதற்குக் காரணம்.

வழக்கறிஞர்களின் சேம்பரில் உள்ளே புகுந்த கும்பல், அங்கிருந்த மேஜை, நாற்காலியை உடைத்து வெளியே எறிந்தது. வெளியே நிறுத்தப்பட்டிருந்த வாகனங்களின் முன்பக்கக் கண்ணாடி உடைக்கப்பட்டது. அனைத்தையும் காவல்துறையினர் வேடிக்கைப் பார்த்துக் கொண்டிருந்தார்கள். பின்னாளில் ராஜேஷ் யாதவைக் கைது செய்தார்கள். அவருக்கும் கட்சிக்கும் எந்தச் சம்பந்தமுமில்லை என்று காங்கிரஸ் மேலிடம் அறிவித்தது.

அடுத்து வந்த சில மாதங்களுக்கும் இதே பிரச்னை தொடர்ந்தது. வழக்கறிஞர்கள் நீதிமன்ற புறக்கணிப்பில் இறங்கினார்கள். டெல்லியில் மட்டுமல்ல உ.பி, பீகார், பஞ்சாப் போன்ற மாநிலங்களிலும் போராட்டம் நடந்தது. காவல் துறையினருக்கும் வழக்கறிஞர்களுக்கும் இடையே இன்னும் பெரிய விரிசல் ஏற்பட்டது. இரு தரப்பிடமிருந்து சரியான ஒத்துழைப்பு இல்லாத காரணத்தால் நீதிமன்றப் பணிகளும் முடங்கிப் போயின. நீதிமன்றங்கள், காவல்துறையினர் மீதான அதிருப்தியை வெளிக்காட்ட ஆரம்பித்தன.

காவல்துறைக்கும் வழக்கறிஞர்களுக்கும் உள்ள தொடர் மோதலையும் அதில் கிரண் பேடியின் பங்கு பற்றியும் விசாரிப்பதற்காக இரு நபர் கொண்ட வாதா கமிட்டி அமைக்கப் பட்டது. இரண்டு ஆண்டுகள் தொடர்ந்த விசாரணையின் முடிவில் ஸ்டீபன் கல்லூரியில் நடந்த சம்பவங்களைப் பற்றியும், கிரண் பேடி அலுவலகத்தின் வாசலில் நடந்த லத்தி சார்ஜ் பற்றியும் விசாரணை நடத்தப்பட்டது. திஸ் ஹசாரி நீதிமன்ற வளாகத்துக்கு ஆட்கள் கொண்டு வரப்பட்டது பற்றியும் அதில் காவல்துறை அதிகாரிகளுக்கு இருந்த தொடர்பு பற்றியும் விசாரிக்கப்பட்டது.

அடிக்கு அடி, உதைக்கு உதை என்று சினிமா பாணியில் இறங்கிய காவல்துறையினரை ஊடகங்கள் கண்டித்தாலும், காவல்துறையினர் மத்தியில் உற்சாகம் தெரிந்தது. இதே பாணியை நாடு முழுவதும் தொடர்ந்திட காவல்துறையினர் ஆர்வம் காட்டினார்கள். பாத்ரூமில் வழுக்கி விழுவதெல்லாம் ரசிக்கப்பட்டது. ரவுடிகளை ஒழிக்க, ரவுடிகளாகவே மாறிய காவல்துறை அதிகாரிகளை கதாநாயகனாக்கி தமிழ், தெலுங்கு படங்கள் நிறைய வர ஆரம்பித்தன. வன்முறையைக் கையிலெடுத்து, ரவுடிகளை ஒழிக்கும் காவல்துறை அதிகாரிகளுக்கு சினிமா ஹீரோவுக்கு இணையான மரியாதை கிடைத்தது.

இரு நபர் கமிட்டியின் இடைக்காலத் தீர்ப்பின்படி கிரண் பேடி, வடக்கு டெல்லி காவல்துறையிலிருந்து மாற்றப்பட்டார். அவரைப் போதைப் பொருள் தடுப்புத்துறையின் உதவி இயக்குநராக நியமித்தார்கள். அவரோடு பணிபுரிந்தவர்கள் பலர் வேறிடங்களுக்கு மாற்றப்பட்டனர். இட மாற்றம் மட்டும் போதாது, அவரைப் பதவியிலிருந்து நீக்க வேண்டும் என்று போராட்டங்களும் தொடர்ந்து கொண்டுதான் இருந்தன.

டெல்லி உயர் நீதிமன்றத்தின் நீதிபதி டி.பி. வாதா தலைமையிலான ஒரு நபர் கமிட்டி, 65 பக்கம் எழுதப்பட்ட விசாரணை அறிக்கையை அரசுத் தரப்பிடம் சமர்ப்பித்து காவல்துறை அதிகாரிகள்மீது நடவடிக்கை எடுக்குமாறு கேட்டுக்கொண்டது.

கைவிலங்கிடுவது என்பது உள்துறை அமைச்சகத்தின் வழிமுறைகளோடு நடத்தப்படுவது என்று சொன்னாலும்கூட குற்றம் சாட்டப்பட்டவர்கள் தப்பித்துவிடும் வாய்ப்பு இருந்தாலொழிய கைவிலங்கு இடுவது தவறு என்று கமிட்டியின் அறிக்கை குறிப்பிட்டது. தடியடியின்போது பத்திரிக்கையாளர்களின் காமிரா உடைக்கப்பட்டது, பொதுச் சொத்துக்கு சேதம் விளைவித்தது உள்ளிட்ட வகையில் காவல்துறையினர் மீது கடுமையான கண்டனம் தெரிவிக்கப்பட்டது.

அரசு, நீதிமன்றம் இரண்டுமே காவல்துறை மற்றும் வழக்கறிஞர்களைச் சார்ந்திருக்க வேண்டிய அவசியமிருக்கிறது. இந்நிலையில் இருதரப்புக்கும் இடையேயான மோதல் போக்கு அரசு நிர்வாகத்தையும், நீதிமன்ற நடவடிக்கைகளையும் பாதிக்கிறது என்று இரு நபர் கமிட்டி தன்னுடைய ஆதங்கத்தையும் பதிவு செய்தது.

கிரண்பேடி, மிசோரமுக்கு மாற்றல் வாங்கிக்கொண்டு போனார். அங்கே பல ஆண்டுகளாக இருந்து வந்த போதைப் பொருள் நெட்வொர்க்கை ஒழித்துவிட்டு, திரும்பவும் டெல்லிக்கு வந்தார். திகார் சிறையின் ஐ.ஜியாக நியமிக்கப்பட்டார்.

திகார் சிறைக்கு வந்த கிரண் பேடி, புதியவராகத் தெரிந்தார். சிறைக் கைதிகளிடம் பரிவுடன் நடந்து கொண்டார். சிறைத்துறையில் அவர் செய்த சீர்திருத்தங்களால் உலகப்புகழ் பெற்றார். திகார் சிறைச்சாலை, கிரண் பேடியின் முகத்தை முற்றிலுமாக மாற்றியமைத்தது.

•

6. போபால் விஷவாயு விபரீதம்

டிசம்பர் *3, 1984*. போபால் அரசு மருத்துவமனை. அந்த அதிகாலை நேரத்தில் மருத்துவர்களும் உதவியாளர்களும் மும்முரமாக இயங்கிக்கொண்டிருந்தார்கள். அடுத்தடுத்து மூச்சுப்பேச்சின்றி ஆட்கள் வந்து கொண்டேயிருந்தார்கள். சிலருக்குக் கண்ணெரிச்சல், சிலருக்கு வாந்தி, மயக்கம்.

ஸ்ட்ரெச்சரில் கொண்டுவரப்பட்டு மருத்துவமனையில் அனுமதிக்கப்பட்டவர்கள் சிலர். கைகளில் ஏந்தியபடி தூக்கிவரப்பட்டவர்கள் பலர். அத்தனை பேரும் மூச்சுவிட சிரமப்பட்டுக்கொண்டிருந்தார்கள். ஆக்சிஜன் சிலிண்டர்கள் காலியாகிக் கொண்டிருந்தன. ஆம்புலன்ஸ் வண்டிகளின் சத்தம் விடாமல் கேட்டுக்கொண்டே இருந்தது போபால் நகர மக்களைப் பீதிக்குள்ளாக்கியது.

மருத்துவமனையில் அவசர சிகிச்சை வார்டு நிரம்பி வழிந்தது. படுக்கைகள் கிடைக்காமல் நிறைய நோயாளிகள் தரையில் படுக்க வைக்கப்பட்டார்கள். கைகளில் டிரிப்ஸ், கண்களைச் சுற்றிலும் ஈரத்துணியோடு

நிறைய பேர் இருந்தார்கள். அதே வார்டின் வாசலில்தான் ரவிசங்கர் பாண்டேவும் சுருண்டு படுத்திருக்கிறார். அவருக்குப் பக்கத்தில் அவரது ஒரே மகன் படுத்திருக்கிறான். பாண்டேவைச் சந்திக்க அவரது உறவினர்கள் வந்திருந்தார்கள். நெருங்கி வந்து தரையில் அமர்ந்தபடி, கைகளைப் பற்றிக்கொண்டு விஷயத்தைச் சொன்னதும், அவரது கண்களிலிருந்து கண்ணீர் வழிந்தோடுகிறது. ஜெயப்பிரகாஷ் நகர் வீட்டில் அவரது மனைவியின் உடல் இறுதிச் சடங்கிற்காகக் காத்திருக்கிறது. இறுதி காரியங்களை யார் செய்வது, எப்படிச் செய்வது என்பது குறித்து பாண்டேவிடம் கேட்டார்கள்.

'உங்களால் என்ன செய்ய முடியுமோ, அதைச் செய்யுங்கள். அவள் முகத்தை கடைசியாக ஒருமுறை பார்க்கும் அதிர்ஷ்டம் கூட எனக்கில்லை. எங்களுடைய ஒரே மகன் உயிருக்குப் போராடிக் கொண்டிருக்கிறான். இதோ பக்கத்தில்தான் படுத்திருக்கிறான். அவன் எப்படி இருக்கிறான் என்றுகூட என்னால் பார்க்க முடியவில்லை. கண்களைத் திறக்கவே முடியவில்லை. அவனது கைகளைப் பிடித்தபடியே படுத்திருக்கிறேன். அவனை எப்படியாவது காப்பாற்ற வேண்டும்.'

ரவிசங்கர் பாண்டேவின் குடும்பத்துக்கு நடந்த கொடூரமான சம்பவம், வேறு யாருக்கும் கனவில்கூட நடந்திடக்கூடாது. போபாலின் தெற்கு பகுதியில் உள்ள ஜெயப்பிரகாஷ் நகரைச் சேர்ந்தவரான பாண்டே, ஒரு சாதாரண கூலித்தொழிலாளி. யூனியன் கார்பைடு நிறுவனத்தில் பணியாற்றிக் கொண்டிருந்தார்.

மூன்று வாரப் போராட்டங்களுக்குப் பின்னர் அவரது மகனைக் காப்பாற்ற முடிந்தது. ஆனால், பாண்டேவின் கண்பார்வை முற்றிலுமாகப் பறிபோய்விட்டது. ஜெயப்பிரகாஷ் நகர் வீட்டுத் திண்ணையில் புலம்பியபடி அடுத்து வந்த பத்தாண்டுகளுக்குத் தனிமையில் உட்கார்ந்திருந்தார். இப்போது உயிரோடு இருக்கிறாரா என்பது தெரியவில்லை.

35 ஆண்டுகளுக்கு முந்தைய தினத்தின் நள்ளிரவு நேரத்தில் நடந்த ஒரு சம்பவம், பாண்டேவின் குடும்பங்களைப் போல் பல குடும்பங்களை நிர்மூலமாக்கியது. இன்றும் பல தலைமுறைகளைக் கடந்தும் தொடர்ந்து நாசமாக்கிக் கொண்டிருக்கிறது. ஜெயப்பிரகாஷ் நகரில் இருமல் சத்தம் கேட்காத இரவுகள் இல்லை.

1984ல் நடைபெற்ற போபால் விஷவாயு விபத்தை இந்தியா மட்டுமல்ல உலகாலும் மறக்கமுடியாது. அப்படியொரு மோசமான

தொழிற்சாலை விபத்தை அதற்கு முன்னரும், அதற்குப் பின்னரும் உலகம் சந்தித்ததில்லை. ஒரு சிலரின் கவனக்குறைவால் ஏறக்குறைய 4000 பேர் பலியானார்கள். அத்தனை பேரும் அப்பாவிகள். எதற்காக இறந்து போகிறோம் என்பது தெரியாமலே, தூக்கத்திலேயே அவர்களின் உயிர் பிரிந்தது.

அடுத்து வந்த பத்தாண்டுகளுக்குப் போபால் நகரத்தின் தெற்கு பகுதி இருண்டு கிடந்தது. கருக்கலைப்பு 530 சதவிகிதம் உயர்ந்தது. மருந்தகங்களில் மக்கள் கூட்டம் வரிசையில் நின்றது. பாதிக்கப் பட்டவர்களில் பலர் கடைசிவரை இருமிக்கொண்டிருந்தார்கள். மனிதர்கள் மட்டுமல்ல ஆடு, மாடு நாய், பன்றி, ஏன் மரங்கள் கூடப் பட்டுப்போயின.

அரை மணி நேரத்தில் நடந்த விபத்தின் தாக்கம், அரை நூற்றாண்டுகளுக்குத் தொடரும் என்பதை யாருமே எதிர்பார்க்க வில்லை. லட்சக்கணக்கான மக்கள் நுரையீரல் சம்பந்தப்பட்ட பல்வேறு நோய்களில் பாதிக்கப்பட்டிருக்கிறார்கள். குறிப்பாக பத்து வயதுக்குட்பட்ட குழந்தைகளுக்கு ஏற்பட்ட பாதிப்பு, பல தலைமுறைகளுக்குத் தொடர்ந்தது.

யூனியன் கார்பைடு நிறுவனத்துக்குச் சொந்தமான போபால் யூனிட், ஏற்கெனவே பல சர்ச்சைகளில் சிக்கியிருந்தது. அமெரிக்காவின் முன்னணி நிறுவனமான யூனியன் கார்பைடு, உலகின் முதல் அணுகுண்டை தயாரித்த நிறுவனம். உலகம் முழுவதும் யூனியன் கார்பைடு தடம் பதிக்காத துறைகள் இல்லை. பெட்ரோ கெமிக்கல்ஸ், பிளாஸ்டிக், இயற்கை எரிவாயு, கார்பன் உற்பத்தி எனப் பல துறைகளில் முன்னணி நிறுவனமாக இருந்தது.

இந்தியாவில் எமர்ஜென்ஸி நெருக்கடி இருந்த காலத்தில்தான் யூனியன் கார்பைடு இந்தியாவுக்கு வந்தது. அமெரிக்காவைத் தலைமையிடமாகக் கொண்டிருந்தாலும் இந்தியாவில் துணை அமைப்பாக யூனியன் கார்பைடு நிறுவனம் போபால் நகரத்தில் ஆரம்பிக்க அனுமதி தரப்பட்டது.

இந்தியாவில் பூச்சிக்கொல்லி தயாரிக்கும் தொழிற்சாலைக்கான அனுமதி கிடைத்ததும், தன்னுடைய முதல் யூனிட்டை போபால் நகரத்தில் ஆரம்பித்தது. அனுமதி கிடைத்த நாள் முதல் செயல்படத் துவங்கியது வரை ஏராளமான சர்ச்சைகளில் சிக்கியிருந்தது.

1984, டிசம்பர் 3. நள்ளிரவு ஒன்றரை மணி. விஷவாயு கசிய ஆரம்பிப்பதற்கு முன்னதாகவே அலாரம் அடிக்க

ஆரம்பித்துவிட்டது. தொழிற்சாலையில் இரவுநேரப் பணியில் இருந்தவர்கள் இதை எதிர்பார்க்கவில்லை. ஆனாலும் சுதாரித்துக் கொண்டு பாதுகாப்பான உடைகளை மாற்றிக்கொண்டு, முன்னெச்சரிக்கை நடவடிக்கைகளில் இறங்கினார்கள்.

எரியக்கூடிய மீத்தைல் ஐசோசயனைடு தொழிற்சாலையிலிருந்து வெளியேறியது. இது ஐசோசயனைடு குழுமத்தில் மிகவும் நச்சுத்தன்மை கொண்டது. கொதிகலன்களின் வழியாக வாயு வெளியேறும்போது தண்ணீர் பீய்ச்சியடிப்பது வழக்கம். வாஷிங் சோடா வழியாக வாயு செல்வதுபோல் வடிவமைத்திருப்பார்கள். அதில் தண்ணீர் பீய்ச்சடிக்கப்படும்போது வாயு வலுவிழந்துவிடும்.

அப்படியே வலுவிழக்காமல் தப்பிக்கும் நச்சு வாயு, வெளியேறும் போது தீ விபத்தை ஏற்படுத்தும். தீ ஜுவாலைகள் தொடர்ந்து எரியும். பெரும் சத்தத்துடன் கொதிகலன்கள் வெடிக்கும். ஆனால், போபால் விஷயத்தில் இவை எதுவுமே நடக்கவில்லை என்பதுதான் ஆச்சர்யம்.

வெளியேறிய வாயு, வெண்ணிற மேகம் போல் தொழிற்சாலையின் வான் பகுதியில் அடர்த்தியாக உறைந்து நின்றது. எப்போதும் வடக்கு பகுதியை நோக்கி வீசும் காற்று, அன்று ஏனோ தெற்கு பக்கமாய் வீசவே வெண்ணிற மேகம் மெல்ல நகர ஆரம்பித்தது. வடக்கு நோக்கி நகர்ந்திருந்தால் கூடகாடுகள் நிறைந்த பகுதியைச் சென்று சேர்ந்திருக்கும். பெரிய அளவில் சேதங்கள் இருந்திருக்காது.

வெண்ணிற மேகமோ, தெற்கு பகுதியை நோக்கி மணிக்கு 5 கி.மீ வேகத்தில் நகர ஆரம்பித்தது. போபாலின் தெற்கு பகுதியானது குடியிருப்புகள் நிறைந்த பகுதி. தொழிற்சாலையிலிருந்து 8 கிமீ தூரம் வரை உள்ள குடியிருப்புகளில் உறங்கிக் கொண்டிருந்தவர்கள் பெரிதும் பாதிக்கப்பட்டார்கள்.

மூச்சுவிட சிரமப்பட்டு, கண் விழித்தவர்களில் பெரும்பாலானவர் களுக்கு கண்ணெரிச்சல் இருந்தது. சைக்கிள், ஸ்கூட்டர் வைத்திருந்தவர்களால் அதில் ஏறித் தப்பிக்க முடிந்தது. ஓடக்கூட முடியாத நிலையில் இருந்த வயதானவர்கள், குழந்தைகள் பெரும் பாதிப்புக்குள்ளானார்கள்.

இறந்து போனவர்களில் பெரும்பாலானவர்கள் கூலித் தொழிலாளர்கள். அதிலும் 80 சதவிகிதம் பேர் முஸ்லிம்கள். இவர்கள் பிழைப்பு தேடி, போபால் நகரத்துக்கு வந்தவர்கள். பலபேர் நேரடியாகவோ மறைமுகமாகவோ யூனியன் கார்பைடு நிறுவனத்தைச் சார்ந்திருந்தார்கள்.

அமெரிக்காவில் இருந்த யூனியன் கார்பைடு நிறுவனத்தின் தலைமைச் செயல் அதிகாரியான ஆண்டர்ஸன், இந்தியாவுக்கு வந்தார். நடந்த சம்பவத்துக்குப் பொறுப்பேற்பதாக பத்திரிகை யாளர்களுக்குப் பேட்டியளித்தார். இரண்டாயிரம் பேர் இறந்திருக்கிறார்கள். இருபதாயிரம் பேர் பாதிப்படைந்திருக் கிறார்கள் என்றார். இழப்பை எப்படிக் கணக்கிட்டார்களோ, ஆண்டவனுக்கே வெளிச்சம்!

அரசுத் தரப்பில் பாதிப்புகள் பற்றிய செய்திகளை முடிந்தளவுக்கு முடக்கினார்கள். இந்தியாவில் நடந்த விபத்தின் காரணமாக, உலகளவில் இந்திய நிறுவனங்களின் பாதுகாப்புத்தன்மை பற்றிய விவாதங்கள் எழும். அது உலகளாவிய பல நிறுவனங்களுக்கு நெருக்கடியைத் தரும். தொழில் தொடங்குவதற்கு இந்தியா ஏற்ற இடமல்ல என்னும் முடிவுக்கு வந்துவிடுவார்கள் என்றெல்லாம் நினைத்திருக்கக்கூடும்.

ஆண்டர்ஸன் மீது வழக்கு பதிவு செய்யப்பட்டது. அவரைத் தகுந்த வசதிகளோடு வீட்டுக்காவலில் சில நாட்கள் வைத்துவிட்டு, பத்திரமாக விமானம் ஏற்றி, அமெரிக்காவுக்கு அனுப்பி வைத்தார்கள்.

போபால் விபத்து சம்பந்தப்பட்ட வழக்கை இந்தியாவில் நடத்துவதா அல்லது அமெரிக்காவிலா என்கிற சர்ச்சை எழுந்தது. இந்தியாவிலேயே வழக்கை நடத்தமுடியும் என்று யூனியன் கார்பைடு சார்பில் ஆஜரான நானி பல்கிவாலாவின் வாதம் ஜெயித்தது. இந்திய தண்டனைச் சட்டம் 304 பிரிவின் கீழ் ஒரு சாதாரண விபத்தாக வழக்கு பதிவு செய்யப்பட்டு விசாரணை நடத்தப்பட்டது.

ஒருவேளை அமெரிக்க நீதிமன்றத்துக்குப் போயிருந்தால், யூனியன் கார்பைடு என்னும் நிறுவனமே திவாலாகியிருக்கும். லட்சக் கணக்கான டாலர் இழப்பீட்டை மக்களுக்குத் தர வேண்டி இருந்திருக்கும். அனைத்து பாதிப்புகளையும் கருத்தில் கொண்டு, 500,000 பேர் நஷ்ட ஈடு பெறத் தகுதியுடையவர்கள் என நிறுவனம் பின்னாளில் அறிவித்தது. 1989 பிப்ரவரி 24ஆம் தேதி, யூனியன் கார்பைடு நிறுவனம் 470 மில்லியன் டாலர்களை இந்திய அரசிடம் ஒப்படைத்தது.

யூனியன் கார்பைடு நிறுவனத்தின் போபால் யூனிட்டில் விஷவாயுக் கசிவு என்பது புதிதல்ல. ஏற்கெனவே இரண்டு முறை நடந்திருக்கிறது. சம்பந்தப்பட்ட நிறுவனம் ஏற்கெனவே பல நஷ்டங்களைச் சந்தித்து வந்தது. யூனிட்டில் பணியாற்றியவர்களின்

எண்ணிக்கையும் குறைக்கப்பட்டது. விபத்து நடந்தபோது நான்கில் ஒரு பங்கு தொழிலாளர்கள்தான் பணியில் இருந்தார்கள்.

1982ல் விஷவாயுக் கசிவு ஏற்பட்டு சிறு விபத்து நடந்தபோது, மாநிலம் முழுவதும் பேசப்பட்டது. அமெரிக்காவிலிருந்து யூனியன் கார்பைடு நிறுவனம் ஒரு கமிட்டியை இந்தியாவுக்கு அனுப்பி விசாரணை நடத்தியது. விசாரணையின் முடிவில், போபால் யூனிட் சரிவர நிர்வகிக்கப்படவில்லை என்பது தெரிய வந்தது.

இதையெல்லாம் குறிப்பிட்டு, மத்தியப் பிரதேச சட்டமன்றத்தில் கவன ஈர்ப்புத் தீர்மானம் கொண்டு வந்தார்கள். அப்போது முதல்வராக இருந்த அர்ஜுன் சிங், 1982ல் நடந்த விபத்தைத் தவிர்க்க முடியாத விபத்து என்று நியாயப்படுத்தினார். சரியாக இல்லா விட்டால் நகர்த்தி வைப்பதற்கு இதுவொன்றும் செங்கல் அல்ல. அரசு தொடர்ந்து நிலைமையைக் கண்காணித்து வருகிறது என்றெல்லாம் விளக்கம் தந்தார்.

அர்ஜுன் சிங், காங்கிரஸ் கட்சியின் முக்கியமான தலைவராக இருந்தவர். மத்தியப் பிரதேச முதல்வராக இரண்டு முறை பதவியில் இருந்திருக்கிறார். அரசு குடும்பத்தைச் சேர்ந்தவர். பின்னாளில் ராஜிவ் காந்தி மறைவுக்குப் பின்னர் காங்கிரஸ் தலைமையை ஏற்பதில் நரசிம்ம ராவுக்குக் கடுமையான போட்டியாளராக இருந்தார். சரண்சிங் போல் என்றாவது ஒரு நாள் இந்தியாவின் பிரதமராக வரவேண்டும் என்கிற கனவு அவருக்கு இருந்தது.

1984ல் போபால் விஷவாயு விபத்தின்போது அர்ஜுன் சிங் மத்தியப் பிரதேச முதல்வராக இருந்தார். கேர்வா டேம் என்னும் பகுதியில் அரண்மனை போல் ஒரு பெரிய பங்களா கட்டியிருந்தார். விஷ வாயு விபத்து பற்றி கேள்விப்பட்டதும் தன்னுடைய படை, பரிவாரங்களுடன் போபால் நகரத்தை விட்டுத் தப்பித்து வந்தவர், அடுத்து வந்த மூன்று நாட்களும் தன்னுடைய பங்களாவில் தங்கி, நிம்மதியாக ஓய்வெடுத்துக் கொண்டிருந்தார்.

•

7. முத்தையாவும் மதுவிலக்கும்

ஆந்திராவில் 2018ஆம் ஆண்டு சட்டமன்றத் தேர்தல் பிரசாரம் ஆரம்பித்திருந்தது. பூரண மதுவிலக்கு கொண்டுவருவேன் என்றார் ஒய்.எஸ். ஜெகன்மோகன் ரெட்டி. மதுக்கடைகளுக்கு எதிராக பெண்கள் போராட்டத்தில் இறங்கியதால் முதல் முறையாகப் பூரண மதுவிலக்கு ஆந்திராவில் பேசுபொருளானது.

தமிழ்நாட்டைப் போல் ஆந்திராவில் மதுவிலக்கு என்பது நடைமுறையில் சாத்தியமில்லாத விஷயம். கோடிக் கணக்கான வருவாயை அரசுக்குக் கொட்டிக் கொடுக்கும் மதுவை எளிதாகத் தடை செய்துவிட முடியாது. என்.டி.ஆர் தொடங்கி சந்திரபாபு நாயுடுவரை எத்தனையோ தலைவர்கள் முயற்சிகள் எடுத்தும் மது விலக்கை அமல்படுத்த முடியாத சூழல்தான் இருந்தது.

ஆட்சிக்கு வந்ததும் ஒய்.எஸ்.ஆர். கையெழுத்திடப் போகும் முதல் உத்தரவு, பூரண மதுவிலக்கு என்றார்கள். ஆனால், ஆட்சிக்கு வந்து சில மாதங்கள் கழித்து

ஒய்.எஸ்.ஆர் ஒரு செயல் திட்ட வரைவை மட்டும் அறிவித்தார். மாநில அரசுக்குச் சொந்தமான ஆந்திரப் பிரதேச டிரிங்க்ஸ் கார்ப்பரேஷன் லிமிடெட் நிறுவனம் மூலமாக மதுக்கடைகள் நடத்தப்படும் என்பதுதான் ஹைலைட்.

நம்மூர் டாஸ்மாக் ஸ்டைல்தான். வேறொன்றும் புதுமையில்லை. 2003இல் தமிழ்நாட்டில் நடந்த விஷயம்தான் 2019இல் தாமதமாக ஆந்திராவில் நடந்தது. இத்தகைய நடைமுறை நிறைய மாநிலங்களில் இருந்து வந்ததுதான். காந்தி பிறந்த மண் என்பதால் குஜராத்தில் மட்டும் பூரண மதுவிலக்கு தொடர்ந்து அமலில் இருந்து வருகிறது.

பூரண மதுவிலக்கை அமல்படுத்துவோம் என்று ஆவேசமாகப் பேசி, ஆட்சிக்கு வந்ததும் ஆக்ரோஷம் தணிந்து, படிப்படியாக மதுக் கடைகளைக் குறைப்போம் என்று அமைதியாகிவிடுவதுதான் ஆந்திராவிலும் நடந்தது. பூரண மதுவிலக்கு சாத்தியமில்லை. ஆனால், கட்டுப்பாடுகளுடன் கூடிய விற்பனைக்கு டாஸ்மாக் மாடல்தான் சிறந்தது என்கிற முடிவுக்கு நகர்ந்துவிட்டார்கள்.

டாஸ்மாக் என்னும் பெயரில் தமிழக அரசே மது விற்பனையை நடத்துவதோடு அதன் மூலமாக கணிசமான வருவாயையும் பெற்று வருகிறது. கொரோனா ஊரடங்கு காலத்தில் கூட தமிழகத்தில் முதலில் திறக்கப்பட்டவை, டாஸ்மாக் கடைகள்தாம். இன்றைய நிலையில் டாஸ்மாக்கில் மது விற்பனை மூலம் தமிழக அரசுக்குக் கிடைக்கும் வருமானம் என்பது 50 ஆயிரம் கோடியைத் தாண்டி விட்டது.

பூரண மதுவிலக்கு அந்தக் காலத்து காங்கிரஸ் கட்சியின் அடிப்படைக் கொள்கையாக இருந்திருக்கிறது. ஆனால், இன்றைய நிலையில் உலகளவில் தோற்றுப்போன விஷயமாகவே நினைக்கிறார்கள். பூரண மதுவிலக்கு என்பது சாத்தியமில்லாதது மட்டுமல்ல அதன் மூலம் அரசுக்கு வரும் வருமானத்தைத் தவிர்க்க முடியாது என்பதால் பெரும்பாலான மாநிலங்கள் மதுவிலக்குப் பற்றி யோசிப்பதே இல்லை.

பூரண மதுவிலக்குக் கொண்டு வருவதில் தமிழகத்தைப் போல் முயற்சியெடுத்த மாநிலம் இந்தியாவில் வேறு எதுவுமில்லை என்று சொல்லலாம். மதுவிலக்கு என்கிற லட்சியத்தை நோக்கி தமிழகம் முதல் அடியை எடுத்து வைத்து, மிகச் சரியாக 100 ஆண்டுகள் ஆகிவிட்டன. பல்வேறு அரசியல் சூழலிலும் மதுவிலக்கு என்பது

முக்கியமான அரசியல் பிரச்னையாகவே இருந்து வந்திருக்கிறது. 2015 வரை மதுவிலக்குப் பற்றிப் பேச்சுகள் தொடர்ந்து கொண்டிருந்தன. அதற்குப் பின்னர் நீண்ட நெடிய அமைதி.

தமிழகத்தில் மதுவிலக்குக் குறித்த விவாதங்கள் ஏனோ 1937க்கு பிந்தைய காலகட்டத்தை மட்டுமே மையப்படுத்துகின்றன. ராஜாஜி காலம் தொடங்கி, ஜெயலலிதா காலத்தில் வந்த டாஸ்மாக் வரையிலான செய்திகள் மட்டுமே இதுவரை பேசுபொருளாகி இருக்கின்றன. பிரிட்டிஷ் இந்தியாவிலேயே மதுவிலக்குக்கு எதிரான பிரசாரங்கள் ஆரம்பித்துவிட்டன. மகாத்மா காந்தியின் பிரசாரம் ஒரு முக்கியமான காரணம். இதிலும் சென்னைதான் முன்னிலையில் இருந்தது.

சென்னை மாகாணத்தில் காங்கிரஸ் மட்டுமல்ல காங்கிரஸ் அல்லாத கட்சிகளும் இதை முன்னெடுத்ததுதான் ஆச்சர்யம். மதுவிலக்கு மட்டுமல்ல, இடஒதுக்கீடு போன்ற தமிழ்நாட்டு அரசியலின் முகத்தை மாற்றியமைத்த தீர்மானங்கள் கொண்டு வரப்பட்டன. இவற்றையெல்லாம் அறிமுகப்படுத்தியது காங்கிரஸ் கட்சியோ, நீதிக்கட்சியோ அல்ல. அதுவொரு சுயேச்சை அரசு!

1926இல் நீதிக்கட்சி தோற்று, காங்கிரஸ் கட்சியின் ஒரு பிரிவான சுயாட்சிக் கட்சி வெற்றி பெற்றிருந்தது. ஆனால், ஆட்சியமைக்கத் தயாராக இல்லை. சுயேச்சையாகப் போட்டியிட்ட சுப்பராயன் தலைமையிலான ஆட்சிக்கு ஆதரவு தந்தார்கள். சைமன் கமிஷன் சென்னைக்கு வந்தபோது சுப்பராயன் பெரியளவில் வரவேற்பு கொடுத்ததால் சுயாட்சிக் கட்சி தன்னுடைய ஆதரவை விலக்கிக் கொண்டது. ஆனால், சுப்பராயனுக்கு நீதிக்கட்சி கைகொடுத்தது. நீதிக்கட்சி சார்பில் எஸ். முத்தையா முதலியார் என்பவர் அமைச்சரவையில் சேர்த்துக்கொள்ளப்பட்டார்.

முத்தையா, கும்பகோணத்தைச் சேர்ந்த வழக்கறிஞர். எந்தக் கட்சியையும் சேராதவர். ஆனால், நீதிக்கட்சியின் உதவியோடு அமைச்சரானதும் நாட்டிலேயே முதல்முறையாக இடஒதுக்கீட்டு முறையைக் கொண்டு வந்தார். சென்னை மாகாணத்தில் அரசு வேலை வாய்ப்புகளில் 12 இல் 5 பங்கு பிராமணர் அல்லாதவர்களுக்கு உறுதி செய்யப்பட்டது. அதுதான் இடஒதுக்கீட்டு வரலாற்றில் வெற்றிகரமான முதல்படி!

இடஒதுக்கீட்டை அமல்படுத்தியதில் அமைச்சர் முத்தையாவின் துணிச்சலான முடிவைப் பாராட்டி முத்துலெட்சுமி அம்மையார்

சட்டமன்றத்தில் பேசினார். அவர் இல்லையென்றால் இடஒதுக்கீட்டை அமல்படுத்துவதற்கு நீண்டகாலம் ஆகியிருக்கும். அவரொரு வகுப்புரிமைச் சிற்பி என்று முத்தையாவைக் குறிப்பிட்டார் பெரியார்.

இட ஒதுக்கீட்டைத் தொடர்ந்து பூரண மதுவிலக்கை அமல்படுத்தும் திட்டத்தில் இறங்கினார், முத்தையா. பூரண மதுவிலக்கு பற்றிப் பிரசாரம் செய்தாலும் அதை அமல்படுத்துவதில் சுயாட்சிக் கட்சியோ, நீதிக்கட்சியோ ஆர்வம் காட்டியதில்லை. சுயேச்சை அரசை நடத்திக் கொண்டிருந்த சுப்பராயன் அரசில் கல்வி மற்றும் சுங்கவரித்துறை அமைச்சராக இருந்த முத்தையாவுக்கு அதில் ஆர்வமிருந்தது. பூரண மதுவிலக்கிற்கு மக்களைத் தயார் படுத்துவதற்கு முன்னர் அது குறித்துப் பிரசாரம் செய்ய வேண்டும் என்று நினைத்தார்.

சென்னை மாகாணம் முழுவதும் மதுவிலக்கு விழிப்புணர்வு பிரசாரம் செய்வதற்கு ஒரு திட்டம் தயாரானது. இதற்காக 4 லட்சம் ரூபாய் நிதி ஒதுக்கப்பட்டது. மாகாணம் முழுவதும் பிரசாரம் செய்ய மதுவிலக்குக் கமிட்டிகள் ஏற்படுத்தப்பட்டன. வெறும் பிரசாரங்களின் மூலம் மக்களைக் கவர முடியாது என்பதை உணர்ந்து கொண்ட முத்தையா, மதுவின் தீமை குறித்து விளக்கி நாடகங்கள் நடத்த முடிவு செய்தார்.

1928–1930 காலகட்டங்களில் தஞ்சை மாவட்டம் முழுவதும் ஏராளமான மதுவிலக்குப் பிரசார நாடகங்கள் அரங்கேறின. 'குடிகாரக் கிட்டு' என்னும் நாடகம், அப்போது பிரபலமாக இருந்தது. நாடக உலகில் பிரபலமாக இருந்தவர்களும் முத்தையாவின் முயற்சிக்கு ஆதரவு தந்தார்கள். திருவாரூரில் குடிகாரக் கிட்டு நாடகம் அரங்கேறியபோது, அன்றைய நாடக உலகின் பிதாமகனான பம்மல் சம்பந்த முதலியார் தலைமை வகித்தார்.

மதுவிலக்கு பிரசாரக் கமிட்டியின் செயல்பாடுகளுக்கு மாகாணம் முழுவதும் பெரிய அளவில் வரவேற்பு இருந்தது. நீதிக்கட்சியினரோடு காங்கிரஸ் கட்சிப் பிரமுகர்களும் கொள்கை அடிப்படையில் ஆதரித்தார்கள். ஆனால், பிரசாரக் கமிட்டிக்கு உறுப்பினர்களை நியமிப்பதில் சில சர்ச்சைகள் எழுந்தன. அரசுப் பணிக்கு இணையாகக் கருதப்பட்ட மதுவிலக்கு பிரசாரகர் பணிக்கு ஆட்களைத் தேர்ந்தெடுப்பதில் உள்ள நடைமுறை குறித்து நீதிக்கட்சி கேள்வி எழுப்பியது.

ஆரம்பத்தில் பெரியாரால் பாராட்டப்பட்ட முத்தையா, பின்னாளில் அவரது கடுமையான விமரிசனத்துக்கு உள்ளானார். மதுவிலக்குப் பிரசாரக் கமிட்டியில் பிராமணர்களின் தலையீடு அதிகமாகி விட்டதாகவும், அமைச்சர் முத்தையா அதைத் தடுப்பதற்கான முயற்சிகளை மேற்கொள்ளவில்லை என்றும் பெரியார் குற்றம் சாட்டினார். பெரியாரின் கருத்தில் உண்மை இருந்தது. பிரசாரக் கமிட்டியில் பிரசாரகராக இருந்தவர்களில் ஏறக்குறைய 20 சதவிகிதம் பேர் பிராமணர்களாக இருந்தார்கள்.

இடஒதுக்கீட்டை வெற்றிகரமாக நடைமுறைப்படுத்த முடிந்த முத்தையாவால் அவருடைய துறையின் கீழ் செயல்பட்ட மதுவிலக்குப் பிரசாரக் கமிட்டிகளில் அதை முழுமையாக அமலுக்குக் கொண்டுவர முடியாமல் போய்விட்டது. ஏராளமான நம்பிக்கை இல்லாத் தீர்மானங்களுக்கு நடுவே சுப்பராயனின் தலைமையிலான அரசு தள்ளாடியது. ஒரு பக்கம் ராஜாஜியும் இன்னொரு பக்கம் நீதிக்கட்சியும் சுப்பராயன் அரசுக்கு நெருக்கடி தந்தார்கள். இறுதியில் ஆட்சி கவிழ்க்கப்பட்டது.

1930 இறுதியில் நடந்த தேர்தலில் மீண்டும் நீதிக்கட்சி வென்று, முனுசாமி நாயுடு முதல்வரானார். சுப்பராயன், எதிர்க்கட்சித் தலைவரானார். முத்தையாவால் மீண்டும் அமைச்சராக முடியவில்லை. பிராமண ஆதரவாளராக முத்திரை குத்தப்பட்டார். மாகாணம் முழுவதுமிருந்த மதுவிலக்குப் பிரசாரக் கமிட்டிகளும் உடனடியாகக் கலைக்கப்பட்டன. இரண்டு ஆண்டுகள் மட்டுமே செயல்பட்டிருந்தாலும், தென்னிந்தியாவின் மதுவிலக்கு வரலாற்றில் முத்தையாவுக்கு நிச்சயம் இடம் தந்தாக வேண்டும்.

முத்தையா, நீதிக்கட்சியில் சேர்ந்தார். பெரியாருடன் நெருங்கிப் பழகி, இந்தி எதிர்ப்புப் போராட்டங்களில் தன்னை ஈடுபடுத்திக் கொண்டார். பூரண மதுவிலக்கு குறித்து நீதிக்கட்சியும் பேசவில்லை; காங்கிரஸ் கட்சியும் பேசவில்லை. பின்னாளில் ராஜாஜி தலைமையிலான காங்கிரஸ் கட்சி ஆட்சிக்கு வந்தபோது, சேலம் மாவட்டத்தில் பூரண மதுவிலக்கு அமல்படுத்தப்பட்டது. ராஜாஜியைப் பெரியார் பாராட்டினார். இருவரோடு சேர்ந்து மக்களும் முத்தையாவை மறந்துபோனார்கள்!

•

8. பிரேமானந்தா எனும் புதிர்

*1983*இல் தமிழர்களுக்கு எதிரான தாக்குதல் இலங்கையில் தீவிரமடைந்தபோது ஏராளமான தமிழர்கள் அங்கிருந்து தப்பி அகதிகளாகத் தமிழகம் வந்து சேர்ந்தார்கள். ராமேஸ்வரம் கடற்கரையில் இருந்த மண்டபம் முகாமிற்கு வந்து சேர்ந்த அகதிகளின் கையில் பணமில்லை.

எப்படியாவது உயிர் பிழைத்தால் போதும் என்கிற நிலையில் கையில் இருந்த கடிகாரம், கழுத்தில் இருந்த சங்கிலி என அனைத்தையும் கழட்டித் தந்துவிட்டு, படகில் ஏறி வந்தார்கள். அப்படித்தான் பிரேமானந்தாவும் அவரது பக்தர்களும் தமிழகம் வந்து சேர்ந்தார்கள்.

திருச்சியில் பாத்திமா நகரில் ஓர் ஆசிரமத்தை ஆரம்பித்தவர், அதில் ஏராளமான ஆதரவற்ற குழந்தைகளைப் படிக்க வைத்தார். 150 ஏக்கர் பரப்பளவு கொண்ட இடத்தில் ஆசிரமம் செயல்பட்டுக் கொண்டிருந்தது. அதில் நூற்றுக்கணக்கான பெண் குழந்தைகள் தங்கியிருந்தார்கள். இவர்களில்

பெரும்பாலானவர்கள் இலங்கையைச் சேர்ந்தவர்கள். இலங்கை உள்நாட்டுப் போரிலிருந்து உயிர் தப்பி, தமிழகத்துக்கு அகதிகளாக வந்து சேர்ந்தவர்கள் அல்லது அவ்வாறு வந்து சேர்ந்தவர்களின் குழந்தைகளாக இருந்தார்கள்.

80களின் இறுதியில் பிரேமானந்தாவின் ஆசிரமம், இலங்கையில் இருந்து வரும் ஆதரவற்றவர்களுக்கு அடைக்கலம் தரும் இடமாக இருந்திருக்கிறது.

1997. ஆசிரமத்திலேயே வளர்ந்த சுரேஷ் குமாரி, லதா ஆகிய பெண் குழந்தைகள் பிரேமானந்தாவின் ஆசிரமத்தில் தவறான விஷயங்கள் நடப்பதாக ஒரு பத்திரிக்கைக்குப் பேட்டி தந்திருந்தார்கள். சமகாலத்தில் யூடியூப் வீடியோக்களுக்கான பார்வையாளர்களை அதிகரிக்கச் செய்யப்படும் அத்தனை தந்திரங்களும் 25 ஆண்டுகளுக்கு முன்னரே ஆரம்பித்தவைதான்.

ஆசிரமம், சாமியார், பெண் குழந்தைகள்ம. தமிழ்ப் பத்திரிக்கை உலகம் ஒரு சென்சேஷனல் ஸ்டோரிக்காகக் காத்திருந்தது. பிரமோனந்தாவின் கறுப்பு உருவம், அலட்சியச் சிரிப்பு, காற்றில் பறக்கும் கூந்தல், இலங்கைத் தமிழர் தொடர்புய புலனாய்வுப் பத்திரிக்கைகள் கதை எழுதுவதற்குப் போதுமானவையாக இருந்தன.

குழந்தை இல்லாதவர்களுக்கு பிரேமானந்தா புத்திர பாக்கியம் தருகிறார்; வாயிலிருந்து லிங்கத்தைக் கக்கியபடி அருள்வாக்கு சொல்கிறார் என்றெல்லாம் செய்திகள் தொடர்ந்து வெளியாகி, பத்திரிக்கை சர்க்குலேஷனைப் பல மடங்கு உயர்த்திக் கொண்டிருந்தன. ஒரு கட்டத்தில் சந்தனக் கடத்தல் வீரப்பன் பற்றிய செய்திகளைவிட பிரேமானந்தா பற்றிய செய்திகளே பத்திரிக்கைகளை ஆக்ரமித்திருந்தன.

அகில இந்திய ஜனநாயக மாதர் சங்கத்தைச் சேர்ந்தவர்கள் பிரேமானந்தா பிரச்னையில் தலையிட்டதும் மாநில அளவில் பெரிய கவனம் கிடைத்தது. ஆசிரமத்துக்கு எதிரான போராட்டம், சிபிசிஐடி விசாரணை நடத்துமாறு அரசுக்கு எழுதப்பட்ட கடிதங்கள், தந்தி என மாதர் சங்கங்களின் போராட்டம் வீரியத்துடன் தொடர்ந்து நடந்தது.

அதன் தொடர்ச்சியாக தினமும் ஆசிரமத்தில் காவல்துறையினரின் விசாரணை நடந்தது. உள்ளூர் காவல்துறையினர் தவிர சிறப்புப் புலனாய்வுக் குழுக்களும் சென்னையிலிருந்து அனுப்பி வைக்கப் பட்டன. ஆசிரமத்தில் தங்கியிருந்த பிற குழந்தைகளுக்குக் காவல் துறையினரைக் கண்டாலே பயமும், பதட்டமும் ஏற்பட்டது.

பிரேமானந்தாவின் ஆசிரமத்தில் வளர்ந்த சுரேஷ்குமாரி என்பவர், எட்டு ஆண்டுகளுக்கு முன்னர் பிரேமானந்தா தன்னிடம் தவறாக நடந்து கொண்டதாகப் புகார் தெரிவித்திருப்பதாகக் காவல் துறையின் முதல் கட்ட விசாரணை அறிக்கை தெரிவித்தது. அதை அடியோடு மறுத்த அவரது தாய், பிரேமானந்தாவின் புகழுக்குக் களங்கம் விளைவிப்பதற்காகச் சிலர் தன்னுடைய மகளைத் துன்புறுத்துவதாகக் குற்றம் சாட்டினார்.

ஆசிரமத்தில் இருந்த இருபதுக்கும் மேற்பட்ட பெண்கள் விசாரணை என்னும் பெயரில் அழைத்துச் செல்லப்பட்டார்கள். பிரேமானந்தா மீது புகார் தர மறுத்தவர்கள் ஆசிரமத்துக்குத் திருப்பி அனுப்பப் பட்டார்கள். ஆசிரம நடவடிக்கைகள் முடக்கப்பட்டன. பிரேமானந்தா மீது புகார் தந்தவர்கள் மகளிர் நல்வாழ்வு மையங்களில் தங்க வைக்கப்பட்டார்கள்.

ஆசிரமத்தில் வசித்து வந்த இரண்டு பெண் குழந்தைகளைக் கற்பழித்ததாகவும், ஒருவரைக் கொலை செய்ததாகவும் வழக்குப் பதிவு செய்யப்பட்டு விசாரணை ஆரம்பமானது. யாரும் பிரேமானந்தாமீது நேரடியாகப் புகார் செய்யவில்லை. ஊடகங்களில் வந்த செய்திகளை வைத்து அவர் மீது வழக்குப் பதிவு செய்யப்பட்டது.

பிரேமானந்தாவும் அவருக்கு நெருக்கமாக இருந்த ஆறு பேரும் கைது செய்யப்பட்டு சிறையில் அடைக்கப்பட்டார்கள். புதுக்கோட்டை செஷன்ஸ் நீதிமன்றத்தில் 3 ஆண்டுகள் வழக்கு விசாரணை தொடர்ந்து நடந்தது. விசாரணையின் முடிவில் பிரேமானந்தாவுக்கு இரட்டை ஆயுள் தண்டனை கிடைத்தது. சென்னை உயர்நீதிமன்றத்தில் மேல் முறையீடு செய்யப்பட்டது. தண்டனையை உறுதி செய்த பின்னர் உச்ச நீதிமன்றத்துக்கும் எடுத்துச் செல்லப்பட்டு அங்கேயும் பிரேமானந்தாவுக்கு எதிராகத் தீர்ப்பு அமைந்தது.

பிரேமானந்தா மீது பாலியல் புகார் தந்த பெண்கள் பின்னாளில் பிறழ் சாட்சியானார்கள். ஆசிரமத்துக்குத் திரும்பி வந்தவர்கள், காவல்துறையின் சித்ரவதையின் பேரில் வேறு வழியின்றி புகார் தந்ததாகக் குறிப்பிட்டார்கள். சிறையிலிருந்த பிரேமானந்தா, சம்பந்தப்பட்ட பெண்கள் தங்குவதற்கு தகுந்த ஏற்பாடுகள் செய்து தருமாறு ஆசிரம நிர்வாகிகளுக்கு உத்தரவிட்டிருந்தார்.

வழக்கு விசாரணை ஒருதலைப்பட்சமாக நடந்தது என்கிற விமர்சனத்தை சிலர் முன்வைத்தார்கள். ஆனாலும், பெரும்பாலான

ஊடகங்கள் பிரேமானந்தாவுக்கு எதிரான செய்திகளைத் தொடர்ந்து வெளியிட்டு வந்தன. பிரேமானந்தாவுக்கு எடுக்கப்பட்ட டிஎன்ஏ சோதனையின் முடிவுகள் முன்னுக்குப் பின் முரணாக இருந்தன. அதில் தவறு இருப்பதாக அவரது சார்பில் வாதாடிய வழக்கறிஞர் ராம் ஜெத்மலானியின் வாதம் இருந்தது.

'இலங்கையிலிருந்து தமிழகத்துக்கு உயிர் தப்பி வந்ததும் முதலில் சென்னையில் ஆறுமாத காலம் இருந்தேன். இலங்கைத் தமிழர் ஒருவரது முயற்சியால் அப்போது முதல்வராக இருந்த எம்.ஜி.ஆரைச் சந்தித்தேன். அவர் மூலமாகத்தான் எனக்கு திருச்சியில் இரண்டு ஏக்கர் நிலம் கிடைத்தது. அதில்தான் ஆசிரமம் அமைத்து இலங்கைப் போரில் பெற்றோர்களை இழந்து தவித்த ஆதரவற்றக் குழந்தைகளைப் பாதுகாத்து வந்தேன்' என்றார், பிரேமானந்தா.

90களில் நிலைமை மாறியிருந்தது. ராஜிவ் காந்தி படுகொலைக்குப் பின்னர் இலங்கையிலிருந்து தமிழகத்துக்கு வந்த அகதிகளை தமிழ்நாட்டு மக்கள் சந்தேகக்கண் கொண்டு பார்த்தார்கள். விடுதலைப் புலிகளுடன் தொடர்பு கொண்டிருந்தவர்களை மக்கள் ஒதுக்கி வைத்திருந்தார்கள். பிரேமானந்தா ஆசிரமத்தில் ஆயுதங்கள் பதுக்கப்பட்டுள்ளன. அவருக்கும் விடுதலைப் புலிகளுக்கும் தொடர்பு இருக்கிறது என்று பத்திரிகைச் செய்திகள் மக்களைப் பீதியூட்டின. பிரேமானந்தாவின் காதல் லீலைகள், வெளிநாடுகளுக்குப் பெண்களை விற்கிறார் என்று ஊடகங்களில் உலா வந்த செய்திகள் உள்ளூர் மக்களைக் கொதிப்படையச் செய்தன.

பிரேமானந்தாவுடன் அவருக்கு உதவியாக இருந்த டாக்டர் சந்திரா தேவி என்பவரும் கைது செய்யப்பட்டிருந்தார். பெண் குழந்தைகளின் மீதான பாலியல் கொடுமையை மறைத்து அவர்களுக்குக் கருக்கலைப்பு செய்ததாக அவர் மீது குற்றச்சாட்டு இருந்தது. பின்னாளில் ஆதாரமில்லாததால் வழக்கிலிருந்து விடுவிக்கப் பட்டார். பிரேமானந்தா மீது பாலியல் குற்றம் தவிர, வெளிநாடுகளில் அனுமதியின்றி சொத்துக் குவித்தது, கொலைக்குற்றம் என ஏகப்பட்டக் குற்றச்சாட்டுகளின் அடிப்படையில் இரட்டை ஆயுள் தண்டனை கிடைத்தது. அவருடன் இருந்த இரண்டு பேர்களுக்கும் தண்டனை கிடைத்தது.

பிரேமானந்தா சிறையில் இருந்தாலும், அவரது ஆசிரமம் தொடர்ந்து இயங்கிக் கொண்டிருந்தது. உண்மையில் முன்பைவிடவும் பெரிதாக வளர்ச்சி பெற்றது. கூடுதல் கவனமும் கிடைத்தது. இலங்கை, சுவிட்சர்லாந்து, பெல்ஜியம் என உலகம் முழுவதும் அவரது

ஆசிரமத்தின் கிளைகள் செயல்பட்டன. அதை முன்னெடுத்து நடத்தியவர் அதே டாக்டர் சந்திரா தேவிதான்.

தன் மீதான குற்றச்சாட்டுகள் அனைத்தையும் பிரேமானந்தா தொடர்ந்து மறுத்து வந்தார். அவரது ஆசிரமம் இருந்த இடத்தை விலைக்குக் கேட்ட அரசியல் புள்ளிகள், அங்கே புதிதாக மருத்துவக் கல்லூரி கட்ட விரும்பினார்களாம். மறுத்துவிட்ட காரணத்தால் அவர் மீது பாலியல் புகார் தரப்பட்டது என்கிறார்கள். கிறிஸ்தவ மதத்தைச் சேர்ந்த பாதிரியார்கள் பாலியல் வழக்கில் கைது செய்யப்பட்டு, ஜாமீனில் வெளியே வந்தார்கள். ஆனால், எனக்கு ஜாமீன் கூட மறுக்கப்பட்டது என்றார்.

உலகெங்கும் உள்ள கிறிஸ்தவர்களை, இந்துக்களாக மதமாற்றம் செய்ததால் ஏராளமான எதிரிகள் இருந்ததாகவும் இதன் காரணமாகவே அமெரிக்காவைச் சேர்ந்த மார்க்ப்ளண்ட் கிறிஸ்ட் என்பவரோடு தன்னுடைய நெருங்கிய வட்டாரத்தில் இருந்த அம்பிகானந்தா என்பவரும் சேர்ந்து தன்னுடைய பெயருக்குக் களங்கம் ஏற்படுத்திவிட்டதாகவும் குறிப்பிட்டார். 'இது எனக்கெதிரான சதி மட்டுமல்ல, இந்து ஆன்மீகவாதிகளுக்கு எதிரான சதி' என்றார். ஆனால், வெகுஜன ஊடகத்தில் பிரேமானந்தாவின் குரல் எடுபடவில்லை.

17 ஆண்டுகள் சிறையில் இருந்த பிரேமானந்தா, உடல்நிலை மோசமாகி உயிரிழந்தார். இறப்பதற்கு முன்னர் தான் ஓரிரு மாதங்கள் மட்டுமே உயிரோடு இருக்கமுடியும் என்று தொடர்ந்து சொல்லி வந்தார். உடல்நிலை மோசமான நிலையில் கல்லீரல் மாற்று அறுவை சிகிச்சையும் செய்தால்தான் உயிர் பிழைப்பார் என்கிற நிலை உருவானது. அதற்கான ஏற்பாடுகள் நடந்து கொண்டிருந்தபோதே அவரது நினைவுகள் தப்பிவிட்டன.

முன்னதாக சிகிச்சைக்காக தன்னை ராயப்பேட்டை மருத்துவ மனைக்கு அழைத்துச் செல்லவேண்டாம் என்று மறுத்திருக்கிறார். சென்ற முறை ஏதோவொரு ஊசியைச் செலுத்தினார்கள். அதற்குப் பின்னர்தான் என்னுடைய உடல்நிலை மோசமாகிவிட்டது என்று சிறைத்துறையினரிடம் அழுதிருக்கிறார்.

தன்னுடைய நெருங்கிய நண்பர்களுக்கு இறுதிக்காலங்களில் ஏராளமான கடிதங்கள் எழுதியிருக்கிறார். அதில் தன்னுடைய நிலைக்கு வெளிநாட்டு சதிதான் காரணம் என்று குறிப்பிட்டிருக்கிறார்.

‘என் மீது வழக்குத் தொடுக்கப்பட்ட காலகட்டத்தில் நடந்த வழக்கின் சூழல்களையும், அதன் பின்னணியில் செயல்பட்ட அரசியல் பெரும்புள்ளிகளின் தலையீடுகளையும், அதன் தொடர்ச்சியாக நடந்தேறிய சம்பவங்களும் தெரியவந்தால், வியப்பின் எல்லைக்கே போய்விடுவீர்கள்! நடக்காத கற்பழிப்புகள், இயற்கை மரணத்தையே கொலையாக மாற்றி, அவற்றை நீதிமன்றத்தில் நிரூபிக்கும் அளவுக்கு என் மீது வெறுப்போடு இருந்திருக்கிறார்கள்’ என்கிறது அவரது இன்னொரு கடிதம்.

பிரேமானந்தா இறந்தபின்பு அவரது உடல் ஒரு வார காலம் வரை திருச்சியில் அவரது ஆசிரமத்தில் இறுதி அஞ்சலிக்காக வைக்கப் பட்டிருந்தது. அவரது ஆசிரமத்தில் அவர் நட்டு வைத்திருந்த செடிகள், பெரும் மரங்களாக வளர்ந்திருந்தன. அப்படியொரு மரங்களுக்கு நடுவே அவரது உடல் பத்மாசன நிலையில் வைக்கப்பட்டு நல்லடக்கம் செய்யப்பட்டது.

இறப்பதற்குச் சில நாட்கள் முன்பு, ‘பூமியெங்கும் நீதிப்பசிய புறப்பட்டுவிட்டான் ராஜரிஷி’ என்கிற வரிகளை எழுதிக் கொடுத்த பிரேமானந்தா, ‘இதுதான் நாம் தொடங்கவிருக்கும் பத்திரிகையின் துணைத் தலைப்பு. பத்திரிக்கையின் பேர் என்ன வேண்டுமென்றாலும் இருக்கட்டும். என்னைச் சுற்றிலும் நடந்த அரசியல் சதிகளைப் பற்றி விரிவாக எழுதப்போகிறேன்’ என்றார்.

பிரேமானந்தா அம்பலப்படுத்த நினைத்த விஷயங்கள் என்னவென்று தெரியாமலே போய்விட்டது.

•

9. ஒரு மோதல் கடிதம்

'ஆளுநர் மாளிகையா, அரசியல் மாளிகையா?' 'ஆளுநர் அரசியல் பேசலாமா?' இதெல்லாம் தமிழக ஊடக உலகில் சென்ற மாதம் நடைபெற்ற குழாயடிச் சண்டைகளுக்கான தலைப்புகள். ஓர் அரசுப் பிரதிநிதி, எப்படித் தமிழ்நாட்டின் அரசியல் பிரதிநிதியாக நடந்து கொள்ளலாம் என்பதில் தொடங்கி ஆட்டுக்கு ஏன் தாடி என்னும் வழக்கமான வம்படி வரை ஏகப்பட்ட விவாதங்கள், சர்ச்சைகள், விமர்சனங்களை நாம் கடந்து வந்திருக்கிறோம்.

மத்திய அரசால் நியமிக்கப்பட்ட ஆளுநருக்கும் மக்களால் தேர்ந்தெடுக்கப்பட்ட மாநில முதல்வருக்கும் இடையே நடைபெறும் முட்டல், மோதல், அதிகாரப் போட்டிகள் புதிதல்ல. தமிழகம் பலமுறை சந்தித்த நிகழ்வுதான். பிற மாநிலங்களிலும் நடைபெற்று வந்தவைதான். சுதந்திர இந்தியாவில் ஆளுநர் – முதல்வர் அதிகாரப் போட்டியைச் சந்திக்காத மாநிலங்களே இல்லையென்று சொல்லி விடலாம்.

ஆனால், குடியரசுத்தலைவர் – பிரதமர் மோதல் கேள்விப் பட்டதுண்டா? அதெல்லாம் நடக்க வாய்ப்பே இல்லை என்றார்கள். ஆனால், ஒரு முறை நடந்தே விட்டது. மிகச் சரியாக 35 ஆண்டுகளுக்கு முன்னர் இந்திய அரசியலில் பெரும் சலசலப்பை ஏற்படுத்தி, நாட்டின் பாதுகாப்பு குறித்த கேள்விகளையெல்லாம் எழுப்பிய சம்பவத்தை விரிவாகப் பார்ப்போம்.

சுதந்திர இந்தியாவின் 40 ஆண்டுகால கொண்டாட்டங்கள் ஆரம்பமாகியிருந்தன. நாடாளுமன்றத்தில் சிறப்பு கூட்டத்தொடர் நடைபெற்றுக் கொண்டிருந்தது. தேசநலன் பற்றிப் பிரதமர் ராஜிவ் காந்தி உற்சாகமாகப் பேசியிருந்தார். எதிர்க்கட்சிகள் கூட அமைதியாகத்தான் இருந்தன. ஆனால், குடியரசுத் தலைவரோ பொறுமையின் எல்லைக்குப் போய்விட்டார்.

அதுவரை சுதந்திர இந்தியா கண்டிராத ஒரு விசித்திரத்தைச் சந்திக்க வேண்டியிருந்தது. பிரதமர் ராஜிவ் காந்தியின் செயல்பாடுகளை விமர்சித்து, குடியரசுத் தலைவராக இருந்த ஜெயில் சிங் கடிதம் எழுதியிருந்தார். அது லீக்காகிவிட்டது!

ஜெயில் சிங்கிற்கும் ராஜிவ் காந்திக்கும் இடையேயான தனிப்பட்ட மோதல் போக்கு பல மாதங்களாகவே இருந்து வந்தது. ஜெயில் சிங், இந்திரா காந்தி காலத்து ஆசாமி. இந்திராவால் அரசியலுக்கு அழைத்து வரப்பட்டவர். அகாலி தளத்தின் எழுச்சிக்குப் பின்னர் பஞ்சாப் மாநிலத்தில் காங்கிரஸ் கட்சியின் செல்வாக்கு கை நழுவிக் கொண்டிருந்த நேரத்தில் இந்திரா காந்திக்கு ஆபத்பாந்தவனாக இருந்தவர் ஜெயில் சிங்.

அரசியலில் மட்டுமல்ல அரசு நிர்வாகத்திலும் ஜெயில் சிங் கெட்டிக்காரர். 30 ஆண்டுகளுக்கும் மேலான அரசு நிர்வாக அனுபவத்தைப் பெற்றிருந்தார். அரசியல் மட்டுமல்ல நிர்வாகத்திலும் கெட்டிக்காரராக இருந்த ஜெயில் சிங், இந்திரா காந்தியின் கவனத்தை ஈர்த்தார். இந்திராவால் டெல்லி அரசியலுக்கு வந்து சேர்ந்தார். பஞ்சாப் மாநிலத்தில் முதலமைச்சராக இருந்தவர், பத்தாண்டுகளில் இந்தியாவின் உள்துறை அமைச்சராக பெரிய பொறுப்புகளை ஏற்றுக் கொண்டார். குறுகிய காலத்தில் அவரது வளர்ச்சிக்கு இந்திரா காந்திதான் காரணமாக இருந்தார். ஜெயில் சிங், அவரது விசுவாசமிக்க தோழராக இருந்தார்.

1982ல் ஜெயில் சிங் குடியரசுத் தலைவரானார். அது அவரே எதிர்பாராதது. குடியரசுத் தலைவர் தேர்தலில் யாரை முன்னிறுத்தலாம்

என்கிற குழப்பத்தில் இந்திரா காந்தி இருந்தார். அவரது கையில் ஐந்து முக்கியமான காங்கிரஸ் தலைவர்கள் பற்றிய கோப்புகள் இருந்தன. ஆனால், அவருக்கு யார் மீதும் நம்பிக்கை இல்லை.

எமர்ஜென்ஸி காலத்தில் நிகழ்ந்ததுபோல ஓர் அதிகாரப் போட்டியோ குழப்பமோ வந்து ஆட்சியும், கட்சியும் தன்னுடைய கைகளை மீறிச் சென்றுவிடக்கூடாது என்பதில் கவனமாக இருந்தார். ஆகவே, ஐந்து காங்கிரஸ் தலைவர்களின் பெயர்களையும் அடித்துவிட்டு, குடியரசுத் தலைவர் தேர்தலில் காங்கிரஸ் வேட்பாளராக ஜெயில் சிங்கின் பெயரை எழுதி வைத்தார்.

ஆங்கிலம் தெரியாத ஜெயில் சிங்கிற்குத் தயக்கம் இருந்தது. வெளிநாடுகளில் பயணம் மேற்கொள்ளும்போது என்ன செய்வது என்றெல்லாம் யோசித்தார். பாஸ் இந்திரா காந்தியிடமிருந்து உத்தரவு வந்தபின்னர் அதைத் தட்டிக் கழிக்க முடியாது. ஆகவே, வேறு வழியின்றி ஒப்புக் கொண்டார். முதல் முறையாக ஒரு சீக்கிய இனத்தைச் சேர்ந்தவர் இந்தியாவின் தலைமைப் பொறுப்புக்குத் தேர்ந்தெடுக்கப்பட்டார்.

இந்திரா காந்தி உயிரோடு இருக்கும்வரை ஜெயில் சிங்கின் காலம் பொற்காலமாகத்தான் இருந்தது. பொற்கோயிலுக்குள் ராணுவம் நுழைந்ததும் ஜெயில் சிங் தளர்ந்து போனார். சீக்கியர்களின் மனதில் இருந்த தீரா காயத்தை ஆற்றிவிடுவதற்காக அவரும் முடிந்தவரை முயன்றார். இறுதிவரை இந்திரா காந்திக்குத் துணையாக நின்றார். அவருக்குக் கிடைத்தவையெல்லாம் அவமானங்கள் மட்டுமே. எந்தவொரு சீக்கியருக்கும் கிடைக்காத உயர் பதவியில் இருந்தாலும் அவர் சார்ந்த சீக்கிய சமூகத்தினரால் வெறுத்து, ஒதுக்கப்பட்டார்.

இந்திரா காந்தி படுகொலைக்குப் பின்னர் டெல்லியில் நடந்த கலவரங்களில் சீக்கியர்கள் கொடூரமாகத் தாக்கப்பட்டார்கள். பலர் உயிரோடு தீ வைத்துக் கொளுத்தப்பட்டார்கள். அதே டெல்லியில் ஜனாதிபதி மாளிகையில் எதையும் தடுக்கமுடியாத பரிதாப நிலையில் ஜெயில் சிங் சூழ்நிலைக் கைதியாக இருந்தார். இந்திரா காந்தியின் சடலத்துக்கு இறுதி மரியாதை செலுத்த வந்தபோது, அவரது கார் மீது செருப்பு வீசப்பட்டது.

ஜெயில் சிங், தீவிரமான காங்கிரஸ் கட்சி செயற்பாட்டாளர். இந்திரா காந்தியின் நம்பிக்கைக்குரிய தளபதி. ஆனாலும் ராஜீவ் காந்தி காலத்தில் மேலிடமும், கட்சித் தொண்டர்களும் அவரை வெறுத்து ஒதுக்கினார்கள். அவரை சந்தேகக் கண்ணோடு பார்த்தார்கள். தன்னுடைய சொந்த மாநிலமான பஞ்சாப் வாழ் சீக்கியர்களின்

நம்பிக்கையை இழந்திருந்த ஜெயில் சிங், அரசியல் ரீதியாகத் தனிமைப்பட்டிருந்தார்.

ஜெயில் சிங்கிற்கும் ராஜிவ் காந்திக்குமான உறவு, மோசமான கட்டத்தை அடைந்தது. அரசு நடைமுறைகளில் கூட ஜெயில் சிங்கை ராஜிவ் காந்தி தலைமையிலான ஆட்சியாளர்கள் கவனமாகத் தவிர்த்தார்கள். மரியாதை நிமித்தமான சந்திப்புகள்கூட நிகழவில்லை. பொதுவெளியில் புன்னகை தவழ, போட்டோவுக்கு போஸ் தருவதோடு நிறுத்திக் கொண்டார்கள். ஜெயில் சிங்குடன் சேர்ந்து நடக்க நேர்ந்தால் கூட நாலடி தள்ளியே நடந்தார் ராஜிவ்.

இருவருக்குமிடையேயான மோதல் என்பது தனிப்பட்ட காரணங்கள் என்பதையெல்லாம் தாண்டி அரசியல் பிரச்னையாகவும், குறிப்பாக இனவாதம் தொடர்பான பிரச்னையாகவும் இந்திய அரசியலமைப்புச் சட்டத்துக்கு முரணான விஷயமாகவும் பார்க்கப்பட்டது. 1984 இறுதியில் அதிகப் பெரும்பான்மையுடன் ஆட்சிக்கு வந்த ராஜிவ் காந்தி, கட்சியிலும் ஆட்சியிலும் இந்திரா காந்தி ஆதரவாளர்களை ஓரங்கட்டி வைத்திருந்தார்.

ஒவ்வொரு நாளும் நாட்டின் பிரதமர், குடியரசுத் தலைவரைத் தொடர்பு கொண்டு நாட்டு நிலவரங்களை விவரிக்க வேண்டியது மரபு. நேரு தொடங்கி, இந்திரா காந்தி காலம் வரை தொடர்ந்து கொண்டிருந்தது. ஏனோ, ராஜிவ் காந்தி பிரதமரானதும் அதைத் தொடரவில்லை அல்லது முக்கியத்துவம் தரத் தயாராக இல்லை.

சீக்கியர்களுக்கெதிரான விஷயங்கள், குறிப்பாக பஞ்சாப் மாநிலத்தின் சட்டம் ஒழுங்குப் பிரச்னை, தொடரும் சீக்கிய தீவிரவாதத் தாக்குதல் உள்ளிட்ட விஷயங்களைப் பற்றி ஜெயில் சிங்கிடம் பேசுவதற்கு ராஜிவ் தயாராக இல்லை என்று டெல்லி வட்டாரம் தொடர்ந்து செய்திகளைக் கசிய விட்டுக்கொண்டிருந்தது.

இந்நிலையில்தான் ஜெயில் சிங், ராஜிவ் காந்திக்கு ஒரு கடிதம் எழுதியிருந்தார். இந்திய அரசியலில் அதுவொரு பெரிய சர்ச்சையையும், மரபுகளை பேணிக்காப்பது குறித்த விவாதங் களையும் ஏற்படுத்தியது. இருவரும் நாட்டில் தலைநகரத்தில்தான் இருக்கிறார்கள். குடியரசுத் தலைவர் மாளிகை எந்நேரமும் பிரதமர் அலுவலகத்தைத் தொடர்புகொள்ள முடியும். பிரதமருக்குக் கடிதம் எழுத வேண்டிய அவசியமேயில்லை. குடியரசுத் தலைவர் தன்னுடைய ஆலோசனையை, அதிருப்தியை தொலைபேசியிலோ நேரடியாகவோ பிரதமரிடம் தெரிவிக்கலாம்.

குடியரசுத் தலைவரின் ஆலோசனை, கருத்துகளை பிரதமர் ஏற்றுக்கொள்ள வேண்டிய அவசியமில்லை. ஆனால், அவருக்கு விளக்கம் சொல்ல வேண்டிய அவசியமிருக்கிறது. குடியரசுத் தலைவரும் கடிதம் எழுதியிருக்க வேண்டியதில்லை, தவிர்த்திருக்கலாம். ஜனாதிபதி மாளிகை மூலமாக யாராவது பிரதியை அனுப்பி வைத்திருக்கலாம் என்றெல்லாம் விவாதம் எழுந்தது.

குடியரசுத் தலைவர் பிரதமருக்கு எழுதிய கடிதம் லீக் செய்யப்பட்டது. கடிதத்தின் சில பகுதிகள் 1987 மார்ச் மாதம் 13ம் தேதி வெளியான இந்தியன் எக்ஸ்பிரஸ் நாளேட்டில் இடம் பெற்றன.

தேசநலன் குறித்து நாடாளுமன்றத்தில் ராஜிவ் பேசியதில் இருந்த முரண்களை கடிதத்தில் ஜெயில் சிங் சுட்டிக்காட்டியிருந்தார். வெளிநாட்டுப் பிரதிநிதிகளுடன் பிரதமர் நடத்திய பேச்சுவார்த்தை பற்றி தனக்குத் தெரிவிக்கப்படவில்லை என்றும், வெளிப்படையான தன்மை, பரஸ்பர புரிந்துணர்வு உள்ளிட்ட விஷயங்களில் பின்பற்றப் படவேண்டிய மரபுகள் எதுவும் முறையாக நடைமுறைப்படுத்தப்பட வில்லை என்றும் குறை கூறியிருந்தார்.

பிரதமர் வெளிநாட்டிற்குச் செல்வதற்கு முன்னரும், வெளிநாட்டில் இருந்து திரும்பிய பின்னரும் குடியரசுத் தலைவரை நேரில் சந்தித்து பயண விபரங்களைத் தெரிவிக்க வேண்டியது மரபு. ஆனால், நீங்கள் அதைச் செய்ததில்லை. அமெரிக்காவுக்குச் சென்றுவிட்டு பின்னர் திரும்பும் வழியில் மாஸ்கோ சென்று பேச்சு வார்த்தை நடத்தியிருக்கிறீர்கள். உலகத் தலைவர்களுடன் நடத்திய பேச்சுவார்த்தைகள் இந்தியா திரும்பி வந்த பின்னர் கூட எனக்கு எதுவும் தெரிவிக்கப்படவில்லை.

பெங்களூரில் நடந்த சார்க் மாநாட்டில் பிரதமர் என்ன பேசினார் என்பதும் எனக்கு விளக்கப்படவில்லை. தெற்காசியாவில் நிலவும் அரசியல் சூழல் குறித்தோ, அதில் இந்திய வெளியுறவுத்துறையின் நிலைப்பாடு பற்றியோ யாரும் என்னிடம் தெரிவித்ததில்லை. உள்நாட்டில் நடைபெறும் முக்கியமான சட்டம் ஒழுங்கு பிரச்னைகள் பற்றி கூட பிரதமர் என்னிடம் விவாதித்ததில்லை.

அசாம், பஞ்சாப், மிசோரம் போன்ற மாநிலங்களில் நடைபெறும் சட்டம் ஒழுங்கு நிலவரங்கள் குறித்து பல முறை நினைவூட்டியும் விளக்கம் வந்ததில்லை. ஜம்மு காஷ்மீர் சென்றுவிட்டுத் திரும்ப வந்ததும், பிரதமரை நேரில் வந்து சந்திக்குமாறு கேட்டுக் கொண்டேன். அதற்கும் பதிலில்லை.

நேபாளம் போய்விட்டுத் திரும்பி வந்தபோதும் கிரீஸ், போலந்து போன்ற நாடுகளுக்கு சுற்றுப்பயணம் செய்துவிட்டு திரும்ப வந்தபோதும் பிரதமர் என்னிடம் பேசியதில்லை. ஆனாலும் என்னுடைய வெளிநாட்டு விஜயம் குறித்தும் சந்திப்புகள் குறித்தும் பல்வேறு குறிப்புகளைப் பிரதமர் அலுவலகத்துக்கு அனுப்பி இருக்கிறேன்.

குடியரசுத் தலைவருக்கு அவசியம் அனுப்ப வேண்டிய அறிக்கைகள்கூட வந்து சேர்ந்ததில்லை. பல்வேறு விசாரணைக் கமிஷன்களின் அறிக்கைகள் பிரதமரால் பெற்றுக்கொள்ளப்பட்டிருக் கின்றன. ஆனால், அது குறித்து எந்தவொரு விளக்கமும் எனக்குக் கிடைத்ததில்லை.

உள்துறை அமைச்சர் வந்து என்னைச் சந்தித்துவிட்டுச் சென்றார். மத்திய அரசால் நியமிக்கப்பட்ட விசாரணைக் கமிஷனின் அதிகார வரம்புகள் குறித்து சில கேள்விகளைக் கேட்டேன். எழுத்துப் பூர்வமான விளக்கமளிப்பதாகக் குறிப்பிட்டார். ஆனால், இதுவரை எந்த விளக்கமும் கிடைக்கவில்லை.

குடியரசுத் தலைவர் மாளிகை, எதிர்க்கட்சிகளால் அரசியல் மாளிகையாக்கப்படுகிறது என்று தவறாக பிரதமர் நாடாளுமன்றத்தில் பேசியிருக்கிறார். பிரதமரின் செயல்பாடுகளைக் குறை கூற வேண்டும் என்பது என்னுடைய நோக்கமல்ல. ஆனால், குடியரசுத் தலைவருக்கும் பிரதமருக்கும் இடையேயான உறவு சுமூகமாக இருக்கவேண்டும். வீண் வதந்திகளுக்கு இடம் தந்துவிடக்கூடாது என்பதற்காகவே இதை எழுத வேண்டியிருக்கிறது.

பரஸ்பர புரிந்துணர்வு, வெளிப்படைத்தன்மை உள்ளிட்டவை இருந்தால் மட்டுமே இரு தரப்பிலும் நம்பிக்கை ஏற்படும். தேச நலன் கருதி இணைந்து செயல்பட வேண்டியது அவசியம் என்று கடிதத்தை முடித்திருந்தார்.

பொறுத்து பொறுத்துப் பார்த்து பொங்கியெழுந்துவிட்டார் என்றே சொல்லவேண்டும். குடியரசுத் தலைவர் மாளிகையை மத்திய அரசின் உளவுத்துறையினர் ஒட்டுக்கேட்பதாக வந்த செய்திகள் அவரை கோபப்படுத்தியிருக்கலாம். பிரதமரின் முதன்மைத் தனிச்செயலராக இருந்த பி.சி. அலெக்ஸாண்டரின் செயல்பாடுகளில் ஜெயில் சிங் அதிருப்தி கொண்டிருந்தார்.

ராஜிவ் காந்தி தரப்பும் ஜெயில் சிங் மீது கோபத்தில் இருந்தது. பிரணாப் முகர்ஜி உள்ளிட்ட இந்திரா காந்தி ஆதரவாளர்களை

குடியரசுத் தலைவர் மாளிகையில் ஜெயில் சிங் சந்தித்ததை யாரும் ரசிக்கவில்லை. காங்கிரஸ் கட்சிக்குள் ராஜிவ் காந்திக்கு எதிராக ஒரு கோஷ்டி உருவாகியிருந்தது. அதிருப்தி கோஷ்டியின் தலைவராக பிரணாப் முகர்ஜி இருந்தார். 29 எம்.பிக்கள் அதிருப்தி காங்கிரஸ் கோஷ்டியில் இருந்ததாகச் சொல்லப்பட்டது. பிரதமராக இருந்த ராஜிவ் காந்திக்குக் கோபம் வராவிட்டால்தான் ஆச்சர்யப்பட வேண்டும்.

இந்திரா காந்தியோ ஆறு குடியரசுத் தலைவர்களோடு பணியாற்ற வேண்டியிருந்தது. அவர்களில் நிறைய பேர் முரண்பட்டு நின்றார்கள். ஆனால், பொதுவெளிக்கு வந்ததில்லை. குடியரசுத் தலைவர் தேர்தலில் காங்கிரஸ் கட்சி சார்பாக நிறுத்தப்பட்ட சஞ்சீவ ரெட்டியை எதிர்த்து தன்னுடைய ஆதரவாளரான வி.வி. கிரியை நிறுத்தினார். அன்று சஞ்சீவ ரெட்டி தோற்கடிக்கப்பட்டாலும் பின்னர் வந்த குடியரசுத் தலைவர் தேர்தலில் சஞ்சீவ ரெட்டியே குடியரசுத் தலைவராக வந்தபோது, இந்திராவுக்கு சங்கடமாகத்தான் இருந்தது.

அரசியலமைப்புச் சட்டம் 78வது விதிகளின்படி, பிரதமர் குடியரசுத் தலைவருக்கு விளக்கம் தரவேண்டும். ஆனால், ராஜிவ் காந்தி அதற்குத் தயாராக இல்லை. ஜெயில் சிங்கோடு சமரசத்துக்கு அவர் கடைசி வரை தயாராக இல்லை. அது தேவையில்லை என்று நினைத்தார்.

ஜெயில் சிங்கின் குடியரசுத் தலைவர் பதவிக்காலம் முடிவடைய மூன்று மாதமே இருந்தது. இந்திரா காந்தி படுகொலைக்குப் பின்னர் டெல்லியில் நடைபெற்ற கலவரங்கள் பற்றிய ரங்கநாத் மிஷ்ராவின் கமிஷன் அறிக்கை பிரதமரிடம் சமர்ப்பிக்கப்பட்டிருந்தது. அது பற்றிய விவரங்கள் தன்னிடம் பகிர்ந்து கொள்ளப்படும் என்று ஜெயில் சிங் நினைத்தார்.

கமிஷனின் அறிக்கையை முன்வைத்து, தாக்குதலில் ஈடுபட்ட குற்றவாளிகளுக்கு எதிரான நடவடிக்கைகளை முடுக்கிவிட்டால் மட்டுமே தன்னுடைய மன உளைச்சல் தீரும் என்கிற நிலையில் இருந்தார். குடியரசுத் தலைவர் பதவியிலிருந்து ஓய்வுபெற்ற பின்னர், சீக்கிய மக்களின் நன்மதிப்பைத் திரும்பப் பெற்று அரசியலிலிருந்து அமைதியாக ஒதுங்கிவிடலாம் என்று நினைத்தார். அவரது கணக்கு, தப்புக் கணக்காகவே முடிந்தது.

•

10. காட் ஒப்பந்தம்

பிளாஸ்டிக்கில் அச்சிடப்பட்ட இந்திய தேசியக் கொடியின் உருவத்தின் பின்பக்கத்தில் 'மேட் இன் சைனா' என்று அச்சிட முடியுமா?

முடியும்!

அதெப்படி தேசியக்கொடியில் சீனாவின் பெயரை அச்சிடலாம்? தடை செய்யச் சொல்லி உத்தரவிட முடியுமா?

முடியாது!

இந்தியாவில் கிடைக்கும் காபியே நமக்குப் போதுமானது. எதற்காக இந்தோனேஷியா, பிரேசிலில் இருந்து இறக்குமதி செய்ய வேண்டும்? தடை செய்துவிடலாமா?

முடியாது! அவையெல்லாம் நம்மைவிட ஆறு மடங்கு காபி உற்பத்தி செய்யும் நாடுகள். அவர்களது காபித்தூள் உலகளாவிய பிராண்ட். இந்தியாவிலும் விற்பார்கள்.

தடை செய்ய முடியாது. உங்களுக்குப் பிடிக்கவில்லையென்றால் வாங்க வேண்டாம்!

அந்த நாட்டில் பணியாற்றும் நம்மூர் மக்கள் தாக்கப்படுகிறார்கள். ஆகவே, சம்பந்தப்பட்ட நாட்டுடன் எந்தவித ஒட்டும் உறவும் வைத்துக்கொள்ள வேண்டாம் என்று சட்டமியற்ற வேண்டும். அங்கிருந்து எதையும் இறக்குமதி செய்யக்கூடாது; இங்கிருந்து எதையும் ஏற்றுமதி செய்யக்கூடாது என்று மத்திய அரசை நிர்பந்தம் செய்ய முடியுமா?

முடியும். ஆனால், நடக்காது!

கள்ளக்கடத்தல், தங்க பிஸ்கெட், அகதிகள், போர்க் கைதிகள், பண்டமாற்று முறைகள், எல்லையோரப் பிரச்னைகள்ய இவையெல்லாம் 90களுக்குப் பின்னர் பிறந்தவர்களுக்குத் திரைப்படங்கள் வழியாகத்தான் பரிச்சயம் இருக்கும். அண்டை நாடுகளுக்கு இடையேயான வர்த்தக உறவுகள், மோதல்கள், உறவு நிலை, போர்ச்சூழல் பற்றியெல்லாம் முழுமையாகப் புரிந்துகொள்ள வாய்ப்பில்லை.

இணையத்தின் அறிமுகம் உலகைச் சுருக்கிவிட்ட பின்பு, இவையெல்லாம் பழங்கதையாகிவிட்டன. இன்று உலகத்தின் எந்த மூலையிலிருந்தும் எதை வேண்டுமானாலும் தருவிக்க முடியும். 90களுக்கு முன்னர் இதெல்லாம் சாத்தியமில்லை. காலம் மாறிவிட்டது. காலத்திற்கேற்பத் தேவைகளும் மாறியிருக்கின்றன. ஒரு காலத்தில் மிளகு தனித்தனி மணிகளாக எண்ணப்பட்டு, விற்கப்பட்டது என்பதையே இன்று யாரும் நம்பமாட்டார்கள்.

90களுக்கு பின்னர் பிறந்தவர்களுக்கு இதன் பின்னணி தெரிய வாய்ப்பில்லை. ஆனால், 60களில் பிறந்து 80களில் வாழ்ந்தவர்களுக்கு தாராளமயமாக்கல் தந்த வரங்களை., அதன்மூலம் கிடைத்த பல்வேறு மாற்றங்களை நன்றாகவே உணர முடியும். எந்தவொரு மாற்றத்துக்கும் எதிர்ப்புகள் இருக்கத்தான் செய்யும். பொருளாதார ரீதியான மாற்றங்களை எதிர்கொள்ள ஒரு தொலைநோக்குப் பார்வையும், கூடவே ஆட்சி, அரசியல் பலமும், மக்கள் ஆதரவும் தேவை.

நரசிம்மராவுக்கு அதெல்லாம் இருந்ததாக உறுதியாகச் சொல்லிவிட முடியாது. அவரது தலைமையிலான அரசில் மன்மோகன் சிங் நிதியமைச்சராக இருந்த காலத்தில் அறிமுகப்படுத்தப்பட்ட தாராளமயமாக்கல் கொள்கையை இந்தியா தயக்கத்துடன்தான்

எதிர்கொண்டது. இடதுசாரிகளிடமிருந்து தொடர்ந்து கடும் எதிர்ப்பு வந்தது. பொருளாதார மாற்றங்களை படிப்படியாக அமல்படுத்த வேண்டும் என்கிற நிலைப்பாட்டுடன் வலதுசாரிகளும் எதிர்த்தார்கள்.

1994, ஏப்ரல் 15 இந்தியாவின் கறுப்பு நாளாக தொழிலாளர் நல அமைப்புகளால் அனுசரிக்கப்பட்டது. அதே தினத்தில் வட ஆப்பிரிக்காவின் மொராக்கோ நாட்டின் தலைநகரான மாரகேஷில் நடைபெற்ற உலக வர்த்தக அமைப்பின் கூட்டத்தில் காட் ஒப்பந்தம் (GATT) கையெழுத்திடப்பட்டது. 115 நாடுகளைச் சேர்ந்த அரசுப் பிரதிநிதிகள் அங்கே குழுமியிருந்தார்கள்.

இந்தியாவின் சார்பில் பிரணாப் முகர்ஜி கையெழுத்திட்டார். பத்தாண்டு காலப் பயணம் அது. ராஜிவ் காந்தி தலைமையிலான ஆட்சியில் ஆரம்பித்து வைக்கப்பட்ட புள்ளி, முழு சித்திரமானது. தன்னுடைய அரசியல் வாழ்க்கையின் மிகப்பெரிய தருணத்தில் இருப்பதாக அவர் புளாங்கிதம் அடைந்தார். அதே நேரத்தில் அவரது சொந்த மாநிலமான கல்கத்தாவில் இடது சாரி அமைப்புகள் பிரணாப் முகர்ஜியின் கொடும்பாவியைக் கொளுத்திக் கொண்டிருந்தார்கள்.

இடதுசாரிகள் ஆட்சியில் இருந்த மேற்கு வங்கத்தில் தாராளமயமாக்கல் கொள்கைகளை எதிர்த்து அடையாளப் போராட்டங்கள் நடைபெற்று வந்த நேரம் அது. இந்தியாவில் மட்டுமல்ல உலகம் முழுவதும் காட் ஒப்பந்தத்துக்கு எதிரான போராட்டங்கள் இருக்கத்தான் செய்தன. இடதுசாரிகளின் கோட்டையான மேற்கு வங்கத்தில் உச்சத்தில் இருந்தது. இடதுசாரிகளால் நாடெங்கிலும் உள்ள தொழிலாளர் அமைப்புகளை வெற்றிகரமாக ஒருங்கிணைக்க முடிந்தது.

காட் ஒப்பந்தத்துக்கு எதிரான தொழிலாளர்களின் போராட்டக் களமாக டெல்லி அமைந்தது. பேரணி, பொதுக்கூட்டம் என்று அடுத்தடுத்த நிகழ்வுகள் நடந்தேறின. பேரணிக்கு இரண்டு நாட்களுக்கு முன்னரே மக்கள் கூட்டம் டெல்லியை முற்றுகையிட்டது. சமீபத்திய விவசாயிகளின் போராட்டத்தைப் போல் அனைத்து மாநிலங்களிலிருந்தும் தொழிலாளர்கள் டெல்லியை நோக்கி வர ஆரம்பித்திருந்தார்கள்.

காட் ஒப்பந்தத்துக்கு எதிராக அனைத்து விதமான போராட்ட வடிவங்களும் தொழிலாளர் நல அமைப்புகளால் மேற்கொள்ளப் பட்டன. களப்போராட்டம், உண்ணாவிரதம், பேரணி, பொதுக் கூட்டம், சட்டப் போராட்டம், மறியல் என அத்தனைப்

போராட்டங்களையும் நரசிம்மராவ் அரசு எதிர்கொண்டது. ஆனால், தன்னுடைய நிலைப்பாட்டை மாற்றிக் கொள்ளவில்லை.

புதிய பொருளாதாரக கொள்கைகளைத் திரும்பப் பெறுவதில்லை என்பதில் மூன்றாண்டுகளும் முழு மூச்சுடன் இருந்தார்கள். குறைந்தபட்சம் சற்றுத் தாமதத்தோடு படிப்படியாக அமல் படுத்தலாமே என்கிற கோரிக்கைக்கும் நரசிம்மராவ் ஒப்புக்கொள்ள வில்லை.

முதலில் ஜனதா தளத்தின் ஷரத் யாதவ் தலைமையிலான எம்.பிக்கள் நாடாளுமன்ற வளாகத்தில் போராட்டத்தில் இறங்கினார்கள். பின்னர் காங்கிரஸ் தவிர்த்து அனைத்து எதிர்க்கட்சிகளும் போராட்டத்தைக் கையிலெடுத்துக் கொண்டன. அடுத்து வந்த இரண்டு வாரங்களும் தலைநகர் டெல்லி விதவிதமான போராட்டங்களைச் சந்திக்க வேண்டியிருந்தது.

இடது சாரிகளின் மெகா பேரணியில் இரண்டரை லட்சம் மக்கள் பங்கேற்றார்கள். மறுநாள் பாஜகவும் தன்னுடைய பங்கிற்குத் தனியாக ஒரு பேரணியை நடத்தியது. அதற்கும் மக்கள் கூட்டம் கூடியது. இவையெல்லாம் நரசிம்மராவ் அரசுக்கு நெருக்கடியாக அமையும் என்று எதிர்பார்த்தார்கள்.

போராட்டங்களை அடக்கி, ஒடுக்க ஏனோ நரசிம்ம ராவ் அரசு நினைக்கவில்லை. சர்வதேச ஊடகங்களில் செய்தியாகவே இருக்கட்டும் என்கிற ரீதியில் இயங்கினார்கள். எந்தவொரு பேச்சுவார்த்தையோ அல்லது அறிவிப்புகளோ அரசிடமிருந்து வெளிவரவில்லை.

ராஜிவ் காட்டிய வழியாகவே காட் ஒப்பந்தத்தை நரசிம்மராவ் முன் வைத்தார். காங்கிரஸ் கட்சித் தலைவர்களின் ஒப்புதல்களை ராஜிவ் காந்தியின் பெயரை முன்னிறுத்தியே பெற்றுக்கொண்டார். ராஜிவ் காந்தி காலத்திலேயே காட் ஒப்பந்தத்தில் செய்யவேண்டிய மாற்றங்களைப் பற்றிப் பேச ஆரம்பித்திருந்தார்கள். டங்கல் திட்டத்தின்படி வெளிநாட்டிலிருந்து இந்தியாவில் தொழில் தொடங்க வருபவர்களை இந்தியாவில் உள்ள முதலீட்டாளராகவே கருத வேண்டும்.

வெளிநாட்டு நிறுவனங்கள் இந்தியாவில் தொழில் தொடங்கினால் முடிவெடுக்கும் இடத்தில் இந்தியர்கள் இருக்க வேண்டும் என்றொரு விதி இருந்தது. டங்கல் திட்டம் அதை மாற்றிவிட்டது. வெளிநாட்டு நிறுவனங்களிடம் உயர் பதவிகளில் இந்தியர்களை

அமர்த்த வேண்டும் என்று கட்டாயப்படுத்த முடியாது. வணிகத்தின் மூலம் ஈட்டிய லாபத்தை இந்தியாவிலிருந்து எடுத்துச் செல்வதைத் தடுக்கவும் முடியாது என்கிற நிலை ஏற்பட்டது.

இது போதாது? புதிய பொருளாதாரக் கொள்கைகளை எதிர்த்து மூன்றாண்டுகளாகவே போராட்டம் நடத்தி வந்த இடதுசாரிகளுக்கு டங்கல் திட்டம், காட் ஒப்பந்தம் அனைத்துமே வேப்பங்காயாகக் கசந்தது. அதன் காரணமாகவே காட் ஒப்பந்தம் கையெழுத்தான தினத்தில் உச்சக்கட்ட எதிர்ப்பைக் காட்டினார்கள்.

இடது, வலது என இரு தரப்பும் காட் ஒப்பந்தத்தை எதிர்த்து நின்றாலும் அவர்களிடையே இருவேறு பார்வைகளும் எதிர் பார்ப்புகளும் இருந்தன. இடதுசாரிகளைப் பொறுத்தவரை விவசாயிகள், விளைநிலங்களைச் சார்ந்திருக்கும் கூலித் தொழிலாளிகள், அமைப்பு சாரா தொழிலாளர்களின் நலன் முக்கியமானது என்பதில் உறுதியாக இருந்தார்கள்.

பாஜகவைப் பொறுத்தவரை காட் ஒப்பந்தத்தைக் காங்கிரஸ் கட்சிக்கு எதிரான அரசியல் பிரச்னையாகவே எதிர்கொண்டது. எந்தவொரு மாற்றத்தையும் மறுக்கவில்லை. ஆனால், நிதானமாகச் செயல் படவேண்டும் என்றார்கள். பொருளாதாரம் சம்பந்தப்பட்ட விஷயங்களில் மாற்றங்களைப் படிப்படியாக அமலுக்குக் கொண்டுவரவேண்டும். அவசரப்படுவதால் தேசத்தின் நலன் பாதிக்கப்படும் என்பது அவர்களது நிலைப்பாடு.

காட் ஒப்பந்தத்துக்கு எதிரான களப்போராட்டம் தொடர்ந்து கொண்டிருந்த அதே நேரத்தில் சட்டப் போராட்டமும் தொடர்ந்தது. மாநில உரிமைகளைப் பாதிக்கும் விஷயமாகப் பார்க்கப்பட்டது. குறிப்பாக காங்கிரஸ் ஆட்சியில் இல்லாத மாநிலங்கள் தங்களுடைய மாநில உரிமையைப் பாதுகாக்க, நீதிமன்றங்களை அணுகினார்கள்.

மாநில அரசின் உரிமைகளில் மத்திய அரசு தலையிடுகிறது. மாநில அரசுகளைக் கலந்தாலோசித்த பின்னரே காட் ஒப்பந்தத்தில் கையெழுத்திடுவதா, வேண்டாமா என்கிற முடிவை எடுக்கவேண்டும் என்று தமிழக முதல்வர் ஜெயலலிதா, மார்ச் 1994ல் கடிதம் எழுதினார். அவரைத் தொடர்ந்து ராஜஸ்தான், ஒரிசா முதல்வர்களும் போர்க்கொடி உயர்த்தினார்கள்.

ஜெயலலிதா தலைமையிலான அதிமுக அரசு மத்திய அரசின் பொருளாதார முடிவுகளுக்கு எதிராக இருந்தது. காட் ஒப்பந்தம் குறித்த விஷயத்தில் மத்திய அரசு, மாநில அரசின் உரிமைகளைக்

காப்பாற்ற வேண்டும் என்று உச்ச நீதிமன்றத்தை அணுகி முறையிட்டது. ஒரிசா, ராஜஸ்தான், மேற்கு வங்கம் உள்ளிட்ட மாநிலங்களும் மத்திய அரசுக்கு எதிராக இருந்தன.

அரசியலமைப்புச் சட்டத்தின் ஏழாவது பிரிவின் படி விவசாயம், பொதுநலன் போன்றவை மாநில அரசின் கீழ் வருபவை என்பதால் அவற்றைப் பாதிக்கும்படியான சட்டங்களை மத்திய அரசு கொண்டு வரமுடியாத சூழல் இருந்தது. அதே நேரத்தில் அரசியலமைப்புச் சட்டம் 253 பிரிவின் படி சர்வதேச வர்த்தகம் தொடர்பான விஷயங்களுக்குப் பொறுப்பேற்றுள்ள மத்திய அரசு, எந்த நாட்டுடனும் வணிக ஒப்பந்தம் செய்துகொள்ள முடியும்.

காட் ஒப்பந்தத்தில் கையெழுத்திடுவதற்கு முன்னர் எங்களிடம் கலந்தாலோசிக்க வேண்டும் என்ற மாநில அரசுகளின் கோரிக்கைக்கு மத்திய அரசிடமிருந்து பதில் இல்லை. கடும் எதிர்ப்புகளுக்குப் பின்னர் இறங்கி வந்த மத்திய அரசின் வர்த்தகத்துறை அமைச்சகம் காட் ஒப்பந்தம் குறித்து மாநில அரசுகளின் கருத்துக்களை எழுத்துப்பூர்வமாக தெரிவிக்கும்படிக் கேட்டுக்கொண்டது. ஆனால், முடிவுதான் ஏற்கெனவே எடுத்தாகிவிட்டதே!

மாநில உரிமைகளை நசுக்குவதாகப் பேசினாலும், சாமானிய மக்கள் மத்தியில் இருந்த கவலைகள்தான் மாநிலக் கட்சிகளை மத்திய அரசுக்கு எதிரான நிலைப்பாட்டில் இருக்க வைத்தன. இந்தியாவை அந்நிய நாட்டுக்கு அடமானம் வைக்கப்போகிறார்கள் என்கிற ரீதியில் வந்த விமர்சனங்கள் மக்களைக் கவலைக்குள்ளாக்கியிருந்தது.

எந்தவொரு சிக்கலாக இருந்தாலும் உலக வங்கி, இந்தியாவுக்குக் கடன் தந்துவிடும். எவ்வளவு கடன் என்பதெல்லாம் பட்ஜெட்டில் துண்டறிக்கையாக வந்துவிடும். ஆகவே, இந்தியாவுக்கு எத்தனை கடன், எவ்வளவு வரவு, செலவு என்கிற கவலையெல்லாம் பொதுவாக மார்ச் மாதத்தோடு முடிந்துவிடும். சாமானிய மக்களைப் பொறுத்தவரை, உலக வங்கி, சர்வதேச நாணய நிதியம் போன்று காட் என்பதும் கடன் தரக்கூடிய அமைப்பு என்பதுதான் அவர்களது புரிதலாக இருந்தது.

ஆனால், காட் அமைப்பு எந்த நாட்டிற்கும் நிதியுதவி செய்வதில்லை. தங்கு தடையற்ற வர்த்தகத்தை மட்டுமே குறிக்கோளாகக் கொண்டிருந்தது. கறாரான விதிமுறைகள்கூட வகுக்கப்படவில்லை. பொருளாதார ரீதியாக வளர்ந்த, வளரவேண்டிய நாடுகள் நிறைய இருந்தன. ஒவ்வொரு நாட்டிற்குமான வரவு, செலவு, தேவைகள், வாழ்க்கைச் சூழல் அத்தனையும் வேறுவிதமாகவே இருந்தன.

ஆகவே, உலகெங்கும் உள்ள நாடுகளுக்குப் பொருந்துவதுபோல் பொருளாதார விதிகளை வரையறுக்க முடியாது. இரண்டாம் உலகப்போருக்குப் பின்னர் 23 நாடுகள் சேர்ந்து உருவாக்கிய அமைப்புதான், காட். ஆனாலும், 50 ஆண்டுகளாக உட்கார்ந்து பேசுமிடமாக மட்டுமே இருந்து வந்தது. எந்தவொரு முடிவுக்கும் வர முடிந்ததில்லை.

90களில் நடந்த ஆறு கட்டப் பேச்சுவார்த்தைகளுக்குப் பின்னர் காட் அமைப்பின் உறுப்பு நாடுகளிடையே ஒருமித்தக் கருத்து உருவானது. வாஷிங்டனும் லண்டனும் தொடர்ந்து வழிநடத்தினார்கள். மார்கரெட் தாட்சர், ரெனால்டு ரீகன், ஹெல்மட் கோல் போன்றவர்களின் முன்னெடுப்பால் மட்டுமே இவையெல்லாம் சாத்தியமானது.

உறுப்பு நாடுகளுக்கிடையே தடையில்லாத வர்த்தகத்தை காட் ஒப்பந்தம் உறுதி செய்கிறது. அதற்கு முன்னர் பெரும்பாலான வெளிநாட்டுப் பொருட்களுக்கு 40 சதவிகிதம் வரை இறக்குமதி வரி இருந்தது. காட் ஒப்பந்தத்துக்கு பின்னர் ஏறக்குறைய 10 சதவிகிதம் வரை குறைந்தது. விலைமதிப்பான வெளிநாட்டுப் பொருட்களை என்ன விலை கொடுத்தாலும் வாங்கவேண்டும் என்று நினைத்த இந்தியப் பணக்காரர்களுக்கு முதலில் மகிழ்ச்சி கிட்டியது.

அடுத்ததாக வசதி படைத்த மிடில் கிளாஸ் மக்களுக்கான காலம். அவர்கள் தங்கள் வாழ்நாளில் நினைத்துப் பார்க்க முடியாத வெளிநாட்டுப் பொருள்கள் கைக்குக் கிடைத்தன. கலர் டிவி இந்தியா முழுவதும் பரவலானது. வாட்ச் தொடங்கி கார் வரை அதுவரை ஆடம்பரப் பொருள்களாக இருந்தவையெல்லாம் அத்தியாவசியப் பொருள்களாகிவிட்டன.

காட் ஒப்பந்தம், இந்திய பொருளாதாரத்தின் முகத்தை மாற்றியமைத்தது. அமெரிக்கப் பொருளாதாரத்தின் எல்லைகளை விரிவுபடுத்தியது. எங்கும் டாலர் என்பதே பேச்சாக இருந்தது. இந்தியா, அமெரிக்காவின் சூழ்ச்சியில் சிக்கிவிட்டது என்றெல்லாம் விமர்சிக்கப்பட்டது. அமெரிக்க நிறுவனங்களான கூகிள், யூடியூப், வாட்ஸ்அப், பேஸ்புக் தரும் சேவைகளைப் பயன்படுத்துபவர்கள் மத்தியில் இன்றும் அதே விமர்சனம் உயிர்ப்போடு இருக்கிறது.

•

11. பொன்பரப்பி வங்கிக் கொள்ளை

ஏப்ரல் 18, 2019. தமிழ்நாடு முழுவதும் நாடாளுமன்றத் தேர்தலுக்கான வாக்குப்பதிவு அமைதியான முறையில் நடைபெற்றுக் கொண்டிருக்கிறது. பெரிய அளவில் மோதல்களோ வன்முறைச் சம்பவங்களோ இல்லையென்று டிவியில் செய்தி வாசிப்பாளர் செய்தியறிக்கை வாசித்து முடித்த அடுத்த நிமிடமே பிளாஷ் செய்தி ஓடத் தொடங்கியது.

அரியலூர் மாவட்டம் பொன்பரப்பி கிராமத்தில் இரு தரப்பினருக்கு இடையேயான மோதலில் வீடுகள் கல் வீசி தாக்கப்பட்டன. வீடுகளிலிருந்த பொருள்கள் உடைத்து நொறுக்கப்பட்டன. இரு தரப்பினர் என்று பொதுவாகச் சொல்லப்பட்டாலும் அது பாமகவினருக்கும் விடுதலைச் சிறுத்தைக் கட்சிகளுக்கும் இடையேயான மோதல் என்பது சாமானியருக்கும் புரியும்.

விடுதலைச் சிறுத்தைகள் கட்சியின் தலைவர் திருமாவளவன் பானை சின்னத்தில் போட்டியிடும்

சிதம்பரம் நாடாளுமன்றத் தொகுதியின் கீழ் பொன்பரப்பி வருகிறது. வாக்குச்சாவடி அலுவலகத்தில் வைக்கப்பட்டிருந்த பானை உடைக்கப்பட்டதாலும், ஒரு தலித் முதியவரைச் சிலர் வாக்களிக்க விடாமல் தகராறு செய்ததாலும் எழுந்த மோதல், பின்னர் கல்வீச்சு, கலவரத்தில் முடிந்தாகச் சொல்லப்படுகிறது. வழக்கு விசாரணை முடிந்த பின்னர் உண்மை நிலவரம் தெரிய வரும்.

தலித் மக்கள் பிரதானமாக வசிக்கும் பகுதியான பொன்பரப்பிக்கு வேறொரு முகம் உண்டு. அது எண்பதுகளில் இந்தியாவையே திரும்பிப் பார்க்க வைத்த முகம். பொன்பரப்பி மக்களின் வீர, தீரத்தைக் கண்டு இந்திய மக்கள் பிரமித்துப்போனார்கள். பொன்பரப்பியின் வெள்ளந்தி மனிதர்கள் வாழ்த்து மழையில் நனைந்தார்கள். அதுவொரு முக்கியமான தருணம். தமிழ்நாட்டு மக்கள் பெருமைப்படத்தக்க தருணம் அது!

செப்டம்பர் 1, 1987. செவ்வாய் கிழமை. பொன்பரப்பி கிராமம். நெருக்கடியான ஓட்டு வீடுகளும் குடிசை வீடுகளும் நிறைந்த பகுதியில் சற்று உள்ளடங்கியே இருந்தது அந்தச் சின்னக் கட்டடம். அந்தப் பகுதியில் இருந்த ஒரே கான்கிரீட் கட்டடம்.

அங்குதான் பொன்பரப்பியின் ஸ்டேட் பாங்க் ஆப் இந்தியாவின் கிளை செயல்பட்டு வந்தது. வாடிக்கையாளர்களில் பெரும்பாலான வர்கள் எளிய மக்கள். விவசாயத் தொழிலாளர்களும் கூலித் தொழிலாளர்களும் வங்கிக் கணக்கு வைத்திருந்தார்கள்.

சரியாக காலை 11.30 மணி. நான்கு பேர் வேகமாக சைக்கிள் ஓட்டியபடி வங்கியின் வாசலில் வந்து இறங்கினார்கள். அத்தனை பேரிடமும் முதுகில் துப்பாக்கி இருந்தது. கைகளில் கையெறிக் குண்டும் இருந்தது.

சைக்கிளில் இருந்து இறங்கியதும் ஸ்டென் கன் துப்பாக்கியை எடுத்துச் சுட்டபடியே கொள்ளையர்கள் வங்கிக்குள் நுழைந்தார்கள். துப்பாக்கித் தோட்டாக்கள் நான்கு பக்கமும் சிதறித் தெறித்தன. துப்பாக்கிச் சத்தமும், வங்கிக்குள் இருந்த ஊழியர்கள், வாடிக்கையாளர்களின் அலறல் சத்தமும் அந்தப் பகுதியையே உலுக்கியது.

கொள்ளைக் கும்பலின் தலைவன் போல் இருந்தவன், கேஷியர் இருந்த அறையை நோக்கிக் கையில் துப்பாக்கியோடு ஓடினான். 27 வயதான நந்தகுமார் என்பவர்தான் வங்கியின் கேஷியராக இருந்தார். கண்ணாடியிலான அறையை உள்பக்கமாகத் தாழிட்டிருந்தார்.

ஒரே ஒரு துப்பாக்கித் தோட்டாவில் கண்ணாடி சிதைந்து விழுந்து, கதவு திறந்து கொண்டது. கும்பலின் தலைவன் உள்ளே நுழைந்து துப்பாக்கி நீட்டியதும் அதை நந்தகுமார் தட்டிவிட்டிருக்கிறார். அதற்குள் தோளில் குண்டு பாய்ந்துவிட்டது.

நந்தகுமாரிடமிருந்த லாக்கர் சாவி, பணம் அனைத்தையும் அள்ளி ஒருவன் பைக்குள் திணிக்க ஆரம்பித்தான். அதற்குள் சுதாரித்து, அங்கிருந்து மேனேஜர் அறையை நோக்கி ஓட ஆரம்பித்த நந்தகுமாரின் முதுகில் சுட்டதில் அவர் அங்கேயே சரிந்து விழுந்தார். கண்முன்னே ஓர் உயிர் பலி. வங்கியில் இருந்த அத்தனை பேரும் அதிர்ச்சியில் உறைந்தார்கள்.

அடுத்து வந்த பத்து நிமிடங்களில் ஒட்டுமொத்த கட்டடமும் கொள்ளையர் வசம் வந்துவிட்டது. வங்கியின் மேனேஜரை அவரது அறையில் துப்பாக்கி முனையில் உட்கார வைத்திருந்தார்கள். அவருக்குப் பின்புறம் இருந்த இரும்பு பீரோ துப்பாக்கித் தோட்டாக்களால் உருகுலைந்திருந்தது.

வங்கியின் லாக்கர் ரூமை மேனேஜர் திறந்ததும், வந்திருந்தவர்களில் நான்கு பேர் உள்ளே நுழைந்தார்கள். கையோடு கொண்டு வந்திருந்த பைகளில் பணத்தையும் நகைகளையும் நிதானமாக நிரப்ப ஆரம்பித்தார்கள். லாக்கர் ரூமுக்கு வெளியே துப்பாக்கி ஏந்தியபடி ஒருவன் காவலுக்கு நின்றான்.

அடுத்து வந்த அரைமணி நேரத்தில் லாக்கரிலிருந்த ஒட்டுமொத்த பணமும், நகைகளும் பேக் செய்யப்பட்டுவிட்டன. கேஷியர் கண்முன் கொல்லப்பட்டு, ரத்த வெள்ளத்தில் கிடந்ததைப் பார்த்த பின்னர் யாரும் எந்த எதிர்ப்பையும் தெரிவிக்கவில்லை. உயிர் பிழைத்தால் போதுமென்று மூலையில் ஒடுங்கிவிட்டார்கள்.

திட்டமிட்டபடிக் கொள்ளைச் சம்பவத்தை வெற்றிகரமாக நடத்திவிட்டு, முகம் நிறைய மகிழ்ச்சியோடும் முதுகில் கட்டிய பண மூட்டையோடும் அந்த ஐந்து பேரும் வங்கியை விட்டு வெளியே வந்தார்கள். அங்குதான் அவர்களுக்கோர் அதிர்ச்சி காத்திருந்தது.

கையில் கல், கழி, கட்டை, இரும்பு பைப் சகிதம் ஏராளமான பொதுமக்கள் வங்கியின் வாசலில் கொள்ளையர்களுக்காகக் காத்திருந்தார்கள். வங்கியில் துப்பாக்கி வெடித்த சத்தத்தைக் கேட்டதும் ஊர் ஒன்றுகூடி விட்டது. அக்கம் பக்கத்தில் வயலில் வேலை செய்து கொண்டிருந்தவர்களெல்லாம் ஓடி வந்து வாசலில் குவிந்திருந்தார்கள்.

வங்கிக்குள் நடப்பது என்னவென்பதை ஊகித்துக் கொண்ட ஊர் மக்கள், கொள்ளையர்களை ஒரு கை பார்க்க முடிவெடுத்து, திரண்டு வந்திருந்தார்கள். கொள்ளையர்களின் கையில் 'ஸ்டென் கன்' இருப்பதும் அவர்களுக்குத் தெரியும். தெரிந்தும் கூடியிருந்தார்கள்.

கஷ்டப்பட்டு வியர்வை சிந்திச் சம்பாதித்த பணத்தைக் குருவிபோல் சேர்த்து வைத்தால் எவனோ வந்து கொள்ளையடித்துப் போவான். அதைப் பார்த்துவிட்டுச் சும்மா இருப்பதா? என்னுடைய பணம், என்னுடைய நகை. போனால் வராது. எங்களுடைய ஊருக்குள் வந்து, பட்டப்பகலில் எங்கள் கண்முன்னே பணத்தைக் கொள்ளையடித்து விட்டுத் தப்பிப்பதா? விடவே மாட்டோம் என்று வெறியோடு கோபத்தின் உச்சத்தில் மக்கள் குமுறியபடி வெளியே நின்றிருந்தார்கள்.

கூட்டத்தினரிடம் சிக்கினால் உயிரோடு தப்பிக்க முடியாது என்பதைக் கொள்ளைக் கூட்டத்தின் தலைவன் புரிந்து கொண்டான். இனி சாமர்த்தியமாகச் செயல்பட்டால் மட்டுமே தப்பிக்க முடியும். பொதுமக்களுக்கு நம்மீது பயம் வந்தாக வேண்டும் என்று கருதியவன், 'எங்களைப் போகவிடவில்லையென்றால் உங்கள் எல்லோரையும் சுட்டுத் தள்ளிவிடுவோம்' என்றான்.

மக்கள் அசரவில்லை. நகரவும் இல்லை. கூட வந்திருந்த இரண்டு கொள்ளையர் துப்பாக்கியை உயர்த்தி, வானை நோக்கிச் சுட்டார்கள்.

பொதுமக்களைப் பயமுறுத்துவதற்காக அந்தக் கொள்ளையர்கள் செய்த விஷயம், வினையானது. பொதுமக்களுக்குச் சட்டென்று கோபம் தலைக்கேறிவிட்டது. அங்கே கட்டடத்தின் தரைத்தள வேலைக்காகக் குவித்து வைக்கப்பட்டிருந்த செங்கல் துண்டுகளைக் கையில் எடுத்தார்கள். சரமாரியாகக் கொள்ளையர்கள் மீது எறிய ஆரம்பித்தார்கள்.

கொள்ளையர்கள் இதை எதிர்பார்க்கவில்லை. வானை நோக்கிச் சுட்டதும் கூட்டம் பயந்து போய்க் கலைந்து சென்றுவிடும் என்று நினைத்திருந்தார்கள். ஆனால், மக்கள் கூட்டமோ எதற்கும் தயாராக வந்திருந்தது.

கொள்ளையர்கள் துப்பாக்கியை இயக்குவதற்குள் சர்ரென்று கற்கள் பறந்து வந்து நெற்றியைப் பதம் பார்த்தன. ஐந்து பேரும் நிலை குலைந்து போனார்கள். அதிரடியான கல்வீச்சை அவர்கள் எதிர்பார்க்கவில்லை. கிராமத்தின் மக்கள் கூட்டத்திடமிருந்து எப்படியாவது தப்பித்தாக வேண்டும். செருப்பைக் கழட்டி

கூட்டத்தினரை நோக்கி எறிந்தார்கள். அது ஊர்மக்களை இன்னும் கோபப்படுத்தியது. ஐவரையும் சுற்றி வளைத்துத் துரத்த ஆரம்பித்தார்கள்.

கொள்ளையர்கள் ஓடும்போது சட்டைப்பையில் இருந்த கையெறிக் குண்டுகளை கூட்டத்தினரை நோக்கி எறிந்தார்கள். அவர்களுக்கு துரதிர்ஷ்டம், மக்களுக்கோ அதிர்ஷ்டம்! குண்டுகள் வெடிக்க வில்லை.

கற்களால் தாக்கப்பட்டதில் கை, கால், தலை, நெற்றி என அத்தனை இடங்களிலும் அடிபட்டு ரத்தம் கசிந்தாலும், கொள்ளையர் ஐவரும் ஓடுவதை நிறுத்தவில்லை. உயிர் பிழைத்தாக வேண்டும்! ஆனால், எவனையும் உயிரோடு விடவே கூடாது என்கிற வெறியோடு பொதுமக்கள் அவர்களைத் துரத்திக் கொண்டிருந்தார்கள்.

கையெறி குண்டுகளுக்கும், துப்பாக்கித் தோட்டாக்களுக்கும் பயப்படாத பொதுமக்களை வேறு எப்படிச் சமாளிக்கலாம்? கொள்ளைக் கூட்டத் தலைவன் ஒரு நிமிடம் நின்று யோசித்துவிட்டு, பையில் இருந்த கரன்ஸி நோட்டுகளை எடுத்துக் காற்றில் வீசினான். கீழே விழும் பணத்தைப் பொதுமக்கள் பொறுக்க ஆரம்பிப்பார்கள். அதற்குள் தப்பித்துவிடலாம் என்பது அவனுடைய கணக்கு.

ஆனால், பொதுமக்களோ கீழே விழுந்த பணத்தை மிதித்துவிட்டு, இன்னும் வேகமாகத் துரத்தினார்கள். ஒருவழியாக மக்கள் ஐவரையும் சுற்றி வளைத்து, தரையில் இட்டு அமுக்கி, கை, கால்களைக் கட்டிக் குப்புறப் படுக்க வைத்தார்கள்.

பொன்பரப்பியில் காவல் நிலையம் இல்லை. பக்கத்திலிருந்த செந்துறையில் இருந்து வந்தாக வேண்டும். பொதுமக்களில் சிலர் காவல்துறையினருக்காகக் காத்திருக்கலாம் என்றார்கள். ஆனால், நிறைய பேருக்குக் கட்டுக்கடங்காத கோபம் இருந்தது.

கை, கால்கள் கட்டப்பட்டுக் கிடந்தவர்களை எட்டி உதைக்க ஆரம்பித்தார்கள். பொதுமக்களின் கோபத்துக்கு அவர்களது சைக்கிளும் தப்பவில்லை. அடுத்தடுத்து உதையும் அடியும் தொடர்ந்து கொண்டிருந்தது. வலி தாங்க முடியாத கொள்ளையர்கள் கெஞ்சிக் கதறி அழ ஆரம்பித்தார்கள்.

சில நிமிடங்களுக்குள் செந்துறையிலிருந்து காவல்துறையினர் வந்துவிட்டார்கள். ஆனால் அதற்குள் கொள்ளையருள் மூன்று பேர் இறந்திருந்தார்கள். எஞ்சிய இருவரைக் காவல்துறையினர்

காப்பாற்றி, ஜெயங்கொண்டம் அரசு மருத்துவமனைக்கு அழைத்துச் சென்றார்கள். ஆனால், சிகிச்சை பலனின்றி அந்த இருவரும்கூட இறந்துவிட்டார்கள்.

இறந்த போன கேஷியர் நந்தகுமாரின் நிலைதான் பரிதாபம். அவரது இளம் மனைவி, கையில் ஆறு மாதப் பெண் குழந்தையோடு பொன்பரப்பி கிராமத்திலேயே வசித்து வந்தவர், திருச்சிக்கு மாற்றல் கிடைத்தும் போகாமல் அங்கேயே இருந்ததால் கிராமத்து மக்களுக்கு அவர்மீது கூடுதல் பாசமுண்டு. செந்துறையில் ஈமச்சடங்கு நடந்தபோது இறுதி மரியாதை செலுத்துவதற்கு ஊரே திரண்டு வந்தது.

திருச்சியிலிருந்து ஸ்பெஷல் டீம் விசாரணையில் இறங்கியது. அதற்குப் பின்னர்தான் இறந்து போனவர்கள் சாதாரணக் கொள்ளையர்கள் அல்ல; தமிழ்நாடு விடுதலைப்படை என்னும் இயக்கத்தைச் சேர்ந்தவர்கள் என்றும், அந்தக் கொள்ளைக் கூட்டத்தின் தலைவன்தான், தமிழ்நாடு விடுதலைப்படையின் தலைவன் தமிழரசன் என்பதெல்லாம் அதன் பிறகே பொன்பரப்பி மக்களுக்குத் தெரிய வந்து அதிர்ச்சி அளித்தது.

திருச்சியிலிருந்து வந்த டிஐஜி தலைமையிலான டீம் விசாரணையை ஆரம்பித்தது. ஐந்து பேர்களின் அடையாளமும் தெரிந்தது. கல்லடியால் அங்கேயே இறந்த தமிழரசன், தர்மலிங்கம், ஜெகந்நாதன் மூவர் மட்டுமல்ல பின்னர் மருத்துவமனையில் அனுமதிக்கப்பட்டு உயிரிழந்த அன்பழகன், பழனிவேலு என அத்தனை பேருமே தமிழ்நாடு விடுதலைப்படை இயக்கத்தைச் சேர்ந்தவர்கள்தான்.

கோவையில் அரசு பொறியியல் கல்லூரியில் படித்தவனான தமிழரசன், வட தமிழ்நாட்டின் பிரபலமான கொள்ளைக்காரன். பல கொலை, கொள்ளைச் சம்பவங்களின் தொடர்புடைய 43 வயதான தமிழரசனைத் தமிழ்நாடு காவல்துறை ஆறு ஆண்டுகளாகத் தேடிக் கொண்டிருந்தது. பொன்பரப்பி போல் இன்னும் பல வங்கிக் கொள்ளைச் சம்பவங்களிலும் தமிழரசனுக்குத் தொடர்பு உண்டு.

ஜெயங்கொண்டம் பகுதியில் இருந்த இந்தியன் ஓவர்சீஸ் வங்கியை தமிழரசன் கொள்ளையடித்திருக்கிறான். தமிழக அரசு அதிகாரியைக் கொன்று அவரிடமிருந்து 40 ஆயிரம் ரூபாய் கொள்ளையடித்திருக்கிறான். வட தமிழ்நாட்டின் கிழக்குப் பகுதிகளில் குறிப்பாக அரியலூர், ஜெயங்கொண்டம், சிதம்பரம்,

கடலூர் போன்ற பகுதிகளில் பெரிய ரவுடியாக உலா வந்து கொண்டிருந்த தமிழரசனை தமிழ் தேசியவாதியாக நிறைய பேருக்குத் தெரியும்.

சாலைகளில் கண்ணி வெடிகளைப் பதுக்கி வைத்து, வெடிக்க வைப்பதில் தமிழரசன் கெட்டிக்காரன். பிரதமராக இருந்த ராஜிவ் காந்தி, திருவையாறு பகுதியில் சுற்றுப் பயணம் வந்தபோது தஞ்சாவூர் குடமுருட்டி ஆற்றுப் பாலத்தில் வெடிகுண்டு வைத்துக் கொல்ல முயற்சி செய்ததாக ஒரு வழக்கு நிலுவையில் இருந்தது. ஸ்டென் கன், கையெறி குண்டுகளோடு ஜெயங்கொண்டம் பகுதியை வலம் வந்து கொண்டிருந்த தமிழரசனை எதிர்கொள்ள காவல்துறை தயங்கியது என்னவோ நிஜம்தான்.

இந்தப் பொன்பரப்பி வங்கிக் கொள்ளைக்கு ஆறு மாதங்களுக்கு முன்னர் திருச்சி மலைக்கோட்டை எக்ஸ்பிரஸ் செல்லும் பாதையில் தமிழரசன் வைத்த வெடிகுண்டு வெடித்து, 26 அப்பாவி மக்கள் உயிரிழந்தார்கள். அதற்குப் பின்னர் தமிழரசனைத் தமிழகம் முழுவதும் காவல்துறையினர் தீவிரமாகத் தேடி வந்தார்கள்.

பொதுமக்கள் மத்தியிலும் தமிழரசன் குறித்துப் பீதியும், வெறுப்புணர்வும் இருந்து வந்தது. பொன்பரப்பி வங்கிக் கொள்ளைக்குப் பின்னர் கல்லடிப்பட்டு, மன்னிப்புக் கேட்டு மன்றாடியும் பொதுமக்கள் விட்டுவிடவில்லை. அவன் தமிழரசன் என்று அப்போது தெரிய வந்திருந்தாலும் விட்டு வைத்திருக்கவா போகிறார்கள்?

•

12. காஷோகி : ஆயுதம் ஆன்மிகம் அரசியல்

ஜனவரி 26, 1991. குடியரசு தினம். இந்தியாவின் குடியரசு தினத்தில் பங்கேற்க ஒரு முக்கியமான வி.ஐ.பி, தனி விமானத்தில் வந்து டெல்லியில் இறங்குகிறார். அவரைத்தான் உலகின் இரண்டு முக்கியமான வல்லரசுகளின் உளவுத்துறை தேடிக்கொண்டிருந்தது.

அவர் காஷோகி!

சவூதி அரேபியாவின் மிகப்பெரிய பணக்காரர். ஆனால், அமெரிக்காவில் செட்டிலாகிவிட்டார். காஷோகி என்றால் அரபு மொழியில் 'ஸ்பூன்மேக்கர்' என்று பொருள். காஷோகியோ ஸ்பூன் அல்ல, பீரங்கிகளைத் தயாரித்து, விற்பனை செய்து கொண்டிருந்தார். 80களில் உலகின் மிகப்பெரிய ஆயுத வியாபாரியாக காஷோகியைச் சொல்லலாம்.

டெல்லிக்குத் தனி விமானத்தில் வந்து இறங்கிய காஷோகியை வரவேற்க, ஆளுங்கட்சி, எதிர்க்கட்சி என

வித்தியாசம் பார்க்காமல் அத்தனை கட்சிப் பிரதிநிதிகளும் கூடியிருந்தார்கள். காரணம், அவர் சுவாமியின் சிஷ்யர்!

ஆம், சந்திராசாமிக்கு நெருக்கமானவர்! ஆகவே, அரசியல் வட்டாரம் மட்டுமல்ல அதிகார வட்டாரமும் வரவேற்பதற்குக் கூடியிருந்தார்கள்.

காஷோகியோடு கைகுலுக்க பிரதமரின் தனி அதிகாரி முதல் பல துறைகளைச் சேர்ந்த உயர் அதிகாரிகள் வந்திருந்தார்கள். பாஜகவின் ஜே.கே. ஜெயின் தலைமையில் அரசியல் கட்சியினரோடு, சந்திராசாமியின் உள்வட்டாரத்தில் இருந்த நெருக்கமான நண்பர்களும் வந்திருந்தார்கள்.

டெல்லி ஏர்போர்ட்டை விட்டு வெளியே வந்த காஷோகியின் கான்வாய், அங்கிருந்து இரண்டு கி.மீ. பயணம் செய்து போன்ஸி என்னும் வனப்பகுதியை அடைந்தது. அங்குதான் சந்திராசாமியின் ஆசிரமம் இருந்தது. காஷோகியைச் சந்திக்க சந்திராசாமி உட்பட பலர் காத்துக் கொண்டிருந்தார்கள். அவர்களில் முக்கியமானவர், இந்தியாவின் பிரதமராக இருந்த சந்திரசேகர்!

அன்றிரவு பாஜக கட்சியைச் சேர்ந்த ஜெயின் ஒரு பெரிய விருந்து ஏற்பாடு செய்திருந்தார். சிவப்புக் கம்பளம் விரித்து, ஏகப்பட்ட மலர்களைத் தூவி காஷோகியை வரவேற்றார்கள். நள்ளிரவு வரை நீண்ட அந்தப் பார்ட்டியில் ஏகப்பட்ட வி.ஐ.பிக்களும், இன்னும் டெல்லியின் மிக முக்கியப் பிரமுகர்களும் கலந்து கொண்டார்கள். குறிப்பாக ஹை பவர் ஆசாமியான சந்திராசாமியும் கலந்து கொண்டார்.

யார் இந்த காஷோகி? ஏன் இவருக்கு ராஜ மரியாதை? சவூதி அரேபியாவைச் சேர்ந்த அட்னன் முகம்மது காஷோகி, உலகின் மிகப்பெரிய கோடீஸ்வரர். ஆனால், அவரது தொழில் ஆயுதக் கடத்தலும் கடத்தல் சார்ந்த நடவடிக்கைகளுமாக இருந்தது. உலக அளவில் பல தீவிரவாத அமைப்புகளுக்கு ஆயுத சப்ளை செய்வதில் கெட்டிக்காரர். குறிப்பாக இலங்கைப் போராளிகள் குழு, அதிலும் குறிப்பாக விடுதலைப்புலிகள் அவரது முக்கியமான கஸ்டமர்.

அமெரிக்காவின் மான்ஹாட்டன் பகுதியில் ஒலிம்பிக் டவர் என்னும் மிகப்பெரிய குடியிருப்புப் பகுதியில் வசித்து வந்த காஷோகியின் தொடர்புகள் உலகம் முழுவதும் இருந்து வந்தன. பல கோடி டாலர் பெறுமானமுள்ள ஆடம்பரமான வீட்டில் வாழ்ந்து வந்தார். புரூனே சுல்தான், காஷோகிக்குச் சொந்தமான உல்லாசப் படகுதான் தனக்கு

வேண்டுமென்று அடம் பிடித்து வாங்கிக் கொண்டார். முப்பது ஆண்டுகளுக்கு முன்னர் அதன் மதிப்பு, 55 கோடி ரூபாய்.

காஷோகி, உலகின் மிகப்பெரிய கோடீஸ்வரர். அவர் ஏன் இந்தியாவுக்கு வருகிறார்? இந்தியாவில் தொழில் தொடங்கப் போகிறாரா? ஓர் ஆயுத வியாபாரியால் இந்தியாவில் என்ன தொழில் தொடங்க முடியும்? அவரால் பிரதமரை நேரடியாக எப்படிச் சந்திக்க முடிகிறது? சந்திப்புக்கு சந்திரசேகர் எப்படி ஒப்புக் கொண்டார்? சந்திப்பு பற்றி ராஜிவ் காந்தி ஏன் எதுவும் சொல்லவில்லை? சந்திப்பின்போது என்ன பேசினார்கள்? ஏகப்பட்ட கேள்விகள். பத்திரிக்கைகளிலும் இதுபற்றிய செய்திகள்தான்.

ஒரு நாட்டின் பிரதமரை யார் வேண்டுமானாலும் சந்திக்கலாம். சர்வதேச அளவில் பிரபலமான ஆசாமியான காஷோகி சந்தித்ததில் தவறில்லை. காஷோகிக்குப் பல நாட்டின் பிரதமர்கள், அதிபர்கள், சர்வாதிகாரிகள் என அனைவரோடும் தொடர்புண்டு. இந்தியாவின் பிரதமரையும் சந்திக்க நினைத்திருக்கலாம். பாதுகாப்புக் காரணங் களுக்காக டெல்லிக்கு வெளியே சந்திப்பு நிகழ்ந்தகாவும் எடுத்துக் கொள்ளலாம்.

என்ன பேசினார்கள்? அவர் பிரதமரின் அழைப்பின்பேரில் விருந்தாளியாக வந்திருக்கிறாரா? ஏகப்பட்ட கேள்விகள். பிரதமரைச் சந்தித்த காஷோகி, காங்கிரஸ் கட்சியின் தலைவராக இருந்த ராஜிவ் காந்தியைச் சந்தித்தாரா? அயோத்திப் பிரச்னை சம்பந்தமான பேச்சுவார்த்தை ஏதாவது நடக்கிறதோ என்றெல்லாம் ஊகங்கள் உலா வந்து கொண்டிருந்தன. இவற்றையெல்லாம் பிரதமர் அலுவலகமும் தெளிவுபடுத்தவில்லை. காங்கிரஸ் கட்சியின் தலைமையும் கருத்து சொல்லவில்லை.

காஷோகியின் சுற்றுப்பயண விபரங்கள் பாஜகவின் எம்.பியான ஜே.கே. ஜெயினுக்கு மட்டுமே தெரியும். அவரோடு காங்கிரஸ் கட்சியைச் சேர்ந்த வி.என். காட்கிலும் இணைந்து காஷோகியுடனான ராஜிவ் சந்திப்பையும் ஏற்பாடு செய்திருந்தார்கள். சந்திரசேகர், ராஜிவ் காந்தியுடனான சந்திப்பு நடந்ததா இல்லையா என்பது பற்றிய உறுதியான தகவல்கள் இல்லை. சந்திப்பில் எந்தத் தவறும் இல்லையென்பதை மட்டுமே காங்கிரஸ் தலைவர்கள் சொல்லிக்கொண்டிருந்தார்கள்.

இதில் வேடிக்கை என்னவென்றால் காஷோகியின் மருமகனான லாரி கோல்ப் மீது சிபிஐ வழக்குப் பதிவு செய்திருந்தது. செயிண்ட் கிட்ஸ்

மோசடி வழக்கு. ஆவணங்களைத் திருத்தி, முன்னாள் பிரதமரான வி.பி.சிங்கின் மகனான அஜயா சிங்கை ஒரு மோசடி வழக்கில் சிக்க வைக்க முயற்சி நடந்திருந்தது. அதில் காஷோகியின் மருமகனும் சம்பந்தப்பட்டிருந்தார். வழக்கை விசாரித்த இந்திய அதிகாரிகள் அது சம்பந்தமாக செயிண்ட் கிட்ஸ் செல்ல வேண்டியிருந்தபோது, அவர்கள் செல்வதற்குத் தனி விமானம் ஏற்பாடு செய்யப்பட்டிருந்தது. தனி விமானத்தை அனுப்பியது, வேறு யாருமில்லை. வழக்கில் சம்பந்தப்பட்டிருந்த அதே லாரி கோல்ப்.

1979இல் மொரார்ஜி தேசாய் அரசைக் கவிழ்த்ததில் சந்திராசாமிக்குப் பெரும் பங்கு உண்டு என்று டெல்லி வட்டாரங்கள் எப்போதும் சொல்வதுண்டு. உலகின் மிகப்பெரிய உளவுத்துறை அமைப்புகளான சிஐஏவுக்கும் கேஜிபிக்கும் இடையே நடந்த சித்து விளையாட்டுகளில் சந்திராசாமியும் சம்பந்தப்பட்டிருந்தார். சந்திராசாமி, இந்திரா காந்திக்கு மட்டுமல்ல ராஜிவ் காந்திக்கும் நெருக்கமானவராகவே இருந்திருக்கிறார்.

காஷோகி, தன்னுடைய மருமகனான லாரி கோல்பை சந்திராசாமிக்கு அறிமுகம் செய்துவைக்கிறார். லாரி கோல்ப், சந்திராசாமியோடு கூட்டணி சேர்கிறார். வி.பி.சிங்கின் மகனுக்குச் சொந்தமான பர்ஸ்ட் டிரஸ்ட் கார்ப்பரேஷனின் வங்கிக் கணக்கில் அடையாளம் தெரியாதவர்களால் திடீரென்று பணம் டெபாசிட் செய்யப்படுகிறது. வி.பி.சிங்கின் இமேஜை சீர்குலைக்கும் நோக்கமாக இருந்திருக்கலாம். பின்னாளில் வி.பி.சிங் பிரதமரானதும், இது பற்றி விசாரிக்க உத்தரவிட்டார்.

சந்திராசாமிக்கு நோட்டீஸ் அனுப்பப்பட்டது. ஆனால், பதில் வரவில்லை. செயிண்ட் கிட்ஸ் வழக்கு விசாரணை தீவிரமாக நடைபெற்று வந்த நிலையில் வி.பி.சிங் தலைமையிலான அரசு கலைக்கப்பட்டது. சந்திரசேகர் பிரதமரானார். அதற்குப் பின்னர் வழக்கு கிடப்பில் போடப்பட்டது. ஒருவேளை அதைத்தான் காஷோகி விரும்பினாரோ, அதற்காகத்தான் இந்தியாவுக்கு வந்தாரோ, என்னவோ?

'இந்திய அரசுடன் வணிக ரீதியிலான ஒப்பந்தம் ஏதாவது செய்திருக்கிறீர்களா?' என்று செய்தியாளர்கள் கேட்டபோது, 'இந்தியாவில் முதலீடு செய்வதை விரும்புகிறேன். கூடிய விரைவில் இந்தியா உலகின் முக்கியமான நாடாக உயர்ந்து நிற்கும். இந்தியாவுடன் ஏராளமான ஒப்பந்தங்கள் செய்ய வேண்டிய நேரமும் வரும்' என்றார், காஷோகி.

ராஜிவ் காந்தியுடனான சந்திப்பு பற்றியும் கேள்விகள் வந்தன. வளைகுடாப் போரைப் பற்றி நானும் ராஜிவ் காந்தியும் பேசிக்கொண்டிருந்தோம். நல்ல மனிதர், கெட்டிக்காரர் என்றார். ராஜிவ் உடனான சந்திப்பை மரியாதை நிமித்தமான சந்திப்பு என்றே குறிப்பிட்டார்கள். ஆனால், சந்திப்பின்போது என்ன பேசினார்கள் என்கிற விபரங்கள் வெளியே வரவில்லை.

காஷோகியின் விஜயம், காங்கிரஸ் கட்சிக்குள் பல அதிர்வுகளையும் ஏற்படுத்தியது. காங்கிரஸ் கட்சியின் செய்தித் தொடர்பாளரான கே.கே. திவாரி, 'காஷோகி உடனான பிரதமர் சந்திரசேகரின் சந்திப்பு நாட்டிற்கே அவமானம்' என்றார். 'சவூதி அரேபியாவின் பணம் இந்தியாவுக்குள் வருவதைப் பார்க்கும்போது அரசு, நாட்டை விற்றுக் கொண்டிருக்கிறது' என்றார். ஆனால், ராஜிவ் உடனான காஷோகியின் சந்திப்பு பற்றி எதுவும் குறிப்பிடவில்லை.

காஷோகி, மதத்தலைவர்களையும் சந்தித்தார். பாஜகவின் எம்.பி. ஜெயின் ஏற்பாடு செய்த பார்ட்டியில் கலந்துகொண்டு காஷோகியுடன் நெருக்கமாக இருந்தவர்களில் விஷ்வ ஹிந்து பரிக்ஷத் தலைவரும் ஒருவர். அயோத்தி பாபர் மசூதி தொடர்பாக இந்து அமைப்புகளின் தலைவர்களுடனும், இஸ்லாமிய அமைப்புகளின் தலைவர்களோடும் காஷோகி பேசினார். இவையெல்லாம் இஸ்லாமிய அமைப்பினர் மத்தியில் அதிருப்தியை ஏற்படுத்தியது.

சந்திராசாமி, காஷோகிக்கு பமீலாவை அறிமுகம் செய்துவைத்தார். 1982 ஆண்டின் மிஸ் இந்தியாவாக தேர்ந்தெடுக்கப்பட்ட பமீலாவுக்கு, மிஸ் யூனிவர்ஸ் பட்டம் வெல்லும் ஆசையிருந்தது. காஷோகியின் காதலியாக பமீலா உலா வந்தார். ஸ்பெயினில் இருந்த காஷோகியின் எஸ்டேட்டில் அவருடன் தங்கினார். ஆனால், அவரால் மிஸ் யூனிவர்ஸ் ஆக முடியவில்லை.

காஷோகி இந்தியாவுக்கு வந்துபோன ஆறு மாதங்களில் ராஜிவ் காந்தி படுகொலை நடந்தது. அதில் விடுதலைப் புலிகளோடு சந்திராசாமியின் தொடர்புகள் பற்றியும் செய்திகள் வெளியாகின. விடுதலைப்புலிகள் இயக்கத்தைச் சேர்ந்தவரும், இன்னொரு சர்வதேச ஆயுத வியாபாரியுமான குமாரன் பத்மநாபா என்பவருடன் காஷோகி கொண்டிருந்த தொடர்புகளும் வெளிச்சத்துக்கு வந்தன.

உளவுத்துறை அமைப்பான ரா, விடுதலைப்புலிகள் அமைப்பைச் சேர்ந்த கே.பிக்கும் காஷோகிக்கும் பணப் பரிவர்த்தனை இருந்ததைக்

கண்டுபிடித்திருப்பதாகச் செய்திகள் வெளியாகின. காஷோகிக்கும் கால்சா, காலிஸ்தான் கமாண்டோ ஃபோர்ஸ் அமைப்புத் தலைவர்களுடனும் லண்டனில் சந்திப்பு நடந்திருக்கிறது. சந்திப்புக்குப் பின்னரே காஷோகி, இந்தியா வந்திருந்தார்.

இந்தியாவில் காஷோகிக்கு திறக்காத கதவுகளையும் திறந்த வைத்தவர் சந்திராசாமி. ராஜிவ் படுகொலையில் சந்திராசாமி, காஷோகி இருவரையும் விசாரிக்க வேண்டும் என்று ஜெயின் கமிஷனிடம் முறையிடப்பட்டது. ஆனால், கடைசிவரை அது நடக்கவேயில்லை.

காஷோகி தன்னுடைய 82ஆவது வயதில் இறந்து போனார். இயற்கை மரணம் என்றார்கள். ஆனால், அவரது நெருங்கிய உறவினர்களுக்கு ஏனோ இயற்கை மரணங்கள் வாய்க்கவில்லை. அவரது மருமகனான ஜமால் காஷோகி, பிரபலமான பத்திரிக்கையாளர். சவூதி அரசை விமர்சித்துக் கட்டுரைகள் எழுதினார். துருக்கியில் இருந்த சவூதி தூதரகத்துக்குச் சென்றபோது, அதிகாரிகளால் சித்ரவதை செய்யப் பட்டுக் கொலை செய்யப்பட்டார்.

காஷோகியின் மருமகனான ஜமால் காஷோகி பற்றித் தெரிந்து கொண்டோம், இனி, ஜமால் காஷோகியின் மருமகனான டோடி அல் பயத் பற்றியும் தெரிந்து கொள்வோம். காஷோகியின் உடன்பிறந்த சகோதரிதான் இவரது தாயார். டோடி, ஹாலிவுட்டின் திரைப்படத் தயாரிப்பாளர். பிரிட்டிஷ் இளவரசரான சார்லஸ், தன்னுடைய மனைவி டயானாவை விவாகரத்துச் செய்யவும் காரணமாக இருந்தவர்.

டோடி, டயானாவின் நெருங்கிய காதலராக இருந்தார். மீடியாவினர் இருவரையும் துரத்தித் துரத்திப் படமெடுத்தார்கள். பாரீஸ் நகரத்தில் நள்ளிரவு நேரத்தில் கேமரா கண்களிலிருந்து தப்பிப்பதற்காக அதிவேகமாகக் காரைச் செலுத்தியதால் டோடியும் டயானாவும் சென்ற கார் விபத்துக்குள்ளானது. சம்பவ இடத்திலேயே இருவரும் இறந்து போனார்கள்.

காஷோகியைப் போலவே அவரது மருமகன்களும் மர்ம மனிதர்களாகவே இருந்திருக்கிறார்கள்!

•

13. டக்ளஸ்

'கடல் எல்லைக்குள் அத்துமீறி நுழையும் இந்திய மீனவர்களை நம்முடைய கடற்படை தடுக்க வேண்டும்; இல்லாவிட்டால், நாங்கள் தடுப்போம்' என்றார்கள் இலங்கை மீனவர்கள். 'இந்திய மீனவர்கள் வந்தால், இலங்கைக் கடற்படை தடுத்து நிறுத்தும். அவர்களிடம் இருந்து படகுகளை பறித்துவிட்டு திருப்பி அனுப்புவோம். படகுகளை ஏலம் விட்டு அதை நம்முடைய மீனவர்கள் பயன்படுத்தும்படி செய்வோம்' என்றார் அந்த அமைச்சர்.

கூட்டம் மகிழ்ச்சியோடு கை தட்டியது. பக்கத்தில் இருந்த பத்திரிக்கையாளர், 'அதையும் மீறி இந்திய மீனவர்கள் உள்ளே நுழைந்தால் சட்டத்தைக் கையில் எடுப்போம் என்கிறார்களே... அது பற்றி உங்களுடைய கருத்து என்ன?' என்கிறார். 'கடற்படை நடவடிக்கை எடுக்காவிட்டால் மக்கள் தாராளமாக நடவடிக்கை எடுக்கலாம் என்று அர்த்தம்' என்று சிரித்தபடியே கிளம்புகிறார்.

அதுதான் டக்ளஸ்! டக்ளஸ் தேவானந்தா!

யாழ்ப்பாணத்தில் இவரது கொடிதான் பறக்கிறது. கடந்த 30 ஆண்டுகளாக இலங்கை நாடாளுமன்றத்தின் ஒரே தமிழ்ப் பிரதிநிதியாக இருந்து வருகிறார். இலங்கையின் 10வது நாடாளுமன்றம் தொடங்கி, தற்போதைய 15வது நாடாளுமன்றம் வரை எந்தக்கட்சி ஆட்சிக்கு வந்தாலும் இவர்தான் எம்.பி.

எம்.பி மட்டுமல்ல ஏதாவது ஒரு துறையின் அமைச்சராகவும் இருப்பார். ஈழ மக்கள் ஜனநாயகக் கட்சியின் தலைவர். இலங்கைத் தமிழர் அரசியலில் தவிர்க்க முடியாதவர்.

இலங்கைத் தமிழர் மீது தமிழ்நாட்டுத் தமிழர்களுக்கு இன்றும் அனுதாபம் உண்டு. ஆனால், இலங்கைத் தமிழர்களுக்கு தமிழ்நாட்டுத் தமிழர்கள் மீது கசப்பும் வெறுப்பும் ஏற்பட்டிருப்பது உண்மை என்றால் அதற்கான கிரெடிட், டக்ளஸ் தேவானந்தாவுக்குத்தான் தரப்படவேண்டும்.

எந்தவொரு விஷயத்திலும் இந்தியாவுக்கு எதிரான நிலைப்பாடு. எதற்கும் இந்தியாவைக் காரணமாகக் குறைகூறுவது, தமிழக அரசியல்வாதிகளைத் தொடர்ந்து விமர்சனம் செய்து வருபவர்.

'கச்சத்தீவு இலங்கைக்குச் சொந்தமானது. இந்தியாவுக்குத் திருப்பித் தருவது என்கிற பேச்சுக்கே இடமில்லை. தமிழ்நாட்டு அரசியல் வாதிகளின் தூண்டுதலால், மீனவர்கள் எல்லை தாண்டி வந்து எங்களது மீனவர்களைத் தாக்குகிறார்கள்'ம் இப்படி நிறைய.

ஒரு வெளிநாட்டு அமைச்சர், தமிழ்நாட்டு அரசியல்வாதிகளை விமர்சிப்பது என்பது அபூர்வம். ஜெயலலிதாவும் கருணாநிதியும் முதல்வராக இருந்தபோதும் அவர்களை விமர்சிப்பார். டக்ளஸின் அதிரடி ஸ்டேட்மெண்ட் அனைத்தும் இலங்கைத் தமிழர்கள் மத்தியில் பரபரப்பாகப் பேசப்படும். ஆனால், தமிழ்நாட்டில் டக்ளஸ் தேவானந்தாவை நிறைய பேருக்குத் தெரியாது.

டக்ளஸ், ஒரு போராளிக்குழுவின் தலைவராக இருந்தவர். 80களின் ஆரம்பத்தில் தனி ஈழம் கனவோடு ஆயுதமேந்திய போராளிக்குழுவில் முக்கியமான தளபதியாக இருந்தார். ஆனால், அவரால் முன்னணித் தலைவராக உருவெடுக்க முடிந்ததில்லை.

1980களின் ஆரம்பத்தில் இலங்கைப் போராளிக் குழுக்கள் சார்பாக பத்மநாபா, முகுந்தன், சபாரத்தினம், பிரபாகரன், பாலசிங்கம் உள்ளிட்டவர்கள் சென்னையில் தங்கியிருப்பார்கள். அப்போது முதல்வராக இருந்த எம்.ஜி.ஆரைச் சந்திக்க வருவார்கள். ஆனால்,

கடைசி வரை ஏனோ டக்ளஸ் தேவானந்தாவால் எம்.ஜி.ஆரைச் சந்திக்க முடிந்ததில்லை.

இலங்கை ராணுவத்துக்கு எதிராகவும், விடுதலைப்புலிகளுக்கு எதிராகவும் ஆயுதப் போராட்டம் நடத்தத் தயார் என்றார். நிதியுதவி கேட்டு தமிழ்நாட்டில் பல கதவுகளை தட்டிப்பார்த்தார். எதுவும் திறக்கவேயில்லை.

பிரபாகரன், பத்மநாபா, உமாமகேஸ்வரன் வரிசையில் அவரால் சேரமுடியவில்லை. அவருக்கென ஒரு ஆதரவு வட்டாரத்தை உருவாக்கினார். 'ஈழ புரட்சிகர விடுதலை முன்னணி' என்னும் போராளிக்குழுவில் பத்மநாபாவின் தலைமையின் கீழ் ஆயுதமேந்திய குழுவுக்குத் தளபதியாக இருந்தார்.

80களில் இலங்கையில் உள்நாட்டுப் போர் உச்சத்தை அடைந்தபோது அகதிகளோடு அகதிகளாக டக்ளஸ், தமிழ்நாட்டுக்கு வந்தார். ஆரம்பத்தில் ராஜிவ் காந்தியின் இந்திய-இலங்கை ஒப்பந்தத்துக்கு ஆதரவாக இருந்தார். இன்று அமைச்சராக இருக்கும் டக்ளஸ், இலங்கையில் இனப்பிரச்னை என்பதே இல்லை என்கிறார்.

20 ஆண்டுகளுக்கும் மேலாக விடுதலைப்புலிகளின் ஹிட் லிஸ்ட்டில் இருந்தார். 12 முறை புலிகளின் தாக்குதலில் இருந்து உயிர் தப்பியிருக்கிறார்.

பூனைக்குச் சாவு என்பது அபூர்வம். ஒன்பது உயிர் இருப்பதால் இறப்பைத் தவிர்த்துவிடும் என்பார்கள். பூனையைப் புனிதமான விலங்காக பௌத்தம் முன்னிறுத்துகிறது. எப்போதும் விழிப்போடு இருக்கவேண்டியதன் அவசியத்தை பூனை உணர்த்துவதாக நம்புகிறார்கள். பௌத்த துறவிகளின் மடாலயங்களில் பூனை வளர்ப்பதைப் பார்க்க முடியும்.

டக்ளஸ் தேவானந்தாவும் ஒரு பூனைதான். சிங்களர்களுக்கு மிகவும் பிடித்தமான பூனை. தமிழர்களைவிட சிங்கள அரசியல் தலைவர் களுக்கு நெருக்கமானவர். பிரேமதாசாவும் ஜெயவர்த்தனேவும் டக்ளஸைப் பிரியத்துடன் 'தம்பி' என்று அழைப்பார்களாம். ரனில் விக்ரமசிங்கே 'மச்சான்' என்று அழைப்பாராம். சந்திரிகாவும் ராஜபக்சேவும் இவருக்கு நெருக்கமானவர்கள் என்பதைச் சொல்லவும் வேண்டுமோ?

90களின் ஆரம்பத்தில் டக்ளஸ் தனியாக இயங்க ஆரம்பித்தார். ஆனால், தமிழக அரசியல்வாதிகளின் கருணைப்பார்வை ஏனோ

இவருக்குக் கிடைக்கவில்லை. வேறு வழியின்றி, இலங்கைக்குத் திரும்பி வந்தவரை பிரமேதாசா தடபுடலாக வரவேற்று, ஆதரித்தார்.

விடுதலைப்புலிகளை எதிர்த்துப் போரைத் தொடரும்போது, டக்ளஸ் தேவானந்தாவின் குழு உதவியாக இருக்கும் என்று சிங்களர்கள் நினைத்தார்கள். டக்ளஸ் எதற்கும் தயாராக இருந்தார்.

சிங்களவர்களின் ஆதரவு கிடைத்தவுடன், தன்னுடைய ஆதரவாளர்களை வரவழைத்து, கொழும்பில் செட்டிலாகிவிட்டார். பலத்த பாதுகாப்போடு கொழும்பு மையப்பகுதியில் வசித்து வந்தார். ஆனாலும், விடுதலைப்புலிகள் வெறிகொண்டு துரத்தினார்கள்.

ஒரு மாலை நேரத்தில் அத்தனைத் தடைகளையும் தாண்டி, வீட்டுக்குள் அதிரடியாக நுழைந்த விடுதலைப்புலிகள், அவரது ஆதரவாளர்களைக் கொன்றுவிட்டு டக்ளஸைத் தேடினார்கள்.

உயிரைக் காப்பாற்றிக்கொள்ள இரண்டாவது மாடியிலிருந்து வெளியே குதித்த டக்ளஸ், பக்கத்திலிருந்த பூங்காவில் ஒளிந்து கொண்டார். வெளியே வந்தால் எப்படியும் தன்னைத் தீர்த்துவிடுவார்கள் என்பதால் அன்றிரவு முழுவதும் இருட்டில் ஒளிந்திருந்தார். அதற்குள் தாக்குதல் பற்றிய செய்தி பரவி, டக்ளஸ் இறந்துவிட்டதாகவே முடிவு செய்துவிட்டார்கள்.

அதிகாலை நேரத்தில் வெளியே வந்த டக்ளஸ், அப்போது பிரதமராக இருந்த சந்திரிகாவைத் தொடர்பு கொண்டார். தான் உயிரோடு பத்திரமாக இருப்பதாகத் தெரிவித்தார். அவருக்குக் கூடுதல் பாதுகாப்பு தரப்பட்டது.

அந்தச் சம்பவத்தில் டக்ளஸ் மட்டுமே தப்பித்தார். அவரது ஆதரவாளர்கள் அத்தனை பேரும் இறந்து போனார்கள். அடுத்து நடந்த இன்னொரு தாக்குதலில் ஒரு கண் பார்வை போய்விட்டது. ஆனாலும், பிழைத்துக் கொண்டார்.

அடுத்தடுத்து விடுதலைப்புலிகளின் கொலை முயற்சிகள் தொடர்ந்தாலும் அதிர்ஷ்டம் டக்ளஸ் பக்கமே இருந்தது.

ராஜிவ் காந்தி படுகொலையைப்போல் புலிகள் ஒரு பெண்ணை மனித வெடிகுண்டாக அனுப்பி வைத்தார்கள். அந்த வெடிகுண்டுச் சம்பவத்தில் அவருடன் இருந்த மூன்று பேர் இறந்து போனார்கள். அந்தப் பெண்ணின் உடல் வெடித்து, சின்னாபின்னமாகி சிதறிக் கிடந்தது. ஆனால், டக்ளஸ் மட்டும் தப்பித்துவிட்டார்.

அமிர்தலிங்கம், உமா மகேஸ்வரன், பத்மநாபா, நீலன் திருச்செல்வம், லட்சுமண் கதிர்காமர், அருணாச்சலம் தங்கத்துரை என விடுதலைப்புலிகளால் சாய்க்கப்பட்டவர்களின் லிஸ்ட் பெரிது. தங்களுடைய அரசியல் எதிரிகளை எப்படியாவது தீர்த்துக்கட்டுவது என்பது விடுதலைப்புலிகளின் ஸ்டைல்.

தமிழரோ, சிங்களரோ அதில் எந்தப் பேதமும் பார்க்காமல் மனசாட்சியைக் கழட்டிவைத்துவிட்டு மனித வெடிகுண்டை அனுப்பித் தீர்த்துக்கட்டுவார்கள். விடுதலைப்புலிகளிடமிருந்து இதுவரை தப்பிப் பிழைத்தது இருவர் மட்டுமே. ஒருவர் டக்ளஸ், இன்னொருவர் சந்திரிகா.

டக்ளஸ்க்கு அதிர்ஷ்டமிருந்தது. அது சிங்களர்களின் வடிவில் இருந்தது. சிங்கள அரசியல் தலைவர்கள் எந்நாளும் அவரைக் கைவிடவில்லை. ஒரு போராளியாக வாழ்க்கையை ஆரம்பித்து, அரசியலுக்கு வந்து, தொடர்ந்து அமைச்சராக, எம்.பியாக உச்சத்தில் இருப்பது டக்ளஸ் தேவானந்தாவின் மிகப்பெரிய சாதனை. வேறெந்தத் தமிழ்ப் போராளிகளாலும் அதைச் செய்ய முடியவில்லை.

டக்ளஸ்க்கு தமிழ்நாடு பிடிக்காது. தமிழ்நாடு என்றாலே வேப்பங்காயாக கசக்கும். மறக்கவே முடியாத அனுபவங்களை தமிழ்நாடு அவருக்குத் தந்திருந்தது. அன்றும், இன்றும் தமிழ்நாட்டுத் தமிழர்களின் ஆதரவு அவருக்குக் கிடைத்ததில்லை. இனி தேவையில்லை என்றும் அவர் நினைக்கக்கூடும்.

எந்நாளும் அவர் தமிழ்நாட்டிற்கு வரப்போவதில்லை. ஆம், டக்ளஸ், சென்னைக் காவல்துறையால் தேடப்படும் குற்றவாளி.

டக்ளஸ் தமிழ்நாட்டில் இருந்த காலத்தில் ஏராளமான கொள்ளை, கடத்தல் சம்பவங்களில் ஈடுபட்டதாக பல்வேறு குற்றச்சாட்டுகள் அவர்மீது இருந்தன. வேறு எந்தவொரு போராளிக்குழுவின் தலைவர்களும் இப்படி வழக்குகளில் சிக்கிக் கொண்டதில்லை.

1986 முதல் 1989 வரை டக்ளஸ் சென்னையில் தங்கியிருந்தார். பல வழக்குகளில் சிக்கியிருந்தாலும், ஜாமீனில் வெளியே வந்திருந்தார். 1988ஆம் ஆண்டு நவம்பர் மாதம் கீழ்ப்பாக்கத்தில் 10 வயதுச் சிறுவனைக் கடத்திச் சென்று 7 லட்சம் ரூபாய் பணம் கேட்டு மிரட்டினார் என்றொரு குற்றச்சாட்டு உண்டு. இதிலும் அவர் கைது செய்யப்பட்டு சிறையில் அடைக்கப்பட்டார்.

வெவ்வேறு சம்பவங்களில் டக்ளஸ் சம்பந்தப்பட்டிருப்பதாக அவர் மீது 3 கிரிமினல் வழக்குகள் இன்றும் நிலுவையில் உள்ளன. அந்த மூன்று வழக்குகளில் முக்கியமானது, சூளைமேடு வழக்கு.

நவம்பர் 1, 1986. தீபாவளி தினம். தமிழகமே தீபாவளிக் கொண்டாட்டத்தில் இருந்தது. வழக்கமான உற்சாகத்தோடு மக்கள் வெடி வெடித்து தீபாவளியைக் கொண்டாடினார்கள். அப்போது டக்ளஸ் தேவானந்தா, ஈபிஆர்எல்எப் இயக்கத்தில் இருந்தார். அதன் தலைமையகமாக இருந்த சூளைமேடு அலுவலகத்தில் தங்கியிருந்தார்.

அக்கம் பக்கத்து தீபாவளி வெடிச்சத்தம், போராளிகளுக்குப் பயத்தை ஏற்படுத்தி, டக்ளஸ் மற்றும் அவரது நண்பர்களின் ஓய்வைக் குலைத்திருக்கலாம். வெடி வெடித்துக் கொண்டாடியவர்கள் மீது வாக்குவாதம் எழுந்தது. கையில் ஆயுதத்துடன் போராளிக்குழுக்கள் தாக்க வருவதைப் பார்த்த பொதுமக்கள் ஒன்றுகூடி தங்கள் எதிர்ப்பைத் தெரிவித்தார்கள். அவர்கள் தங்கியிருந்த அலுவலகம் முற்றுகையிடப் பட்டது.

ஒரு பெரும் கூட்டம் சுற்றி வளைத்துத் தாக்குவதைப் பார்த்ததும், ஆவேசப்பட்ட டக்ளஸ் தேவானந்தாவும் அவரது ஆட்களும் பொதுமக்களை நோக்கித் துப்பாக்கியால் சுட ஆரம்பித்தார்கள்.

இதில் திருநாவுக்கரசு என்னும் இளம் வழக்கறிஞர் சம்பவ இடத்திலேயே உயிரிழந்தார். சம்பவ இடத்துக்கு வந்த காவல் துறையினர் டக்ளஸ் தேவானந்தா உள்ளிட்ட 10 பேரைக் கைது செய்து, சிறையில் அடைத்தார்கள்.

ஜாமீனில் வெளியே வந்த டக்ளஸ், அதே தெருவில் சகஜமாக நடமாடிக் கொண்டிருந்தார். பின்னர் 1990 ஆரம்பத்தில் இலங்கைக்குத் தப்பிச் சென்றுவிட்டார். இதனால் ஜாமீனில் வெளிவர முடியாத அரெஸ்ட் வாரண்ட் பிறப்பிக்கப்பட்டது. நான்கு ஆண்டுகாலமாக அவர் ஆஜராகாததால் 1994இல் தேடப்படும் குற்றவாளியாக அறிவிக்கப்பட்டார்.

அவர் மீதான வழக்கு சென்னை 4வது கூடுதல் செஷன்ஸ் நீதிமன்றத்தில் நிலுவையில் உள்ளது. வழக்கு விசாரணையில் எந்தவித முன்னேற்றமும் இல்லாததால் உயர்நீதிமன்றத்தில் ஒரு பொதுநல வழக்கு தொடரப்பட்டது. விசாரணைக்காக டக்ளஸை சென்னைக்கு அழைத்து வருவதில் நடைமுறைச் சிக்கல் தொடர்ந்து கொண்டிருந்தது.

டக்ளஸ் மீதான வழக்கை வீடியோ கான்ஃபரன்சிங் மூலம் விசாரிக்க வேண்டும் என்று சென்னை உயர்நீதிமன்றம் ஆறு ஆண்டுகளுக்கு முன்னர் உத்தரவிட்டது. அதையடுத்து இலங்கையில் உள்ள இந்திய தூதரகத்தில் ஆஜரானார். வீடியோ கான்ஃபரன்ஸ் மூலம் விசாரணை நடத்தப்பட்டது.

தமிழ்நாட்டில் வீடியோ கான்ஃபரன்ஸ் மூலம் ஒரு வழக்கு விசாரணை நடந்தது அதுதான் முதல் முறை. விசாரணையின்போது 1986 சூளைமேடு சம்பவ இடத்தில் தான் இல்லையென்றும், எந்தத் தாக்குதலிலும் தான் சம்பந்தப்படவில்லை என்றும் தான் ஒரு அப்பாவி என்றும் சொன்னாராம்.

•

14. தெஹ்ரி : எதிர்ப்பும் வெற்றியும்

நேருவின் ஆட்சிக் காலத்தில் திட்டமிடப்பட்ட ஒரு மெகா திட்டமானது பல்வேறு எதிர்ப்புகளுக்கிடையே மன்மோகன் சிங் ஆட்சிக்காலத்தில் வெற்றிகரமாக நிறைவேற்றப்பட்டது. ஆபரேஷன் சக்ஸஸ்; பேஷண்ட் உயிர் பிழைத்துவிட்டார். ஆனால், ஆபரேஷனுக்கான செலவில் ஒரு பெரிய மருத்துவமனையைக் கட்டியிருக்கலாம் என்றால் எப்படியிருக்கும்?

வேடிக்கைதான் என்றாலும் அதுதான் உண்மை. 5 ஆண்டுகளில் முடிக்க வேண்டிய திட்டம், நிறைவேறுவதற்கு 50 ஆண்டுகளானது. முன்னர் திட்டமிட்டிருந்ததை விட 15 மடங்கு செலவு செய்யப்பட்டது. மன்மோகன் சிங் வரை சுதந்திர இந்தியாவின் அத்தனை பிரதமர்களின் மேஜையிலும் வந்து போன கோப்பு இது ஒன்றாகத்தான் இருக்க வேண்டும்.

உத்தராகண்ட் மாநிலத்தில் தெஹ்ரி என்னும் பகுதியில் பாகீரதி ஆற்றின்மீது அணை கட்டுவதற்கு முடிவு

செய்யப்பட்டது. 1949ல் தீட்டப்பட்ட திட்டம், 1961ல் செயல் வடிவம் பெற்றது. அப்போது நீர்வளத்துறை அமைச்சராக இருந்த கே.எல். ராவ், தெஹ்ரி பகுதியைப் பார்வையிட்டு, திட்டத்தின் சாத்தியங்களை அலசிய பின்னர் ஒப்புதல் வழங்கப்பட்டது.

600 மெகா வாட் மின்சாரத்தைப் பெறமுடியும் என்று முதலில் திட்டமிட்டார்கள். அதற்கு 500 கோடி முதலீடு செய்தாக வேண்டும். அன்றைய காலகட்டத்தில் அதுவொரு பெரிய முதலீடு. அணையின் கட்டமைப்பு குறித்து முடிவு செய்வதற்கே முழுதாக பத்தாண்டுகள் ஆகிவிட்டன. மின்சாரத் தேவைக்கு மட்டுமல்ல டெல்லியின் குடிநீர்த் தேவையைப் பூர்த்தி செய்வதும் முக்கிய நோக்கமாக இருந்தது.

தொலைநோக்குப் பார்வையுடைய திட்டமென்றாலும் ஏகப்பட்ட தடைகளையும் சவால்களையும் எதிர்கொள்ள வேண்டியிருந்தது. 60களில் 500 கோடியாக இருந்த திட்ட மதிப்பீடு, 80களில் 3000 கோடியாகிவிட்டது. 1800 கோடி முதலீடு செய்ய சோவியத் ரஷ்யா முன் வந்தது. 90களின் இறுதியில் திட்டம் நிறைவடைந்துவிடும் என்றார்கள். இன்னும் பத்தாண்டுகள் தாமதமாகி 2006ல்தான் திட்டம் முடிக்கப்பட்டது. ஏகப்பட்ட கோடிகள் நஷ்டம்.

தொழில்நுட்பச் சங்கதிகளை இறுதி செய்வதில் உள்ள சவால்கள்தான் திட்டம் தாமதமடையக் காரணமாக இருந்தது. அணையின் உயரம் என்னவென்று முடிவு செய்வதும் சவாலாக இருந்தது. திட்டத்தை வடிவமைத்த சோவியத் ரஷ்யாவைச் சேர்ந்த தலைமைப் பொறியாளர் ஒருவர், தெஹ்ரி அணை கட்டப்படும் இடமானது நிலநடுக்கமுள்ள பகுதி என்பதால் உயரத்தைத் துல்லியமாக முடிவு செய்ய முடியாது என்று தெரிவித்திருந்தார்.

ஐஐடி ரூர்கி பல்கலைக்கழகம், டெல்லி ஐஐடி, கனடா பொறியாளர்களுடன் இணைந்து நிலநடுக்கத்தைத் தாங்கும் சக்தி பற்றி கணக்கீடு செய்திருந்தார்கள். ரிக்டர் அளவுகோலில் 8 புள்ளிகள் வரையிலான நிலநடுக்கத்தைத் தாங்கிக் கொள்ளுமளவுக்கு அணை வடிவமைக்கப்பட்டிருந்தது. ஆனால், தலைமைப் பொறியாளரோ தெஹ்ரி பகுதியில் 9 புள்ளிகள் வரை நிலநடுக்கம் வருவதற்கு வாய்ப்பிருப்பதாகத் தெரிவித்திருந்தார்.

ஒருவேளை நிலநடுக்கம் வந்து, ரிக்டர் அளவுகோலில் 8 புள்ளிகளைக் கடந்துவிட்டால் அணை முற்றிலுமாகச் சிதைந்து போவதற்கு வாய்ப்புகள் இருந்தன. சுற்றியிருந்த 72 கிராமங்கள் வரை நீரில் மூழ்கிப்போய்விடும். ஏகப்பட்ட உயிர்ச்சேதங்கள் நிகழும். ரிஷிகேஷ்

போன்ற முக்கியமான பகுதிகள்கூடக் காணாமல் போய்விட வாய்ப்புண்டு.

நிலநடுக்க பாதிப்புகளைத் தவிர்க்க, அணைக்கட்டின் அடிப்பகுதியில் ஒன்றரை கி.மீ தூரம் ஒரு வலுவான தரைத்தளக் கட்டுமானம் இருக்க வேண்டும். ஏற்கெனவே சிறிய அளவில் கட்டப்பட்டிருந்த கட்டுமானத்தளத்தை நீட்டிக்க வேண்டும். ஆனால், இதைச் செய்து முடிக்கக் கூடுதல் நிதி தேவைப்படும். ஏற்கெனவே கட்டப்பட்ட எட்டு குகைகளும் தேவைப்படாமல் போகலாம். அதற்காகச் செலவழித்த தொகைகளும் வீணாகிவிடும்.

வேறு வழியில்லை. பாதிப்பிலிருந்து தவிர்க்க இதைச் செய்தாக வேண்டும். கட்டுமானப் பணிகள் ஆரம்பமான நேரத்தில் தொழில்நுட்ப சிக்கல்களால் ஆறு ஆண்டுகள் கிடப்பில் போடப் பட்டது. மறுபடியும் ஆரம்பிக்கப்பட்டபோது நிதியுதவிகளைப் பெறுவதில் சிக்கல்.

மறுபடியும் ஒரு பத்தாண்டுகள் காத்திருக்க வேண்டியிருந்தது. சுதந்திர இந்தியாவில் இப்படியொரு நிதி நெருக்கடியை எந்தவொரு திட்டமும் எதிர்கொண்டதில்லை. 80களில் 400 கோடி ரூபாய் மதிப்பிலான பணிகள் சுணங்கிக் கிடந்தன. குறிப்பாக 1978 முதல் 1990 வரை தொடர்ந்து 12 ஆண்டுகளுக்கு எந்தவொரு பணியும் நடைபெறவில்லை.

தெஹ்ரி அணை கட்டுவதற்கு 7000 சதுர கி.மீ பரப்பளவு கொண்ட இடம் கையகப்படுத்தப்பட்டது. நிலங்களை இழந்த நிறைய விவசாயிகளுக்கு இழப்பீடு தரப்பட்டது. சிலருக்கு மாற்று விவசாய நிலங்கள் தரப்பட்டன. ஆனால், நிஜமான எதிர்ப்பு என்பது விவசாயிகளிடமிருந்து வரவில்லை. சுற்றுச்சூழல் போராளிகள்தான் திட்டத்துக்குப் பெரிய சவாலாக இருந்தார்கள்.

நான்கு மெகா குகைகளை உருவாக்கி, ஆற்று நீரிலிருந்து மின்சாரம் தயாரிப்பதற்கான அனைத்துப் பணிகளும் முடிக்கப்பட்டுவிட்டன. ஏராளமான பொருட்செலவிற்குப் பின்னர் திட்டம் இறுதிக்கட்டத்தில் இருந்தபோதுதான் சுற்றுச்சூழல் ஆர்வலர்களின் எதிர்ப்பை எதிர்கொள்ள வேண்டியிருந்தது. குறிப்பாகத் திட்டத்தின் இறுதிக் கட்டமான காப்பணை கட்டப்படும்போதுதான் எதிர்ப்பு வந்தது.

ஆறு மாதங்கள் தாமதமானால்கூட கூடுதலாக 100 கோடியைச் செலவழிக்க வேண்டியிருக்கும் என்கிற சூழலில், அரசுக்கு நெருக்கடிகள் ஆரம்பித்தன. சுற்றுச்சூழல் போராளியும் காந்திய

வாதியுமான சுந்தர்லால் பகுகுணா தலைமையில் திட்டத்தை நிறுத்தும்படி போராட்டம் நடந்தது. எங்களுக்கு அணை வேண்டாம். அணை கட்டுவது என்பது இமயமலையை அழித்துவிடும் என்றார் சுந்தர்லால் பகுகுணா.

பகுகுணாவின் போராட்டம் பெரிய தடைக்கல்லாக இருந்தது. நிலங்களைக் கையகப்படுத்துவதில் தொடங்கி, தொழில்நுட்ப சிக்கல்களையெல்லாம் சமாளித்து மீண்ட திட்டம், சுற்றுச்சுழல் ஆர்வலர்களால் மீண்டும் கிடப்பில் போடப்பட்டது. திட்டத்தின் இறுதிக்கட்டத்தில்தான் பகுகுணாவின் எதிர்ப்பு பூதாகரமாக எழுந்து நின்றது.

காங்கிரஸ் ஆட்சியில் இருந்த 12 ஆண்டுகள் வரை பகுகுணா, தேஹ்ரி திட்டம் பற்றி எந்தவொரு கருத்தும் தெரிவிக்காமல் இருந்தார். அவரது சிப்கோ இயக்கம் வேறு சில போராட்டங்களில் மும்முரமாக இருந்ததும் முக்கியமான காரணமாக இருந்தது.

சுந்தர்லால் பகுகுணா

இமயமலையில் காடுகள் அழிக்கப்பட்டுக் கொண்டிருந்த காலத்தில் மரங்களைப் பாதுகாப்பதற்காக சிப்கோ இயக்கம் துவங்கப் பட்டது. இமயமலைப் பகுதிகளில் தொடர்ந்த வெள்ளம், நிலச்சரிவுகளுக்குக் காடுகளை அழிப்பது ஆகியவற்றின் தொடர்ச்சியாக உருவானது சிப்கோ. பகுகுணாவால் தொடங்கப்பட்ட சிப்கோ இயக்கம், கனிமச் சுரங்கங்களாலும் பெரிய அணைக்கட்டுக் களாலும் ஏற்படும் சூழியல் அழிவுகளுக்கு எதிராகப் போராட்டங்களை நடத்தியது.

1991ல் இப்பகுதியில் நிலநடுக்கம் ஏற்பட்டது. ரிக்டர் அளவுகோலில் 6.8 என்று பதிவானது. பெரிய அளவில் இழப்புகள் இல்லை என்பதால் புது நம்பிக்கை பிறந்தது. ஆனாலும், பகுகுணாவின் போராட்டங்கள் தொடர்ந்தன.

பகுகுணா காலவரையற்ற உண்ணாவிரதத்தை ஆரம்பித்தார். சுற்றுச்சூழல் அமைச்சராக இருந்த மேனகா காந்தி தலைமையில் பல்வேறுகட்ட பேச்சு வார்த்தைகள் நடைபெற்றன. ஆனால், எந்தவொரு முன்னேற்றமும் இல்லை. பாகீரதியின் கரையில் 45 நாட்கள் உண்ணாவிரதம் இருந்தார். பின்னர் டெல்லியில் உண்ணாவிரதம் இருந்தார். உச்ச நீதிமன்றத்திலும் அணைக்கு எதிராக

வழக்கு நடத்தினார். இன்னொரு பக்கம், கட்டுமானப் பணிகள் தொடர்ந்து கொண்டிருந்தன. இறுதிக்கட்டத்தை நெருங்கியபோது அவர் கைது செய்யப்பட்டு விடுவிக்கப்பட்டார். அதற்குப் பின்னர் அவர் பற்றிய பேச்சு எழவில்லை.

தெஹ்ரி அணையின் சுற்றுச்சூழல் பற்றிய சர்ச்சையானது, சுந்தர்லால் பகுகுணாவின் போராட்டத்துக்கு முன்னரே இருந்தது. இது குறித்து ஆய்வு செய்வதற்காக ஒரு கமிட்டியும் அமைக்கப்பட்டது. எஸ்.கே. ராய் என்பவர் தலைமையிலான ஒரு நபர் கமிட்டி, தெஹ்ரி அணை கட்டப்படுவதால் ஏற்படும் சுற்றுச்சூழல் பாதிப்புகளை ஆராய்ந்து, அறிக்கை சமர்ப்பிக்க உத்தரவிடப்பட்டிருந்தது.

எஸ்.கே ராய், களத்தில் இறங்கினார். திட்டத்தில் பணியாற்றியவர்களைச் சந்தித்தார். சோவியத் ரஷ்யாவின் பொறியாளர்கள், ரூர்க்கி பல்கலைக்கழகத்தைச் சேர்ந்த நிபுணர்களிடமிருந்து பல்வேறு தகவல்களைத் திரட்டினார். இடைக்கால அறிக்கையொன்றையும் தாக்கல் செய்தார்.

எஸ்.கே. ராயின் இறுதி அறிக்கை வெளியானபோது பல விவாதங்களை ஏற்படுத்தி வைத்தது. 'எங்களுக்குப் போதுமான தரவுகள் கிடைக்கவில்லை. கிடைத்த தகவல்களை வைத்து ஆராய்ந்தபோது, திட்டத்தை ஏற்றுக்கொள்வதில் தயக்கமிருக்கிறது. தொழில்நுட்ப ரீதியான அனுமானங்கள், சுற்றுச்சூழல் பாதிப்புகள் உள்ளிட்ட விஷயங்களில் இருவேறு கருத்துகள் இருக்கின்றன' என்று அறிக்கை பிரச்னையை இன்னும் குழப்பத்தில் ஆழ்த்தியது.

எஸ்.கே. ராயின் அறிக்கை, மத்திய சுற்றுச்சூழல் அமைச்சகத்தின் செயலாளருக்கு அனுப்பி வைக்கப்பட்டது. அவர் அதை நீர்வளத்துறை கமிஷனுக்கு அனுப்பி வைத்தார். சுற்றுச்சூழல் சம்பந்தப்பட்ட நிபுணர்களிடம் ஆலோசனை தரும்படிக் கேட்டுக்கொண்டார். பின்னாளில், திட்டத்தைத் தொடர்வது என்று முடிவு செய்யப்பட்டது.

மத்திய சுற்றுச்சூழல் அமைச்சகத்தின் செயலாளராக இருந்தவர்தான், பின்னாளில் தலைமைத் தேர்தல் ஆணையராகி இந்தியாவையே திரும்பிப் பார்க்க வைத்தார். அவர்தான் டி.என். சேஷன்!

2006ல் அணை திறக்கப்பட்டது. அதுவரை 8000 கோடி செலவாகியிருந்தது. சிப்கோ இயக்கத்தை ஆரம்பித்து, பல்வேறு விழிப்புணர்வுப் போராட்டங்களை வெற்றிகரமாக நடத்தியிருந்த

சுந்தர்லால் பகுகுணாவின் தெஹ்ரி அணைக்கட்டுக்கு எதிரான திட்டம் தோல்வியைத் தழுவியது.

தெஹ்ரி இந்தியாவின் மிக உயரமான அணையாக உருவெடுத்தது. உலகளவில் இது 12வது பெரிய அணை. ஒப்பீட்டளவில் இதுதான் இந்தியாவின் மிகப்பெரிய ஹைட்ரோ எலெக்ட்ரிக் பவர் பிளாண்ட்.

உத்தராகண்ட், உத்தரப் பிரதேசம், பஞ்சாப், டெல்லி, ஹரியானா, சண்டிகர், ஜம்மு காஷ்மீர், ராஜஸ்தான், ஹிமாச்சல பிரதேசம் எனப் பெரும்பாலான வட இந்திய மாநிலங்கள் தங்களுடைய மின் தேவைக்கு தெஹ்ரி அணையைத்தான் நம்பியிருக்கின்றன.

டி.என். சேஷன் 2019ல் மறைந்தார். கொரோனா தொற்றால் பாதிக்கப் பட்டிருந்த சுந்தர்லால் பகுகுணா, ரிஷிகேஷ் எய்ம்ஸ் மருத்துவ மனையில் சிகிச்சைப் பலனின்றி உயிரிழந்தார்.

•

15. ராம்விலாஸ் வேதாந்தி

ராம் விலாஸ் வேதாந்தியைப் பற்றி தமிழ்நாட்டில் யாருக்கும் தெரியாது. பா.ஜ.கவினருக்கே தெரியாத முகம். ஆனால், வட இந்தியாவில் அவர் பிரபலமானவராக இருந்தார். ராம ஜென்ம பூமியான அயோத்தியில் வசிப்பவர். மிகப் பெரிய ராம பக்தர். அயோத்தியில் ராமருக்கு எப்படியாவது ஒரு கோயிலைக் கட்டிவிட வேண்டும் என்று 40 ஆண்டுகளாக அங்கேயே தங்கிவிட்டவர்.

மத்தியப் பிரதேசத்தின் ரீவா நகரில் பிறந்து வளர்ந்த ராம் விலாஸ் வேதாந்தி, வேதங்களைக் கற்றுத் தேர்ந்து வேதாச்சாரி என்றெல்லாம் பட்டம் பெற்றவர். வாரணாசியில் உள்ள சமஸ்கிருத கல்லூரியில் ராமாயணம் பற்றி ஆய்வுகள் செய்து முனைவர் பட்டம் பெற்றிருக்கிறார். வி.எச்.பியுடன் இணைந்து பல போராட்டங்களையும் நடத்தியிருக்கிறார்.

80களின் இறுதியில் வி.எச்.பி. அமைப்பு, ராமர் கோயில் கட்டுவதில் பெரிதும் ஆர்வம் காட்டியது. பாபர் மசூதி

இருக்குமிடத்தில் ராமருக்கு ஒரு பெரிய கோயில் கட்டுவது என்று முடிவு செய்து வி.எச்.பி. தொண்டர்கள் கரசேவையை ஆரம்பித்தார்கள். வட இந்தியாவின் பல மாநிலங்களில் அவர்கள் ராமர் பூஜை செய்து, செங்கல்களைச் சுமந்தபடி அயோத்திக்கு வந்து கொண்டிருந்தார்கள்.

பா.ஜ.கவோ தன்னுடைய அரசியல் பயணத்தில் ஆர்வம் காட்டி வந்தது. ஒற்றைப்படை இலக்கத்தில் இருந்த எம்.பிக்களின் எண்ணிக்கையை படிப்படியாக உயர்த்திக் கொண்டே வந்தார்கள். அயோத்தியில் ராமர் கோயில் கட்டுவதும் பா.ஜ.கவின் லட்சியம் என்றாலும், தடாலடியாக பாபர் மசூதியை இடித்துவிட்டு ராமர் கோயில் என்றெல்லாம் தீவிரம் காட்டியதில்லை.

மண்டல் கமிஷன் சூறாவளியில் சிக்கிக் கொண்ட பா.ஜ.கவுக்கு அயோத்தி மந்திர் ஞாபகத்துக்கு வந்தது. மண்டல் வேண்டுமா, மந்திர் வேண்டுமா என்கிற கோஷத்தை முன்வைத்து, இந்து மக்களை ஒன்று திரட்ட முடிவு செய்தது. குஜராத்திலிருந்து அத்வானி ரத யாத்திரையை ஆரம்பித்தார். மேற்கிலிருந்து புறப்பட்டு, பல வட இந்திய மாநிலங்கள் வழியாகச் சென்று, இந்து மக்களிடம் எழுச்சியை ஏற்படுத்திய பின்னர் அயோத்தி செல்வது அவரது திட்டம்.

அயோத்தி சென்றடைவதற்கு முன்பாகவே பீகாரில் லல்லு அரசால் கைது செய்யப்பட்டார். அயோத்தி பிரச்னை அப்போதைக்கு ஓய்ந்தது என்றாலும் ராமர் கோயில் கட்டும் விஷயத்தில் வி.எச்.பியை பின்னுக்குத் தள்ளிவிட்டு, பா.ஜ.க முன்னுக்கு வந்துவிட்டது. யார் செய்தால் என்ன? ராமர் கோயில் கட்டுவதுதான் ஒரே லட்சியம் என்று நினைத்த ராம் விலாஸ் வேதாந்தியும் பா.ஜ.கவில் இணைந்து விட்டார்.

1992 டிசம்பர் மாதம், பாபர் மசூதி இடிக்கப்பட்டபோது கரசேவை தொண்டர்களைத் தூண்டிவிட்டதாக சிலர் மீது சி.பி.ஐ. வழக்குத் தொடர்ந்தது. அதில் அத்வானி, உமாபாரதி, முரளி மனோகர் ஜோஷி உள்ளிட்ட 11 பேர்கள் மீது வழக்குப் பதிவு செய்யப்பட்டது. பின்னர் அதே வழக்கு வாபஸ் வாங்கப்பட்டது. குற்றம்சாட்டப்பட்ட 11 பேரில் ராம் விலாஸ் வேதாந்தியும் ஒருவர்.

ராமர் கோயில் கட்டத் தொடங்கப்பட்ட சாதுக்கள் சபையில் ராம் விலாஸ் வேதாந்தியும் இருந்தார். அயோத்தி ராம் மந்திர் டிரஸ்ட்டில் செயலாளராகவும் இருந்தார். இது தவிர, வி.எச்.பி. அமைப்பினரால் உருவாக்கப்பட்ட மார்கதர்சி மண்டல் என்னும் வழிகாட்டும்

குழுவில் உறுப்பினராக இருந்திருக்கிறார். பின்னாளில் வசிஷ்டர் மடம் ஒன்றை ஆரம்பித்த வேதாந்தி, இரண்டு முறை பா.ஜ.க எம்.பியாக இருந்திருக்கிறார்.

2007ல் தமிழ்நாட்டில் நடந்த ஓர் அரசியல் சர்ச்சையில் ராம் விலாஸ் வேதாந்தி தெரிவித்த கருத்து, பெரும் கொந்தளிப்பை ஏற்படுத்தியது. முதல்வராக இருந்த கருணாநிதி, ராமரைப்பற்றித் தெரிவித்த கருத்து தேசிய அளவில் சர்ச்சைகளை ஏற்படுத்தியிருந்தது.

கோவையில் நடந்த அரசியல் பொதுக்கூட்டத்தில் சேது சமுத்திரத் திட்டம் பற்றிய பேச்சு வந்தபோது, ராமர் கட்டிய பாலம் என்பதெல்லாம் பொய் என்று பேச ஆரம்பித்த கருணாநிதி, 'ராமர் கட்டினாரா? அவர் ஏதாவது பொறியியல் கல்லூரியில் படித்தாரா?' என்று கேட்டார்.

அதற்குப் பதிலடியாக, கருணாநிதி ராமரை இழிவுபடுத்திவிட்டார். வரலாற்றைத் திரித்து எழுதும் முயற்சியில் இறங்கியிருக்கிறார். ராமர் கட்டிய பாலத்தைத் தகர்க்க நினைக்கிறார். நாங்கள் இருக்கும்வரை நடக்க விடமாட்டோம். இந்துக் கடவுள்களைப்பற்றி இழிவாக யார் பேசினாலும் நாக்கை துண்டிக்க வேண்டும் என்றார் ராம் விலாஸ் வேதாந்தி.

உடன்பிறப்புகள் பொங்கியெழுந்தார்கள். கருணாநிதியின் அரசியல் வாழ்க்கையில் அப்படியொரு விமர்சனத்தை எதிர்கொண்டதில்லை. வேதாந்தி கடுமையாக விமர்சிக்கப்பட்டார். மிரண்டு போன வேதாந்தி, தன்னுடைய கருத்தை திரும்பப் பெறுவதாக அறிவித்தார். ஆனால், தி.மு.க. தொண்டர்கள் விடவில்லை. சென்னையில் இருந்த பா.ஜ.க. அலுவலகமும், இந்து முன்னணி அலுவலகமும் தாக்குதலுக்கு உள்ளானது.

பா.ஜ.க. அலுவலகத்தை முற்றுகையிட்ட குழுவில் ஓர் அமைச்சரும் இருந்தார். அடுத்தடுத்து அமைச்சர்கள் பா.ஜ.கவையும், ராம் விலாஸ் வேதாந்தியையும் கண்டித்துப் பேசினார்கள். இந்நிலையில் தமிழ்நாட்டில் சட்டம் ஒழுங்கு கெட்டுவிட்டது. கருணாநிதி ஆட்சியை டிஸ்மிஸ் செய்ய வேண்டும் என்று அதிரடி அறிக்கை வெளியானது. ஜெயலலிதாவிடமிருந்து அல்ல, சுப்ரமணிய சாமியிடமிருந்துதான்.

ராமர் எந்தப் பொறியியல் கல்லூரியில் படித்தார் என்று கேள்வி கேட்டதன் மூலமாக இந்துக்களின் மனதைப் புண்படுத்தி விட்டார் என்ற சுப்ரமணியம் சாமி, நாடு முழுவதுமுள்ள இந்துக்களின்

சாபத்துக்கு கருணாநிதி ஆளாகிவிட்டார். ராமர் சோமபானம் குடித்ததாக வால்மீகி ராமாயணம் சொல்கிறது என்றும் பேசியிருக்கிறார். அவர் எந்தக் காலத்தில் ராமாயணத்தைப் படித்தார்? அப்படி எதுவும் வால்மீகி ராமாயணத்தில் குறிப்பிடவில்லை என்றார்.

ராம் விலாஸ் வேதாந்தி மீது தமிழ்நாட்டில் வழக்கு தொடரப்பட்டது. அவரைக் கைது செய்ய தமிழக காவல்துறையினர் அயோத்திக்குச் சென்றிருப்பதாக செய்திகள் வந்தன. எங்கள் சாதுக்களில் முக்கியமானவரான வேதாந்தியின் மீது யாரும் நடவடிக்கை எடுக்க முடியாது. இது ராம பக்தர்களுக்கும், ராம விரோதிகளுக்கும் இடையே நடக்கும் போர் என்றெல்லாம் அவரது சிஷ்யர்களும் கொதித்துப் போனார்கள்.

அடுத்து வந்த இரண்டு வாரங்களுக்கு ராமர் பற்றிய ஆராய்ச்சி தொடர்ந்தது. ராமர் என்பது ஓர் இதிகாச பாத்திரம்தான், வரலாற்றில் அப்படியொரு பாத்திரம் இருப்பதற்கு ஆதாரம் இல்லையென்று ராஜாஜி எழுதிய சக்கரவர்த்திக் திருமகனை கையில் வைத்துக் கொண்டு கருணாநிதி தன்னுடைய பேச்சை நியாயப்படுத்திக் கொண்டிருந்தார்.

ராமர் பற்றிய கருணாநிதியின் கருத்து, பல்வேறு சர்ச்சைகளை ஏற்படுத்தியது. இது பற்றி பா.ஜ.கவும், காங்கிரஸ் கட்சியும் நேரடியாக எந்தவொரு கருத்தையும் தெரிவிக்காவிட்டாலும், தர்மசங்கடத்தில் இருந்தார்கள். அடுத்தடுத்து வந்த தேர்தல்களில் கருணாநிதியின் ராமர் பற்றிய கருத்தும், இந்து மத எதிர்ப்பு வாதப் பிரதிவாதங்களும் தொடர்கதையாகிவிட்டன.

மத்தியில் மீண்டும் பாஜக ஆட்சிக்கு வந்தபின்னர் ராமர் கோயில் கட்டும் பணிகள் மீண்டும் ஆரம்பிக்கப்பட்டன. ராம் விலாஸ் வேதாந்தியும் உற்சாகமாகப் பணிகளை ஆரம்பித்தார். அயோத்தி பிரச்னை மீதான உச்ச நீதிமன்ற வழக்கில் வேதாந்தியும் ஒரு மனுதாரராக இருந்தார். உச்ச நீதிமன்றத்தின் இறுதித் தீர்ப்பிற்குப் பின்னர் கோயில் கட்டுவதற்கான பணிகள் ஆரம்பமாகின. மத்திய, மாநில அரசுகளினால் அமைக்கப்பட்ட அறக்கட்டளை, வழிகாட்டும் குழுக்களில் தன்னையும் சேர்த்துக் கொள்ளுமாறு கேட்டுக் கொண்டார் ராம் விலாஸ் வேதாந்தி.. ஆனால், ஏனோ அவர் சேர்க்கப்படவில்லை.

அறக்கட்டளையில் இடம் பெறுவது தொடர்பாக இந்து அமைப்பு களுக்குள் பெரிய போட்டி இருந்தது. கோயில் கட்டி முடித்த பிறகு

நிர்வாகப் பொறுப்பை தங்களிடம்தான் தரவேண்டும் என்று கோரிக்கை வைப்பார்கள் என்பதால் எவரையும் சேர்த்துக் கொள்வதில் மத்திய, மாநில அரசுகள் கண்டிப்பாக இருந்தன.

இந்நிலையில், ராமர் கோயில் அறக்கட்டளையின் நிதியில் ஏகப்பட்ட மோசடி நடப்பதாக புகார் எழுப்பினார் வேதாந்தி. மோசடி பற்றி விசாரிக்குமாறு, உள்துறை அமைச்சகத்துக்கு விரிவாக எழுதியிருக்கிறார். இதுபற்றி விசாரிக்காவிட்டால், நீதிமன்றத்தில் வழக்கு தொடரப்போவதாகவும் அறிவித்தார்.

ராமா? கோயிலுக்காகப் போராடியவர்களில் பலர், அறக் கட்டளையில் ஏன் சேர்க்கப்படவில்லை என்று உள்துறை அமைச்சர் அமித்ஷாவிடம் பத்திரிக்கையாளர்கள் கேள்வி எழுப்பினார்கள். 'நீதிமன்றங்களில் வழக்குகளை எதிர்கொள்பவர்களையும், தேர்தலில் போட்டியிட்டவர்களையும் சேர்க்க வேண்டாம் என்று முடிவெடுத் திருந்தோம். தற்போதைய அறக்கட்டளை சரியாகச் செயல்படுகிறது. எங்களுடைய விருப்பத்தை அவர்கள் நிறைவேற்றுவார்கள் என்றார் அமித்ஷா.

15 ஆண்டுகளுக்கு முன்னர் தமிழ்நாட்டில் ராம் விலாஸ் வேதாந்தி மீது ஒரு வழக்குப் பதிவு செய்யப்பட்டது. அதைத் தொடர்ந்து ராம் விலாஸ் வேதாந்தியும் உத்திரப் பிரதேசத்தில் கருணாநிதி மீது ஒரு வழக்கைத் தொடர்ந்தார். இரு வழக்குகளின் தற்போதைய நிலை என்னவென்று தெரியவில்லை!

•

16. சல்லடையாக்கப்பட்ட இரும்பு மனிதர்

முன்னும் பின்னும் நான்கு பாதுகாப்பு வாகனங்கள் சூழ, அந்த பென்ஸ் கார் கிளம்பியது. குண்டு துளைக்காத கார். இருபதுக்கும் மேற்பட்ட காவல் பூனைகள் ஆயுதம் ஏந்தியபடி சுற்றியிருக்க, பாதுகாப்போடு நகர்ந்தது. இலங்கை அரசின் வி.வி.ஐ.பி.பியும், உள்துறை மற்றும் பாதுகாப்பு அமைச்சரான ரஞ்சன் விஜேரத்ன காருக்குள் இருந்தார். கொழும்புவில் இருந்த அவரது இருப்பிடத்தில் இருந்து காலையில் வழக்கம்போல் தன்னுடைய அலுவலகத்தை நோக்கிச் சென்று கொண்டிருந்தார்.

கிளம்பி பத்து நிமிடங்கள்கூட ஆகியிருக்காது. கொழும்புவின் மக்கள் நடமாட்டமுள்ள ஒரு பிஸியான சாலையைக் கடந்து இன்னொரு சாலைக்குத் திரும்பும் நேரத்தில் சாலையோரமாக நிறுத்தி வைக்கப்பட்டிருந்த ஒரு கன்டெயினர் வாகனம் திடீரென்று உயிர்பெற்று, அமைச்சரின் கார்மீது மோதியது. அடுத்த சில நொடிகளில் பெரும் ஒலியோடு எழுந்த வெடிச்சத்தம், அந்தப் பகுதியையே குலுக்கிவிட்டது.

ஆகாயத்தில் தூக்கியெறியப்பட்ட மெர்சிடிஸ் பென்ஸ் காரைப் பார்த்து சாலையோர மக்கள் உறைந்து போனார்கள். உடனிருந்த பாதுகாப்பு அதிகாரிகளின் கை கால்கள் பிய்த்து எறியப்பட்டிருந்தன. எங்கும் ரத்த வெள்ளம். குண்டுவெடிப்பால் எழுந்த தீப்பிழம்பால் அருகில் நின்று கொண்டிருந்த அரசுப் பேருந்து தீப்பிடித்து எரியவே, உள்ளே இருந்தவர்களெல்லாம் அலறியடித்து ஓடினார்கள்.

60 கிலோ வெடி மருந்து பொருள்களோடு நிறுத்தி வைக்கப்பட்டிருந்த வாகனத்தை இயக்கி, வேகமாக வந்துகொண்டிருந்த அமைச்சரின் கார் மீது மோதி ரிமோட் மூலம் அதை வெடிக்கச் செய்திருக்கிறார்கள். காரை இயக்கியது யாரென்று தெரியவில்லை. உயிரிழந்த அமைச்சர், இலங்கை அரசின் உயர் பாதுகாப்பு வளையத்தில் இருந்தார். இலங்கையின் அதிபர், பிரதமருக்கு இணையான பாதுகாப்பு அவருக்குத் தரப்பட்டிருந்தது.

ரஞ்சன் விஜேரத்ன மீதான தாக்குதல் என்பது ஆச்சர்யமானது. அன்றைய நிலையில் நாட்டின் உச்சகட்டப் பாதுகாப்பு வளையத்தில் இருந்தார் அவர். மூன்று அடுக்குப் பாதுகாப்பு வளையங்களைத் தாண்டித்தான் யாராக இருந்தாலும் அவரைச் சந்திக்க முடியும் என்கிற நிலை இருந்தது. கையில் இருக்கும் பேனா முதல் வாட்ச், மணி பர்ஸ் வரை சகல விஷயங்களையும் பரிசோதித்தப் பின்னரே அவரை நெருங்க முடியும் என்பார்கள்.

30 ஆண்டுகளுக்கு முன்னர் நடந்த சம்பவம். இதில் ரஞ்சன் விஜேரத்ன உட்பட 19 பேர் சம்பவ இடத்திலேயே கொல்லப்பட்டார்கள். அவரது உடல் அடையாளம் தெரியாத அளவுக்குச் சிதைந்து கிடந்தது. உயிரிழந்தவர்களில் 13 பேர் அப்பாவி பொதுமக்கள். 120 பேர் படுகாயமடைந்தார்கள். அப்படியொரு நாசகார சம்பவத்தை இலங்கை அதுவரை எதிர்கொண்டதில்லை.

இதுவொரு திருப்புமுனைப் படுகொலை. இதே பாணியில் அடுத்து வந்த ஐந்தாண்டுகளுக்கு மனித வெடிகுண்டு, கார் வெடிகுண்டால் உயிரிழந்த இந்திய, இலங்கைப் பிரபலங்கள் ஏராளமானோர் உண்டு.

பின்னணியில் இருந்தவர்கள் யார்? கேள்விக்கு உறுதியான விடை தேடுவதற்குப் பல ஆண்டுகளானது. விடுதலைப்புலிகளின் செயல் என்பது பல ஆண்டுகளுக்குப் பின்னரே உறுதியானது என்றாலும் அன்றைய நிலையில் ரஞ்சன் விஜேரத்ன ஏராளமான அமைப்புகளின் எதிர்ப்புகளைச் சம்பாதித்து வைத்திருந்தார். திரும்பும் திசை எல்லாம் அவருக்கு எதிரிகள் இருந்தார்கள்.

யாருடைய வேலை என்பதில் இறுதி முடிவுக்கு வர முடியாது சூழல் இருந்தது. அவரது கட்சிக்குள்ளேயும் அவருக்கு எதிர்ப்பு இருந்தது. சிங்களர், தமிழர் என அனைத்துத் தரப்பினரின் கசப்பையும் பெற்றிருந்தார். எவரையும் கடுமையாக நடத்திய பிடிவாதமானப் போக்குடையத் தலைவராகவே அவர் நினைவுகளில் இருந்தார்.

ரஞ்சன் விஜேரத்ன, இலங்கையின் அரசியல் வரலாற்றில் இரும்புக்கரம் கொண்ட உள்துறை அமைச்சராக அறியப்படுகிறார். ஒரு சாதாரண தேயிலைத் தோட்ட தொழிலாளியாக தன்னுடைய வாழ்க்கையை ஆரம்பித்தவர். 25 ஆண்டுகாலம் தேயிலைத் தோட்டத் தொழில்தான் அவருக்கு முக்கியமான அடையாளம். ஒரு டீ எஸ்டேட் மேனேஜராக இருந்து, பின்னர் தோட்டக்கலை ஆராய்ச்சி இயக்குநராக உயர்ந்திருக்கிறார். அதிபர் ஜெயவர்த்தனே இவரது ஆரம்பக்கட்ட வளர்ச்சிக்கு உறுதுணையாக இருந்திருக்கிறார்.

தன்னுடைய ஐம்பதாவது வயதில், இலங்கை ராணுவத்தில் சேர்ந்து ஜெனரலாகப் பதவி உயர்வு பெற்றிருக்கிறார். பின்னர் அதிலிருந்து விலகி, ஐக்கிய தேசிய முன்னணியின் தலைமைப் பொறுப்பாளராக இருந்திருக்கிறார். பின்னாளில் பிரேமதாசா அதிபரானபோது, அவரது அமைச்சரவையில் வெளியுறவுத்துறை, ராணுவத்துறை என முக்கியமான பொறுப்புகள் ரஞ்சன் விஜேரத்ன வசம் வந்தன. மூன்றே வருடங்களில் இலங்கை அரசியலின் மையப்புள்ளிக்கு வந்து சேர்ந்தவர்.

ரஞ்சன் விஜேரத்ன, அதிரடியாகப் பேசக்கூடியவர். அதிரடியாகவும் செயல்படக்கூடியவர். பிரேமதாசாவுக்கு அடுத்த நிலையில் நம்பர் டூவாக வலுவான இடத்தில் இருந்தார். பதவிக்கு வந்த ஒரே ஆண்டில் சிங்களர் வாழும் பகுதிகளில் சட்டம் ஒழுங்கு நிலைமையை கட்டுக்குள் கொண்டு வந்தார். அதில் முக்கியமானது ஜே.வி.பியை முழுவதுமாக ஒடுக்கியது.

ஜே.வி.பி. என்னும் 'ஜனதா முக்தி பெர்முனா' ஒரு தடை செய்யப்பட்ட இயக்கம். 70களின் ஆரம்பத்தில் சிங்கள இளைஞர்களால் வளர்த்தெடுக்கப்பட்ட அமைப்பு, இலங்கை முழுவதும் பல்வேறு இனக்கலவரங்களுக்கு காரணமாக இருந்தது. எந்தக் கட்சி ஆட்சிக்கு வந்தாலும் இலங்கையில் ஜே.வி.பியையும் விடுதலைப்புலிகளையும் பயங்கரவாத இயக்கங்களாகவே கருதின. உள்துறை அமைச்சரான ரஞ்சன் விஜேரத்ன, முதலில் ஜே.வி. பி. இயக்கத்தவர்கள் மீது அதிரடி நடவடிக்கை எடுத்தார்.

1987ல் இந்திய இலங்கை ஒப்பந்தம் கையெழுத்தான பின்னர், ஜே.வி.பி. தன்னுடைய நடவடிக்கைகளை அதிகப்படுத்தியது. இலங்கையில் இந்தியாவின் தலையீட்டை எதிர்ப்பதாக ஆயுதக் கிளர்ச்சியில் இறங்கியது. ஒப்பந்தம் முன்வைத்த அரசியல்அமைப்பு 13 சட்டத்திருத்தம் போன்ற விஷயங்களை நிராகரித்தார்கள். மாகாண சபை, தேர்தல்களை என அத்தனையையும் ஏற்றுக் கொள்ள மறுத்தார்கள்.

தமிழர்கள் ஒப்புக்கொண்டாலும் சிங்களர்கள் ஒப்புக்கொள்ளாத நிலையில் எல்லை மீறிப்போகும் ஜே.வி.பியை கூண்டோடு ஒழிக்க களத்தில் இறங்கினார், ரஞ்சன். ஜே.வி.பியின் முக்கியமான தலைவர்களை தேடிப்பிடித்து, அதிரடித் தாக்குதல் நடத்தி ராணுவப் படை கைது செய்தது. ஏறக்குறைய 80 ஆயிரம் சிங்கள இளைஞர்கள் கொல்லப்பட்டார்கள் அல்லது காணாமல் அடிக்கப்பட்டார்கள்.

ஜே.வி.பியின் தலைவர் ரோகன விஜயவீரா, சித்திரவதை செய்யப்பட்டுக் கொல்லப்பட்டார். ஆயுதங்கள் பறிக்கப்பட்டு, அனைத்து முன்னணித் தலைவர்களும் கொல்லப்பட்டார்கள். பலர் சிறையில் அடைக்கப்பட்டார்கள். இதுபோன்ற நடவடிக்கைகளால் அடுத்து வந்த பத்தாண்டுகளுக்கு ஜே.வி.பி. தலையெடுக்க முடியாமல் போனது.

ரஞ்சன் விஜேரத்ன என்னும் ஒற்றை ஆசாமியால் இதை வெற்றி கரமாகச் செய்ய முடிந்தது. ஜே.வி.பி. என்னும் தலைவலி தீர்ந்ததால், அதிபர் பிரேமதாசாவால் தமிழர் பிரச்னையில் விடுதலைப் புலிகளுடன் நேரடியாகப் பேச முடிந்தது. அனைத்து சிங்களவர்களின் ஆதரவு தனக்கிருப்பதால் பிரேமதாசா, புலிகளை பேச்சுவார்த்தைக்கு அழைத்தார்.

ஜே.வி.பியை ஒடுக்கிவிட்ட ரஞ்சன் விஜேரத்னவுக்கு விடுதலைப் புலிகளிடம் பிரேமதாசா பேச்சுவார்த்தை நடத்துவதில் சம்மத மில்லை. ஜே.வி.பியை ஒடுக்கியதுபோல் ஆறே மாதத்தில் விடுதலைப் புலிகளையும் ஒடுக்கிவிடலாம் என்று அதீத நம்பிக்கை கொண்டிருந்தார்.

பிரமேதாசாவோ யதார்த்த நிலையை உணர்ந்திருந்தார். அதிபர் தேர்தலுக்கு முன்னரே புலிகளிடம் முதல் கட்ட பேச்சுவார்த்தைகளை முடித்திருந்தார். விடுதலைப்புலிகள் தந்த ஒத்துழைப்பால் அவரால் அதிபராக முடிந்தது. இந்தியா அமைதி காக்கும் படையையும் திருப்பி அனுப்ப முடிந்தது. ஆகவே, விடுதலைப்புலிகளுடன் எந்தளவுக்கு

சமாதானமாகப் போகமுடியுமோ அந்தளவுக்கு இறங்கி வந்து பேச்சுவார்த்தைகளை நடத்தினார்.

புலிகளை நம்பிப் பேச்சுவார்த்தையில் இறங்கவேண்டாம் என்று அடிக்கடி சொல்லிக்கொண்டிருந்தார், ரஞ்சன். பேச்சுவார்த்தையில் ஆயுதங்களை ஒப்படைத்தாகவேண்டும் என்றார். ஆனால், விடுதலைப் புலிகள் ஒப்புக்கொள்ளவில்லை. ஆறுமாதங்கள் தொடர்ந்த பேச்சுவார்த்தை ஒப்பந்தத்தை நெருங்கும் நேரத்தில், நிலைமை மோசமானது. புலிகள் தாக்குதலை ஆரம்பித்தபோது ரஞ்சன் பொங்கியெழுந்துவிட்டார்.

விடுதலைப்புலிகள் மோசமான துரோகிகள் என்றார். 'இந்திய அமைதி காக்கும் படையையே சமாளித்து திருப்பி அனுப்பி விட்டதாக விடுதலைப்புலிகள் நினைத்துக் கொண்டிருக்கிறார்கள். என்னுடைய ராணுவப் படை எதற்கும் சளைத்ததல்ல. விடுதலைப்புலிகளை நம்பி இனிமேலும் பேச்சுவார்த்தை நடத்தமுடியாது. இனி வரும் காலத்தில் இலங்கை ராணுவப் படை, விடுதலைப்புலிகளோடு கடுமையாக மோதும்.' என்றார்.

அதுதான் நடந்தது. 1990களின் இறுதியில் யாழ்ப்பாணத்தில் இலங்கை ராணுவத்துக்கும் விடுதலைப்புலிகளுக்கும் கடுமையான சண்டை நடந்தது. அதுவரை பார்க்காத உக்கிரமான யுத்தம், தமிழர்கள் வாழும் பகுதிகளில் இருந்தது. 'விடுதலைப்புலிகளை முற்றிலுமாக ஒழித்து விடுவேன். எதையும் அரைகுறையாகச் செய்து எனக்குப் பழக்கமில்லை' என்று இலங்கை நாடாளுமன்றத்தில் பேசினார், ரஞ்சன் விஜேரத்ன.

சொன்னபடியே செய்து முடித்தார். விடுதலைப்புலிகளின் பிடியில் இருந்த பெரும்பாலான கிழக்குப் பகுதிகள் இலங்கை அரசின் வசம் திரும்ப வந்தன. யாழ்ப்பாணத்தை மட்டும் மீட்கமுடியவில்லை. அதற்காகத்தான் மாதக்கணக்கில் யுத்தம் தொடர்ந்தது.

யுத்தம் உச்சத்தில் இருந்தபோது, ரஞ்சன் சர்வதேசப் பத்திரிக்கை யாளர்களை அழைத்து, விடுதலைப்புலிகள் தலைவர் பிரபாகரன் இறந்துவிட்டதாக அறிவித்தார். புலிகளில் பெரும்பாலானவர்கள் கொல்லப்பட்டுவிட்டார்கள். இனி எஞ்சியிருப்பது இளம் ஆண்களும் பெண்களும்தான். என்னுடைய ராணுவம், யாழ்ப்பாணத்துக்குள் நுழையும்போது அவர்கள் உடையிலேயே சிறுநீர் கழித்து விடுவார்கள் என்றார். இதுதான் விடுதலைப் புலிகளைக் கோபப் படுத்தியது.

இறுதிவரை ரஞ்சன் விடுதலைப் புலிகளுக்குச் சிம்ம சொப்பனமாக இருந்தார். ரஞ்சன் விஜேரத்னவைக் கொன்றது ஜேவிபியா, விடுதலைப்புலிகளா என்று சர்ச்சை இருந்தது. இரண்டு நாள் கழித்து விடுதலைப்புலிகள் அமைப்பு விளக்கமாக அறிக்கை வெளியிட்டது. விஜேரத்னவைக் கொன்றது நாங்கள் அல்ல; ஆனால், கொல்லப்பட்டதால் தமிழ் மக்களுக்கு நிம்மதி என்பதில் சந்தேகமில்லை என்றது.

தமிழ்நாட்டிலிருந்துதான் விடுதலைப்புலிகள் தொடர்ந்து இயங்கிக் கொண்டிருக்கிறார்கள். அவர்களுக்கான ஆயுதங்கள், மருந்து பொருள்கள் அனைத்தும் தமிழ்நாட்டிலிருந்துதான் கிடைக்கின்றன. விடுதலைப்புலிகளை தமிழ்நாட்டிலிருந்து விரட்டி விட்டாலே போதும். மற்றதை நான் பார்த்துக் கொள்கிறேன் என்றார், ரஞ்சன்.

ஆனால், மூன்றே மாதங்களில் திட்டமிட்டு ரஞ்சன் விஜேரத்ன கொலை செய்யப்பட்டார். கார் வெடிகுண்டு அவரது உயிரைப் பறித்தது. அடுத்து வந்த மூன்று மாதங்களில் ராஜிவ் காந்தி கொலை செய்யப்பட்டார். அதே வழிமுறை, அதே வெடிபொருள்கள். காருக்கு பதிலாக மனித வெடிகுண்டு!

●

17. எரிக்கப்பட்டது நிஜம்

ஜெய்பூர் – டெல்லி நெடுஞ்சாலையில் ஷாபூரா என்னும் இடத்திலிருந்து இடதுபுறம் திரும்பி அரை மணி நேரம் பயணித்தால் தியோராலா என்னும் கிராமத்துக்கு வந்து விடலாம். சின்ன கிராமம்தான் என்றாலும் அப்படி ஒன்றும் மோசமான நிலையில் இல்லை. பத்தாயிரம் பேர் வசிக்கிறார்கள். ஆங்கில மீடியமுள்ள நான்கு பள்ளிகள் உண்டு. அரசு மருத்துவமனையும் உண்டு. மின்சார வசதி, தண்ணீர் வசதி அத்தனையும் 80களில் அப்போதே உண்டு.

4 செப்டம்பர் 1987. ஏறக்குறைய 35 ஆண்டுகளுக்கு முன்னர் உலகையே உலுக்கிய சம்பவம் மூலமாக இந்தக் கிராமத்தின் பெயர் வெளிச்சத்துக்கு வந்தது. ரூப் கன்வர் என்னும் 18 வயதே நிரம்பிய ஓர் இளம்பெண், மதச்சடங்குகளின் பெயரால், பல்லாயிரம் பேர் கூடியிருந்த பொதுவெளியில் எரிக்கப்பட்டாள். அவளது சம்மதத்துடன் அனைத்தும் நடந்தேறியது. ஆனால், அது குறித்த குற்றவுணர்ச்சி அங்கிருந்த எவருக்கும் இல்லை என்பதுதான் சோகம்.

‘சதி’ என்னும் உடன்கட்டை ஏறும் வழக்கத்துக்கு இந்தியாவில் கடைசி பலியானவர், ரூப் கன்வர். இந்து மறுமலர்ச்சி காலத்தில் ராஜாராம் மோகன் ராய் போன்றவர்களின் முயற்சியால் சதி என்பது மூடநம்பிக்கை என்னும் விழிப்புணர்வு மெல்ல வர ஆரம்பித்தது. அதுவரை இந்தியச் சடங்குகளில் தலையிடுவதுக்குத் தயங்கிய பிரிட்டிஷ் அரசு, ராஜா ராம் மோகன் ராய் போன்ற இந்து சமயச் சீர்திருத்தவாதிகளின் வலியுறுத்தலுக்குப் பின்னர் சதியைத் தடை செய்ய முன் வந்தார்கள். பிரிட்டிஷ் இந்தியாவில் சதி தடை செய்யப்பட்டது. ஆனால், தடை என்பது பெயரளவுக்கு மட்டுமே இருந்து வந்திருக்கிறது.

தியோராலா இருக்கும் ஷேக்காவதி பகுதி, ராஜபுத்திரர்கள் அதிகமாக வசிக்கும் இடம். மூடநம்பிக்கைகள் நிறைந்த பகுதி. உடன்கட்டை ஏறுவது புனிதமான இறப்பு என்று பல நூறு ஆண்டுகளாகக் கண்மூடித்தனமாக நம்புகிறார்கள். அங்கு மட்டுமல்ல, மாநிலம் முழுவதுமே உடன்கட்டை ஏறுவதைத் தவறாகப் பார்க்கும் பழக்கம் இருந்ததில்லை. அது பெண்ணைப் புனிதமாக்கும் செயல் என்றே நினைத்து வந்தார்கள்.

உடன்கட்டை ஏறுவது என்பது ரூப் கன்வர் எடுத்த முடிவு என்பதில் சந்தேகமில்லை. ஆனால், யாருமே அவரைத் தடுக்கவில்லை. அதற்கான முயற்சிகளைக் கூட யாரும் எடுக்கவில்லை. இன்றும் அதைக் கசப்போடு கடந்து சென்றுவிடவே நினைக்கிறார்கள். ரூப் கன்வர் பற்றி யாராவது பேச்செடுத்தாலே பேச மறுக்கிறார்கள்.

ரூப் கன்வரின் கணவரான மான் சிங் ஒரு பட்டதாரி. ரூப் கன்வரோ பத்தாம் வகுப்பு வரை படித்திருந்தார். ஆறு மாதங்களுக்கு முன்னர்தான் திருமணமாகியிருந்தது. இரண்டு பேருக்குமிடையே நல்ல புரிதல் இருந்தது. மகிழ்ச்சியான திருமண வாழ்க்கையை நடத்திக் கொண்டிருந்தார்கள்.

மான் சிங்கின் மரணமும் ஏதோ எதிர்பாராத விபத்தல்ல. 24 வயதான மான் சிங், நீண்ட நாட்களாகவே வயிற்று வலியால் அவதிப்பட்டு வந்தார். திடீரென வலி கடுமையானபோது சிகார் என்னுமிடத்தில் உள்ள மாவட்ட அரசுத் தலைமை மருத்துவமனையில் அனுமதிக்கப் பட்டார். சிகிச்சைப் பலனளிக்காமல் மறுநாளே உயிரிழந்துவிட்டார்.

இந்தியா முழுவதும் வயிற்றுவலியால் எத்தனையோ பேர் உயிரிழக்கிறார்கள். அப்படியொரு மரணமாக மறந்துவிடக்கூடிய சம்பவம் அது. ஆனால், அவரது மனைவியான ரூப் கன்வர் உடன்கட்டை ஏறுவதென்று அதிரடி முடிவெடுத்தார். மரணச் செய்தி

மான் சிங் – ரூப் கன்வர்

கேட்டதும், தன்னைத் தனிமைப்படுத்திக் கொண்டவர், உடன் கட்டைக்குத் தயாராகிவிட்டார். திருமணத்தன்று அணிந்த உடைகள், நகைகள் அனைத்தையும் தேடியெடுத்து அணிந்து கொண்டார்.

ரூப் கன்வர், உடன்கட்டை ஏறத் தயாராகிவிட்டார் என்பது கிராமம் முழுவதும் தெரிந்துவிட்டது. யாரும் வேண்டாமென்று சொல்ல வில்லை. அவரது புகுந்த வீட்டைச் சேர்ந்தவர்களும் சரி, பிறந்த வீட்டைச் சேர்ந்தவர்களும் சரி எல்லோருமே அமைதி காத்தார்கள். சதி என்பது கிராமத்தவர்களுக்குப் புதிதுமல்ல. கடந்த 100 ஆண்டுகளில் ஏற்கெனவே 4 பெண்கள் அதே கிராமத்தில் உடன்கட்டை ஏறியிருக்கிறார்கள்.

மான் சிங்கின் உடல், அவரது வீட்டிற்குக் கொண்டு வருவதுக்கு முன்பாகவே ரூப் கன்வர், மணக்கோலத்தில் உடன்கட்டைக்குத் தயாராகிவிட்டார். இறுதி ஊர்வலம் ஆரம்பித்தபோது, கணவரின் சடலத்தோடு நடக்க ஆரம்பித்துவிட்டார். மான் சிங்கின் உடல், சுடுகாட்டிற்கு எடுத்துச் செல்லப்பட்டபோது ரூப் கன்வரும் அவரது உறவினர்களும் ஊர்வலமாகவே சென்றார்கள்.

முன்னதாக, சதி சடங்கு நடைபெறப்போகிறது என்கிற செய்தியைத் தெரிந்துகொண்ட கிராமத்தவர்கள் மட்டுமல்ல அக்கம் பக்கத்தில் உள்ள மற்ற கிராமங்களைச் சேர்ந்தவர்களும் வந்து சம்பவ இடத்துக்கு வந்து சேர்ந்துவிட்டார்கள். ஆனால், யாரும் காவல்துறையினருக்குத் தகவல் தெரிவிக்கவில்லை.

தகன மேடையில் மான் சிங்கின் சடலத்தை வைத்து, விறகுகளை அடுக்கியதும் இறுதிச் சடங்குகள் ஆரம்பமாகின. அனைத்தும் முடிந்தவுடன் தகன மேடையை நோக்கிச் சென்ற ரூப் கன்வர், மான்

சிங்கின் தலைக்கு அருகே அமர்ந்தபடி அவரது தலையைத் தன் மடி மீது வைத்துக் கொண்டார். பின்னர் தன்னுடைய மைத்துனரான புஷ்பேந்திர சிங்கைப் பார்த்துத் தலையசைத்தார். சடலத்துக்குத் தீ வைக்கப்பட்டது.

சுற்றியிருந்த கூட்டம் குரல் எழுப்பியது, 'சதி மாதா கீ ஜெய்!'

யாருக்கும் எந்த குற்றவுணர்ச்சியும் இல்லை. சதி என்னும் உடன்கட்டை ஏறும் பழக்கம், பல்லாயிரம் ஆண்டுகளாக இந்தியா முழுவதுமே இருந்து வந்திருக்கிறது. கணவன் இறந்ததும் அவனது மனைவியைப் பல்லக்கில் அமர வைத்துத் தகன மேடைக்கு அழைத்துச் செல்வார்கள். அங்கு கணவரது உடல் எரிக்கப்பட்டு, தீ எழுந்ததும், மனைவியானவள் பல்லக்கிலிருந்து வெளியே வந்து, தீக்குள் பாய்ந்து உயிரை விடவேண்டும். அழக்கூடாது. சிரித்தபடியே தீக்குள் சென்றாக வேண்டும்.

பிரிட்டிஷ் இந்தியாவில் தடை விதிக்கப்பட்டாலும் ராஜஸ்தான் போன்ற பகுதிகளில் தடையை மீறி, உடன்கட்டை நிகழ்வு நடந்து வந்திருக்கிறது. ராஜஸ்தான் மாநிலத்தில் ராணி சதிக்குத் தனிக் கோயில் இருக்கிறது. அங்கே உடன்கட்டை ஏறிய 13 பெண்மணி களுக்குத் தனித்தனியாகக் கோயில் கட்டப்பட்டுள்ளது. ஆண்டு தோறும் விழா, இன்றும் தொடர்ந்து நடைபெற்று வருகிறது.

ரூப் கன்வரின் குடும்பம், டிரான்ஸ்போர்ட் பிஸினெஸ் நடத்திக் கொண்டிருந்தார்கள். தன்னுடைய மகள் உடன்கட்டை ஏறியது குறித்து அவரது தந்தைக்கு எந்தச் சந்தேகமும் இல்லை. மாறாகப் பெருமிதம் உண்டு. என்னுடைய தங்கை செய்தது சரியான விஷயம் என்கிறார், ரூப் கன்வரின் சகோதரரான கோபால் சிங் ரத்தோர். 60 வயதாகும் கோபால் சிங் போன்றவர்கள் இன்னும் கிராமத்தில் இருக்கிறார்கள். சதிக்கு எதிரான சட்டமும் நடைமுறைகளும் அவர்களது வழிபாட்டைக் கட்டுக்குள் வைத்திருக்கின்றன.

ரூப் கன்வரின் புகுந்த வீடும் அவருடைய முடிவுக்கு எதிராக இருக்கவில்லை. அவரை நினைத்துப் பெருமைப்படும் இடத்தில் இருந்தார்கள். ஆனால், அவரது மாமனார் சுமர் சிங் அதிருப்தியோடு இருந்திருக்கிறார். ரூப் கன்வர் உடன்கட்டை ஏறியதால் ஊர் பிரபலமாகிவிட்டது. ஆனால், நான் இரண்டு குடும்ப உறுப்பினர்களை இழந்திருக்கிறேன் என்கிறார். சுமர் சிங் இன்றும் நலமுடன் இருக்கிறார். ரூப் கன்வர் சம்பவம் பற்றி யாராவது கேட்டால் பேச மறுக்கிறார்.

ரூப் கன்வர் உடன்கட்டை ஏறியது மாநில அரசின் நிர்வாகச் சீர்குலைவை வெளிக்காட்டியது. காவல்துறை, மாவட்ட நிர்வாகம் அனைத்தும் செயலிழந்த நிலைதான் இருந்தது. இறுதிச் சடங்குகள் காலை 11 மணிக்கு ஆரம்பமாகின. சடலத்துக்கு வைக்கப்பட்ட தீ, ஒன்றரை மணி நேரம் எரிந்து கொண்டிருந்தது. சம்பவ இடத்தில் இருந்து 4 கி.மீ தூரத்தில் இருந்த காவல் நிலையத்தில் இருந்து அதிகாரிகள் வருவதுக்குள் அனைத்தும் முடிந்துவிட்டன. ஆட்சியர் உள்ளிட்ட மாவட்ட நிர்வாகத்தினர் மறுநாள் காலைதான் வந்து சேர்ந்தார்கள்.

துறை ரீதியான விசாரணைகள் ஆரம்பமாகின. பணி நிமித்தமாக வேறிடம் சென்றதாகச் சொல்லி கிராம நிர்வாக அலுவலர் தப்பித்துக் கொண்டார். சம்பவ இடத்துக்கு விரைந்து சென்று நடவடிக்கை எடுக்காத காரணத்தால் காவல்துறை சூப்பிரெண்ட் டிரான்ஸ்ஃபர் செய்யப்பட்டார். வேறு எந்தவொரு நடவடிக்கையையும் மாநில அரசு எடுக்கத் தயாராக இல்லை.

'சுன்ரி மகோத்ஸ்வ்' என்னும் பெயரில் கருமாதிச் சடங்கு அனுசரிக்கப் பட்டது. லட்சக்கணக்கான மக்கள் திரண்டு வந்தார்கள். நான்கு மணி நேரம் நடந்த சடங்கைக் காவல்துறையினர் ஏனோ தடுக்கவில்லை. சதியை ஆராதிக்கும் விதமாக நடந்துகொண்ட கூட்டத்தைக் கலைத்திருக்க முடியும். கூட்டத்தை ஏற்பாடு செய்தவர்களைக் கைது செய்திருக்க முடியும். ஆனால், எதையும் செய்யவில்லை.

'சுன்ரி' என்னும் ரூப் கன்வரின் உடைமை அவரது குடும்பத்தாரால் கொண்டு வரப்பட்டது. உடன்கட்டை ஏறிய இடத்திலிருந்து அவரது புகுந்த வீடு வரை ஒரு பெரும் ஊர்வலமே நடந்தது. வழி நெடுக தேங்காய் உடைத்து ஆராதனை செய்தார்கள். அதுவொரு அமைதி ஊர்வலமாக இல்லாமல் கொண்டாட்ட நிகழ்வாகவே இருந்தது. இறந்த இடத்தில் காலையும் மாலையும் பூஜைகள் செய்யப்பட்டன.

பத்து நாள் கழித்துத்தான் ராஜஸ்தான் முதல்வர் கண்டனம் தெரிவித்து அறிக்கை வெளியிட்டார். ரூப் கண்வரின் மரணத்திற்காக அனுதாபப் படுவதாகவும் சதி என்பது தவிர்க்கப்படவேண்டியது, ஆனால், மக்களின் வழிபாட்டைத் தடுக்க முடியாது என்கிற ரீதியில் பேசியிருந்தார்.

ரூப் கன்வர் சம்பவத்தை வைத்து அரசியலாக்கும் முயற்சிகளும் நடந்தன. காங்கிரஸ், ஜனதா கட்சியைச் சேர்ந்தவர்கள் திடீர் திடீரென்று கிராமத்துக்கு வந்து சதி ஸ்தலத்துக்குச் சென்று வழிபட்டார்கள்.

மகளிர் அமைப்புகள் ஒன்று திரண்டு போராட்டம் நடத்தின. விதவைகள் மறுவாழ்வுக்கு முக்கியத்துவம் தரவேண்டும்; சுன்ரி மகோத்ஸவ் இனி நடைபெறாமல் தடுக்க வேண்டும்; ரூப் கன்வரைக் கொண்டாடுவது நிறுத்தப்படவேண்டும் என்பது அவர்களது கோரிக்கை. மாநில அரசு நிர்வாகம் சரிவர இயங்கவில்லை. ஒருவேளை காவல்துறையினர் சரியான நேரத்துக்கு வந்திருந்தால் ரூப் கன்வரின் உயிர் காப்பாற்றப்பட்டிருக்கும் என்றார்கள்.

மகளிர் அமைப்புகளின் நியாயத்தை உணர்ந்துகொண்ட பாரதிய ஜனதா கட்சித் தலைவர் வாஜ்பாய், நடைபெற்ற சம்பவத்துக்கு மாநில அரசே பொறுப்பு. இது குறித்து விரிவான விசாரணை நடத்தப்பட வேண்டும் என்றார். சுன்ரி மகோத்ஸவ் நிகழ்வைத் தடுத்து நிறுத்துமாறு உயர்நீதிமன்றத்தை அணுகிய மகளிர் அமைப்புகள், சாதகமான உத்தரவு பெற்று வந்தன. அதுவரை மாநில காங்கிரஸ் கட்சி எந்தவொரு கருத்தையும் தெரிவிக்காமல் இருந்தது.

உயர் நீதிமன்றத்தின் உத்தரவை கையில் எடுத்துக்கொண்டு மகளிர் அமைப்புகள் ஜெய்ப்பூருக்கு வந்திருந்த உள்துறை அமைச்சரைச் சந்தித்து, உடனடியாக நடவடிக்கை எடுக்குமாறு கேட்டுக் கொண்டார்கள். மாநில அரசு சுறுசுறுப்பு காட்டாவிட்டாலும், மத்திய அரசு விஷயத்தைக் கையிலெடுத்துக் கொண்டது.

1987 அக்டோபர் 1 அன்று சதி சட்டத்திருத்தம் நாடாளுமன்றத்தின் இரண்டு அவைகளிலும் கொண்டு வரப்பட்டு நிறைவேற்றப்பட்டது. உடன்கட்டை ஏறுவது மட்டுமல்ல அதை ஆராதிப்பதும் தண்டனைக்குரிய செயலாகக் கருதப்பட்டது. ரூப் கன்வர் உடன் கட்டை ஏறியதுக்குக் காரணமாக இருந்த 45 பேர் கைது செய்யப் பட்டார்கள். பின்னாளில் 25 பேர் விடுவிக்கப்பட்டார்கள். குற்றம் சாட்டப்பட்டவர்களில் 6 பேர் உயிரிழந்தார்கள். 6 பேர் தப்பித்துவிட்டார்கள்.

ரூப் கன்வர் விஷயத்தில் மத்திய அரசு, மாநில அரசுக்குத் தொடர்ந்து அழுத்தம் கொடுத்து வந்தது. காங்கிரஸ் ஆளும் ராஜஸ்தான் மாநில அரசில் மூன்று முறை முதல்வராக இருந்த ஹரி தேவ் ஜோஷி நிர்வாகத்தின் செயல்பாட்டை அதே காங்கிரஸ் ஆட்சியில் மத்திய உள்துறை அமைச்சராக இருந்தவர் எதிர்த்து நின்று, கடுமையாக நடந்துகொண்டது ஆச்சர்யத்தை ஏற்படுத்தியது. அந்த உள்துறை அமைச்சர்தான், பின்னாளில் நிதியமைச்சரான நம்மூர் ப.சிதம்பரம்!

•

18. உச்சம் தொட்ட இருவர்

சமீபத்திய குடியரசுத் தலைவர் தேர்தல்களில் எவ்விதத் திடுக்கிடும் திருப்பமோ சுவாரசியமோ இல்லை என்றாலும் சுதந்திர இந்தியாவில் இதுவரை நடைபெற்ற குடியரசுத் தலைவர் தேர்தல்களில் சுவாரசியத்துக்குக் குறைவிருந்ததில்லை. வி.வி. கிரி தேர்வு தொடங்கி எத்தனையோமுறை குடியரசுத் தலைவர் தேர்தல் அரசியல் மயமாக்கப்பட்டு பல அதிர்ச்சி அலைகளை ஏற்படுத்தியதுண்டு.

ஆர். வெங்கட்ராமன், குடியரசுத் தலைவரான கதையும் அதுபோலவே சுவாரசியமானதுதான். இந்தியக் குடியரசுத் தலைவராக இருந்தவர்களில் பெரிய அளவில் பிரபலமாக இருந்தவர் அப்துல் கலாம் என்பதில் சந்தேகமில்லை. அப்துல் கலாமிற்கு முன்பாகப் பிரபலமான குடியரசுத் தலைவராக இருந்தவர் ஆர். வெங்கட்ராமன்.

இருவருமே தமிழ்நாட்டைச் சேர்ந்தவர்கள்.

பட்டுக்கோட்டைக்கு அருகில் உள்ள ராஜாமடம் என்னும் கிராமத்தில் பிறந்த ஆர். வெங்கட்ராமன், திருச்சியில் படித்துவிட்டு சென்னை சட்டக்கல்லூரியில் சட்டமும் படித்து முடித்தவர். சென்னை மாகாணத்தின் உயர்நீதிமன்றத்தில் வழக்கறிஞராக இருந்திருக்கிறார். ஐம்பதுகளில் உச்சநீதிமன்றத்தில் பிரபலமான வழக்கறிஞராகவும் இருந்திருக்கிறார்.

குடியரசுத் தலைவர் தேர்தலில் அவரது போட்டியாளராக எதிர்கொள்ள வேண்டியிருந்தவரும் அவரது நெருங்கிய நண்பர்தான். இருவரும் சம வயதுடையவர்கள். ஆம், வெங்கட்ராமனை எதிர்த்து எதிர்க்கட்சிகள் சார்பாகப் போட்டியிட்டவர், பாலக்காட்டில் பிறந்து உச்சநீதிமன்ற நீதிபதியாக இருந்த வீ. ஆர். கிருஷ்ணய்யர்!

தமிழகக் காங்கிரஸ் கட்சியின் செயலாளராக இருந்த ஆர். வெங்கட்ராமன், இந்திரா காந்திக்கு நெருக்கமானவராக இருந்தார். காமராஜருக்குப் பின்னர் தமிழகத்தில் இருந்த மிகவும் சொற்பமான காங்கிரஸ் தலைவர்களில் வெங்கட்ராமனும் ஒருவர். எண்பதுகளின் ஆரம்பத்தில் நிதியமைச்சராகவும் பாதுகாப்பு அமைச்சராகவும் இருந்திருக்கிறார். பின்னர் இந்திரா காந்தியின் வேண்டுகோளின்படி அமைச்சரவையிலிருந்து விலகி, குடியரசு துணைத்தலைவரானார்.

துணை குடியரசுத் தலைவராக இருந்தவர்கள் குடியரசுத் தலைவர் தேர்தலில் நின்று வெற்றி பெறுவது ஒன்றும் புதிதல்ல. ஆனால், வெங்கட்ராமன் குடியரசுத் தலைவராகும்போது இருந்த அரசியல் சூழல் வேறு விதமாக இருந்தது. அரசியல் நெருக்கடியால் ராஜிவ் காந்தி தடுமாற்றத்தில் இருந்தார். அரசியல் ரீதியாக அவருக்கு விடப்பட்டிருந்த சவால்கள் அவரை யோசிக்க வைத்தன.

அரசியல் கூட்டல் கணக்குகளில் எந்தச் சிக்கலுமில்லை. காங்கிரஸ் சார்பாக யாரை நிறுத்தினாலும் வெற்றி பெற்றுவிடும் நிலைதான் இருந்து வந்தது. நாடாளுமன்றத்தின் இரு அவைகளிலும் காங்கிரஸ் கட்சி அதிக எண்ணிக்கையில் வாக்குகளைப் பெற்றிருந்தது. மாநிலங்களிலும் காங்கிரஸ் கட்சிக்கு அதிக வாக்குகள் இருந்தன.

யாரை நிறுத்துவது என்பதில்தான் பிரதமராக இருந்த ராஜிவ் காந்திக்கு குழப்பம் இருந்தது. முதலில் கம்யூனிஸ்ட் கட்சிகளிடம் பேசினார். ஒருவேளை துணை குடியரசுத் தலைவராக இருந்த ஆர். வெங்கட்ராமனை ஆதரிப்பதாக ஒப்புக்கொண்டால், உடனே அறிவித்துவிடலாம் என்று நினைத்தார். இந்திரா காந்தியைப் போல் அரசியல் பிரச்னையாக்குவதில் அவருக்கு விருப்பமில்லை.

ஐந்தாண்டுகளுக்கு முன்னர் இந்திரா காந்தி பிரதமராக இருந்தபோது குடியரசுத் துணைத் தலைவராக இருந்த ஹிதயதுல்லாவை குடியரசுத் தலைவர் தேர்தலில் ஆதரிப்பதாக கம்யூனிஸ்ட் கட்சிகள் கடிதம் கொடுத்திருந்த போதிலும் அதை ஏற்றுக்கொள்ள இந்திரா காந்தி மறுத்துவிட்டார். காங்கிரஸ் சார்பாக ஜெயில் சிங்கை நிறுத்தினார்.

ராஜிவ் காந்தி, எதிர்க்கட்சிகளுடன் இணைந்து செல்ல முடிவெடுத் திருந்தார். இந்தியா முழுவதும் அறிமுகமான ஒருவரை நிறுத்துவது, அவருக்குக் காங்கிரஸ் கட்சி மட்டுமல்லாது கம்யூனிஸ்ட் உள்ளிட்ட அனைத்துக் கட்சிகளின் ஆதரவையும் பெறுவது என்பதுதான் அவரது திட்டம். குடியரசுத் தலைவராக நான்கு ஆண்டுகள் பணியாற்றிய ஆர். வெங்கட்ராமன் இயல்பான தேர்வாக இருந்தாலும் இன்னும் இரண்டு தென்னிந்தியப் பிரபலங்களும் ராஜிவ் காந்தியின் தேர்வாக இருந்தனர். அந்த இருவர் மரகதம் சந்திர சேகர், பி.வி. நரசிம்ம ராவ்.

குடியரசுத் தலைவராக இருந்த ஜெயில் சிங்கிற்கும் பிரதமர் ராஜிவ் காந்திக்கும் ஏற்கெனவே மோதல் இருந்து வந்தது. ஜெயில் சிங் ஒருவேளை மீண்டும் குடியரசுத் தலைவராக விரும்பினால், அவரை ஆதரிக்க எதிர்க்கட்சிகள் தயாராகவே இருந்தார்கள். ஒருவேளை ஜெயில் சிங் போட்டியிட்டால், காங்கிரஸ் கட்சியின் வாக்குகளும் பிரிந்து, கணிசமான வாக்குகள் அவருக்குக் கிடைக்கும் என்று அவர் நம்பவில்லை என்றாலும் எதிர்க்கட்சிகள் நம்பியிருந்தன.

குடியரசுத் தலைவருக்கான தேர்தல் அறிவிக்கப்பட்டதும் டெல்லி அரசியல் பரபரப்பாகிவிட்டது. ஏற்கெனவே குடியரசுத் தலைவரான ஜெயில் சிங்கிற்கும் பிரதமருக்கும் இடையே நடந்த கடிதப் போக்குவரத்து, நாடாளுமன்ற விவாதங்கள் ஏராளமான அரசியல் யூகங்களை முன்வைத்தன. போபர்ஸ் ஆயுத பேரம் குறித்து விரிவாக விசாரிக்கப்பட வேண்டும் என்று குடியரசுத் தலைவர் கடிதம் எழுதியிருந்தார். அதைக் காரணம் காட்டி, ராஜிவ் காந்தியின் அமைச்சரவை கலைக்கப்படுவதுக்கும் வாய்ப்பு இருப்பதாக கிசுகிசுக்கப்பட்டது.

வேட்பு மனுத்தாக்கலுக்கான இறுதி நாள் நெருங்கிக் கொண்டிருந்தது. இரண்டு நாட்கள் மட்டுமே இருந்த நிலையில் வேட்பாளர் யாரென்பதை ராஜிவ் காந்தி முடிவு செய்து அறிவித்தார். ஆளுங்கட்சி முதலில் அறிவிக்கட்டும் என்று காத்திருந்த எதிர்க்கட்சிகள் திணறிப்போயின. எப்படியும் ஜெயில் சிங், காங்கிரஸ் வேட்பாளராக அறிவிக்கப்படப்போவதில்லை. அவர் ஒப்புக்கொண்டால் எதிர்க்கட்சிகள் சார்பாக அவரையே நிறுத்திவிடலாம் என்பது

திட்டம். ஆனால், கடைசி நேரத்தில் ஏனோ ஜெயில் சிங் மௌனமாகிவிட்டார்.

வேறு வழியின்றி உச்ச நீதிமன்றத் தலைமை நீதிபதியாக இருந்த வி.ஆர். கிருஷ்ணய்யரைப் போட்டி வேட்பாளராக அறிவித்தார்கள். கேரளாவின் பாலக்காட்டில் பிறந்த வைத்தியநாதபுரம் ராமா கிருஷ்ணய்யர், சென்னையில் சட்டப்படிப்பை முடித்தவர். சென்னை உயர் நீதிமன்றத்தில் வழக்கறிஞராகப் பணியாற்றியவர். சென்னை மாகாணத்தின் சட்டமன்ற மேலவையிலும் உறுப்பினராக இருந்தார். பின்னர் கேரள சட்டமன்றத்துக்குத் தேர்ந்தெடுக்கப்பட்டு, கேரள அமைச்சரவையிலும் பணியாற்றினார்.

நம்பூதிரிபாட்டின் அமைச்சரவையில் அமைச்சராக இருந்த கிருஷ்ணய்யர், சிறைத்துறைச் சீர்திருத்தங்களுக்குப் பெயர் பெற்றவர். மனித உரிமைப் போராளியாக அறியப்பட்டவர். கம்யூனிஸ்ட் அமைச்சரவையில் இருந்தபோது, கேரள மாநிலத்தின் நீர்வளத்தைத் திறம்பட நிர்வகிப்பதற்கான பல்வேறு திட்டங்களை அமல் படுத்தினார். பின்னர் நேரடி அரசியலில் இருந்து விலகி, கேரள உயர்நீதிமன்றத்தில் வழக்கறிஞராக தன்னுடைய பணியைத் தொடர்ந்தார். பின்னர் உச்சநீதிமன்றத்தின் தலைமை நீதிபதியாக 7 ஆண்டுகாலம் பணியாற்றினார்.

வி.ஆர். கிருஷ்ணய்யரைப்போல் ஆர். வெங்கட்ராமனும் வழக்கறிஞராக வாழ்க்கையைத் தொடங்கியவர். இருவரும் ஒரே காலகட்டத்தில் சென்னை மாகாணத்தின் உயர்நீதிமன்றத்தில் பணியாற்றியிருக்கிறார்கள். கிருஷ்ணய்யர் கம்யூனிஸ்ட் இயக்கத்தில் சேர்ந்தார். வெங்கட்ராமனோ காங்கிரஸ் கட்சியில் சேர்ந்தார். அறுபதுகளில் இருவரும் அவரவர் கட்சிகளில் முக்கியமான முகங்களாக இருந்தாலும், கிருஷ்ணய்யர் போல் வெங்கட்ராமன் தன்னை எப்போதும் முன்னிறுத்திக் கொண்டதில்லை.

தமிழக அரசியல் சூழலும் வெங்கட்ராமனுக்குச் சாதகமாக இருந்ததில்லை. காமராஜர், இந்திரா காந்தி போன்ற அதிகாரமிக்க தலைவர்களுக்கு மத்தியில் அடக்கமான தலைவராகவே தன்னைக் காட்டிக்கொண்டார். அதுவே அரசியலில் அடுத்த கட்டத்தை நோக்கி நகர்வதுக்குத் தடையாக இருந்தது. அதே நேரத்தில் டெல்லியிலும் மாநிலத்திலும் அனைவரையும் அனுசரித்துச் செல்வதில் கெட்டிக்காரராக இருந்தார்.

நேருவின் ஆட்சியில் இந்து திருமணச் சட்டத்தில் செய்யப்பட்ட பல்வேறு மாற்றங்களுக்கு வெங்கட்ராமன் காரணமாக இருந்தார்.

இந்து திருமணங்கள் பற்றிய விஷயத்தில் நேருவின் காங்கிரஸ் இரண்டாகப் பிளவுபட்டிருந்தது. இந்து திருமணச் சட்டத்தில் எந்தவொரு திருத்தத்தையும் செய்யக்கூடாது என்பது பல மூத்த காங்கிரஸ் தலைவர்களின் கருத்தாக இருந்தது. ஆனால், நேருவோ புதிய சீர்திருத்தங்களை செய்யவேண்டும் என்றார்.

சிறப்புத் திருமணச் சட்டம், வெங்கட்ராமனின் பரிந்துரையின் பெயரில் கொண்டு வரப்பட்டது. காங்கிரஸ் உயர்மட்டக் கமிட்டியில் இது குறித்துப் பேசி, அனைவரது சம்மதத்தையும் பெற்றுத் தந்தார். விவாகரத்து குறித்த நடைமுறைகளை எளிமைப்படுத்தினார். பெண்ணின் திருமண வயதும், ஆணின் திருமண வயதையும் 18 ஆக உயர்த்திடுவதில் இவருக்குப் பெரிய பங்குண்டு.

நாடாளுமன்றத்தில் வெங்கட்ராமன் காங்கிரஸ் எம்.பியாக இருந்த காலத்தில், நேருவிடம் பேசி காமராஜர் அவரை தமிழக அரசியலுக்குக் கொண்டு வந்தார். காமராஜர் அமைச்சரவையில் தொழில்துறை அமைச்சரானார். சேலத்தில் இரும்புத் தொழிற் சாலைகள், திருப்பூரில் டெக்ஸ்டைல் நிறுவனங்கள், மோட்டார் பாகங்கள் தயாரிப்பது உள்ளிட்ட விஷயங்களில் கவனம் செலுத்தினார். சென்னையில் அம்பத்தூர் எஸ்டேட், ஆவடி தொழிற் சாலைகளைக் கட்டமைத்தார்.

தி.மு.கவும் காங்கிரஸ் கட்சியும் அரசியல் ரீதியாக முரண்பட்டிருந்த காலத்தில், குறிப்பாக எமர்ஜென்ஸிக்குப் பிந்தைய சூழலில் ஒரு கூட்டணி உருவாகக் காரணமாக இருந்தார். 'நேருவின் மகளே வருக, நிலையான ஆட்சி தருக' என்ற கோஷத்தோடு களமிறங்கிய தி.மு.க – காங்கிரஸ் கூட்டணியின் வெற்றியில் வெங்கட்ராமனுக்கு முக்கியப் பங்குண்டு. அதுதான் அவரை டெல்லி அரசியலுக்குக் கொண்டு சேர்ந்தது.

நேரு, லால்பகதூர் சாஸ்திரி, இந்திரா காந்தி, ராஜிவ் காந்தி என நான்கு பிரதமர்களுடன் வெங்கட்ராமன் பணியாற்றினார். குடியரசு துணைத்தலைவராகவும் பின்னர் குடியரசுத் தலைவராகவும் இருந்த காலத்தில் ஏராளமான நெருக்கடிகளைச் சந்திக்க வேண்டியிருந்தது. 80களின் பிற்பாதியில் எழுந்த பல்வேறு அரசியல் நெருக்கடிகளை வெங்கட்ராமன் திறமையாகக் கையாண்டார்.

இலங்கைப் பிரச்னை, போபர்ஸ் ஊழல், மந்திர் – மண்டல் சர்ச்சைகள், வி.பி.சிங், சந்திரசேகர் அரசுகள், ராஜிவ் காந்தி படுகொலை, பங்குச் சந்தை ஊழல், தாராளமயமாக்கல் கொள்கை எனப் பல்வேறு

விஷயங்களில் தன்னுடைய பணியைச் சிறப்பாகச் செய்தார். அவரது சட்ட நிபுணத்துவமும், அனுபவமும் பெரிதும் கைகொடுத்தன. கடைசிவரை எந்தச் சர்ச்சையிலும் அவர் சிக்கிக் கொள்ளவில்லை. தமிழனாகவும், இந்தியனாகவும் இருந்து மறைந்தார்.

குடியரசுத் தலைவர் தேர்தலில் வெங்கட்ராமனிடம் தோற்றுப்போன வி.ஆர். கிருஷ்ணய்யர், மனித உரிமைப் போராளியாகத் தொடர்ந்தார். கூடவே கேரள மக்களின் குரலாகவும் இருந்தார். முல்லைப் பெரியார் விஷயத்தில் கேரளாவின் பக்கம் நின்றார். அணையின் வலு குறித்து சந்தேகங்கள் தொடரும்போது, அணையை இடிப்பதுதான் நல்லது என்றார். இறுதிவரை மலையாளியாகவே இருந்து மறைந்தார்.

•

19. அக்கினிச்சட்டி

அக்டோபர் 1987. மயிலாடுதுறையிலிருந்து சீர்காழி செல்லும் மாநில நெடுஞ்சாலையில் பத்துக்கும் மேற்பட்ட வளைவுகள் உண்டு. இருபக்கமும் அடர்த்தியான மரங்களும் உண்டு. ஒரே வாரத்தில் பெரும்பாலான மரங்கள் காணாமல் போயிருந்தன. மயிலாடுதுறை, குத்தாலம், சீர்காழி பகுதிகளில் இருந்த மர அரவை மில் கடைகளின் வாசலில் ஏராளமான மரங்கள் குவிந்து கிடந்தன. அரவை மில் முன்பை விட பரபரப்பாக இயங்கிக் கொண்டிருந்தது.

அவையெல்லாம் ஐப்பசி மழையில் சாய்ந்து போன மரங்கள் அல்ல. வடகிழக்குப் பருவ மழை ஆரம்பிப்பதுக்கு முன்னதாக வேறு காரணத்திற்காக வெட்டித் தள்ளப்பட்ட மரங்கள். கருப்புக் கலரில் கட்டமிட்டு, பொதுப்பணித்துறையின் பொறுப்பான பராமரிப்பில் இருந்த மரங்கள். குறைந்தபட்சம் 30 ஆண்டுகளாக சாலையோரத்தில் செழிப்போடு

இருந்தவை. செப்டம்பர் 17 தொடங்கி ஒரு வாரம் நீடித்த சாலை மறியல் போராட்டத்தின் காரணமாக வெட்டப்பட்டன.

1987ல் 'வன்னியர் சங்கம்' முன்னின்று நடத்திய சாலை மறியல் போராட்டம், தமிழ்நாட்டை உலுக்கிய போராட்டங்களில் முக்கியமானது. கல்வி மற்றும் வேலை வாய்ப்பில் வன்னியர் களுக்கென 20% தனி இட ஒதுக்கீடு வழங்க வேண்டும் என்னும் கோரிக்கையை முன்வைத்து நடத்தப்பட்டது. சமூக நீதி தவழும் திராவிட நாட்டில் ஒரு ஜாதி அமைப்பு பொங்கியெழுந்து நடத்திய அக்கினிப் போராட்டம்.

ஒரு வாரம் தொடர்ந்த சாலை மறியல் போராட்டத்தால் தமிழ்நாடு ஸ்தம்பித்தது. எதுவாக இருந்தாலும் விழுப்புரத்தைத் தாண்டி ரயிலில் மட்டுமே செல்ல முடிந்தது. இதனால் தென் தமிழ்நாட்டுப் பகுதிகளும் பாதிக்கப்பட்டன. வட தமிழ்நாட்டின் குக்கிராமங்களின் சாலைகளில்கூட போக்குவரத்து இல்லை. தொடர் கடையடைப்பு களும், சாலை மறியல்களும் ஐப்பசி மாதத்தில் புயல் மழைக் காலங்கள்போல் வெறிச்சோடிக் கிடந்தன.

'வன்னியர்கள்' என்னும் வட தமிழ்நாட்டின் பெரும்பான்மையான ஜாதியைச் சேர்ந்த அமைப்பான வன்னியர் சங்கம் முன்னெடுத்த போராட்டத்தை அப்போது எந்தக் கட்சியும் கண்டிக்கவும் இல்லை; ஆதரிக்கவும் இல்லை. வன்னியர்களின் வாக்கு வங்கி செல்வாக்கானது. கடைமடை டெல்டா, கடலூர் போன்ற பகுதிகளில் எந்தக் கட்சியாக இருந்தாலும் தேர்தல்களில் வன்னியர்களையே பிரதிநிதிப்படுத்தினார்கள். சமூக நிலையில் வன்னியர்களுக்குத் தவிர்க்க முடியாத இடமுண்டு.

காலப்போக்கில் அரசியல் கட்சிகள் வன்னியர் சங்கத்தின் கோரிக்கைக்கு நெருக்கமாக வந்தன. சாலை மறியல் போராட்டத்துக்குப் பின்னாளில் பெரிய அளவு அங்கீகாரம் கிடைத்தது. தமிழகத்தை ஆண்ட பிரதானக் கட்சிகளான தி.மு.கவும், அ.தி.மு.கவும் வன்னியர் சங்கத்தின் கோரிக்கைகளை ஏற்றுக் கொண்டன. அதன் நீட்சியாக ஸ்டாலின் தலைமையிலான தற்போதைய தி.மு.க அரசு, 1987 போராட்டத்தில் இறந்த 21 வன்னியர்களின் நினைவாக விழுப்புரத்தில் மணி மண்டபம் அமைக்கப்படும் என்று அறிவித்தவகையில் போராட்டத்தின் தாக்கத்தைப் புரிந்து கொள்ளமுடியும்.

'வன்னியக் குல ஷத்திரியர்' என்னும் ஜாதியைச் சேர்ந்தவர்கள் வட தமிழ்நாட்டில் ஏறக்குறைய அனைத்து மாவட்டங்களிலும்

பெரும்பான்மையினராக இருந்து வருகிறார்கள். குறிப்பாக செங்கல்பட்டு முதல் திருச்சி வரையிலான பகுதிகளிலும் கோயம்புத்தூர் முதல் கடைமடைப் பகுதியான பூம்புகார் வரையிலான பகுதிகளிலும் குறுக்கு நெடுக்காகப் பார்த்தாலும், பரந்துபட்ட எண்ணிக்கையில் வசித்து வருகிறார்கள்.

1921ல் பிரிட்டிஷ் இந்தியாவில் மேற்கொள்ளப்பட்ட மக்கள் தொகை கணக்கெடுப்பில் சென்னை மாகாணத்தில் இருந்த தமிழ்நாட்டின் மொத்த மக்கள் தொகையில் ஏறக்குறைய 30 சதவிகிதம் பேர் வன்னியர்கள் என்று குறிப்பிடப்பட்டிருக்கிறது. தமிழ்நாட்டுப் பகுதிகளின் மொத்த மக்கள் தொகை ஐந்து கோடி பேர் வரை இருந்திருக்கலாம். எப்படிப் பார்த்தாலும், வட தமிழ்நாட்டைப் பொறுத்தவரை வன்னியர்கள் என்னும் பொது அடையாளத்தின் பின்னால் திரண்டவர்கள் கணிசமான எண்ணிக்கையில் இருந்தார்கள்.

டெல்டா பகுதிகளில் 'படையாட்சி' என்றும், பழைய வட ஆற்காடு பகுதிகளில் 'நாயக்கர்' என்றும், கொங்கு மண்டலத்தில் 'கவுண்டர்' என்றும் (வெள்ளாள கவுண்டர் அல்ல!) குறிப்பிடப்பட்டாலும் அனைத்து உட்பிரிவுகளையும் சேர்த்து பொதுவான பெயரில் 'வன்னியக் குல ஷத்திரியர்' என்று அழைக்கப்படுகிறார்கள். விவசாயம்தான் பிரதானத் தொழில் என்றாலும் முடிதிருத்துவது, சலவைத் தொழில் எனப் பிற தொழிலைச் சார்ந்தவர்களும் இதில் அடக்கம்.

50 ஆண்டுகளுக்கு முன்னர் வன்னியர்களுக்குள் ஏராளமான உட்பிரிவுகள் இருந்திருக்கின்றன. தமிழ் மட்டுமல்ல தெலுங்கு, கன்னடம் பேசுபவர்களும் வன்னியர்களாக இருந்திருக்கிறார்கள். இதிலும் வர்க்க பேதமுண்டு. 'ராஜ வன்னியர்', 'ஷத்திரிய வன்னியர்' போன்ற பிரிவுகள் அவர்களுக்குள் பேதங்களை உருவாக்கியிருந்தன. காலப்போக்கில் அவர்களிடமிருந்த வேறுபாடுகள் நீங்கி, ஒரே அமைப்பாகத் திரள முடிந்ததென்றால் அதற்கு ஒரே காரணம், வன்னியர் சங்கம்.

வன்னியர்களை அரசியல் ரீதியாக ஒருங்கிணைக்கும் பணி சென்னை மாகாணமாக இருக்கும்போதே ஆரம்பித்துவிட்டன. ஆனால், படையாட்சி, நாயக்கர் என்னும் இருவேறு பிரிவுகளாகப் பிரிந்து நின்றிருந்தார்கள். அவரவருக்கென இரண்டு முக்கியமான அரசியல் கட்சிகளும் இருந்தன. ஐம்பதுகளில் எம்.ஏ. மாணிக்கவேலு நாயக்கரால் தொடங்கப்பட்ட காமன்வீல் கட்சி, பழைய வட ஆற்காடு மற்றும் செங்கல்பட்டு மாவட்டங்களில் செல்வாக்குப்

பெற்றிருந்தது. திராவிட நாடு கோரிக்கையை தி.மு.க முன்வைத்த போது, காமன்வீல் கட்சி ஆதரித்தது.

1952 தேர்தலில் காமன் வீல் கட்சி சார்பில் போட்டியிட்டு 6 இடங்களில் வெற்றி பெற்றார்கள். வெற்றி பெற்ற பின்னர் காங்கிரஸ் பக்கம் வந்த காமன்வீல் கட்சி, நாளடைவில் காங்கிரஸ் கட்சியில் தன்னை இணைத்துக் கொண்டது. மாணிக்க வேலு நாயக்கர், காங்கிரஸ் அரசில் வருவாய்த்துறை அமைச்சராக இருந்தார். ராஜாஜி, காமராஜர் என இருவரது அமைச்சரவையிலும் முக்கியமான அமைச்சராகத் தொடர்ந்து பணியாற்றினார்.

அதேபோல் பழைய தென் ஆற்காடு மாவட்டப் பகுதிகளில் செல்வாக்குடன் இருந்த ராமசாமி படையாட்சி, 'உழவர் உழைப்பாளர்' என்னும் கட்சியை உருவாக்கியிருந்தார். 1952 தேர்தலில் உழவர் உழைப்பாளர் கட்சி சார்பாகப் போட்டியிட்டு, 19 பேர் வெற்றி பெற்றார்கள். இந்தக் கட்சியும் நாளடைவில் காங்கிரஸ் கட்சியோடு தன்னை இணைத்துக் கொண்டது. ராமசாமி படையாட்சி, காமராஜர் அமைச்சரவையில் உள்துறை அமைச்ச ராகவும் இருந்தார்.

80களில் ஆரம்பிக்கப்பட்ட வன்னியர் சங்கம், அரசியல் ரீதியாக இரண்டாகப் பிளவுபட்டிருந்த மக்களை வெற்றிகரமாக ஒருங்கிணைத்தது. அதற்கு முன்னதாகவே வன்னியர்களுக்கான தனி இடஒதுக்கீடு பற்றிய குரல்கள் எழ ஆரம்பித்துவிட்டன. அவற்றை உரத்து வெளிப்படுத்திய வகையின் வன்னியர் சங்கத்துக்கு முக்கிய பங்கு உண்டு.

வன்னியர்கள் கடுமையான உழைப்பாளிகள். பெரும்பாலும் விவசாயக்கூலிகளாக இருந்தார்கள். 80கள் வரை பத்துச் சதவிகித வன்னியர்களுக்கே சொந்தமாக விளைநிலங்கள் இருந்தன. எஞ்சியோர் கார்கார்த்தார், சைவப்பிள்ளை, முதலியார், நாயுடு, ரெட்டியார், பிராமணர்கள் போன்றவர்களுக்குச் சொந்தமான விளைநிலங்களைச் சார்ந்தே இருந்து வந்திருக்கிறார்கள்.

இது தவிர கட்டடத் தொழிலாளர்களாகவும் இருந்திருக்கிறார்கள். கோயில் பணியாளர்களாகவும், அனைத்து விதமான வியாபாரச் சேவைகளிலும் வன்னியர்கள் முத்திரை பதித்திருக்கிறார்கள். வன்னியர்களால் முன்னேறிய ஜாதியினர், தலித் மக்கள் என அனைத்துத் தரப்பினரோடும் நேரடியாக உறவாட முடிந்தது. இட ஒதுக்கீட்டிற்கானப் பலன்கள் பிற்படுத்தப்பட்டோர் பட்டியலில்

உள்ள பிற ஜாதிகளுக்கே கிடைக்கிறது என்பது அவர்களின் நீண்ட நாளைய மனக்குறையாக இருந்து வந்திருக்கிறது.

1969ல் தமிழ்நாடு அரசின் பிற்படுத்தப்பட்டோர் நலத்துறை எடுத்த ஆய்வும் அதைத் தொடர்ந்து உருவாக்கப்பட்ட ஏ.என். சட்டநாதன் கமிட்டியும் இட ஒதுக்கீடு விஷயத்தில் புதிய பரிந்துரையைத் தந்தார்கள். 1971ல் வெளியான சட்டநாதன் கமிட்டியின் அறிக்கைப்படி தமிழ்நாட்டிலிருந்த வன்னியர்களின் எண்ணிக்கை 50 லட்சமாக இருக்கலாம். அதாவது தமிழ்நாட்டில் மொத்த மக்கள் தொகையில் வன்னியர்கள் 12.5 சதவிகிதம் இருக்கக்கூடும்.

சட்டநாதன் கமிட்டியின் பரிந்துரையின் பேரில் மிகவும் பிற்படுத்தப்பட்ட வகுப்பினர்கள் என்னும் பிரிவு உருவாக்கப்பட்டது. அதில் வன்னியர்கள் இடம் பெற்றார்கள். அடுத்து வந்த 15 ஆண்டுகளுக்கு வன்னியர்களுக்கென்று தனியாக இடஒதுக்கீடு வழங்கவேண்டும் என்று அவ்வப்போது ஆர்ப்பாட்டம், சாலை மறியல் தொடர்ந்தன. அதன் உச்சக்கட்டமாகத்தான் 1987 செப்டம்பரில் தமிழகம் தழுவிய அளவில் ஒருவாரம் சாலை மறியல் நடத்தப்பட்டது.

கல்வி மற்றும் வேலைவாய்ப்புகளில் வன்னியர்களுக்கு 20 சதவிகித இடஒதுக்கீடு அளிக்கவேண்டும்; மத்திய அரசுப் பணிகளில் 2 சதவிகித இடஒதுக்கீடு வேண்டும் என்பதுதான் கோரிக்கை. அதற்கு முன்னர் சாதி அமைப்புகளெல்லாம் கூடி தீர்மானம் நிறைவேற்றியதுண்டு. அதிகபட்சமாக அடையாள உண்ணாவிரதம் மேற்கொள்வார்கள். சம்பந்தப்பட்ட ஜாதிகளைச் சேர்ந்தவர்கள் நடத்தும் கடைகள், தொழிற்கூடங்கள் கூட அடைக்கப்படும். சிறிய அளவிலான ஆர்ப்பாட்டம், ஊர்வலம் கூட நடந்ததுண்டு.

ஆனால், ஒட்டுமொத்தமாக அனைத்துத் தரப்பு மக்களின் அன்றாட வாழ்க்கையையும் பாதிக்குமளவுக்கு பொதுப் போக்குவரத்து ஸ்தம்பித்ததும், முழு அளவில் கடையடைப்புகள் நடத்தப்பட்டதும் 1987 காலகட்டத்தில் நடந்தேறின. ஒரு வார காலம் வட தமிழ்நாட்டின் குக்கிராமங்களிலும் தொடர்ந்து நடந்த சாலை மறியல் போராட்டங்களில் 21 பேர் உயிரிழந்தார்கள். 30 கோடி மதிப்பிலான பொதுச்சொத்துகளுக்குச் சேதம் விளைவிக்கப்பட்டது.

வன்னியர் சங்கத்தினரின் சாலை மறியல் போராட்டத்தை எம்.ஜி.ஆர் தலைமையிலான அரசு மூடி மறைக்கப் பார்த்தது. அப்போது உடல் பரிசோதனைக்காக எம்.ஜி.ஆர், அமெரிக்கா சென்றிருந்தார்.

சாலையோரத் தடைகள் அகற்றப்பட்டுவிட்டன என்று அரசு தெரிவித்தது. சென்னைக்கு வந்து சேரவேண்டிய வாகனங்கள் எதுவும் வரவில்லை. காய்கறி, பால் முதலிய அத்தியாவசியப் பொருள்கள் கிடைக்காமல் சென்னைவாசிகள் திணறிப்போனார்கள். சென்னையில் காலை நேரத்தில் மட்டுமே பால் கிடைக்கும் என்று அரசு அறிவித்தது.

வட தமிழ்நாட்டில் தடுப்பு நடவடிக்கையாக 20 ஆயிரம் பேர் கைது செய்யப்பட்டு திருச்சியில் தடுப்புக்காவலில் அடைக்கப்பட்டார்கள். விக்கிரவாண்டி தாண்டி ஒரு வாகனம்கூட செல்ல முடியாத நிலை ஏற்பட்டது. நாளுக்கு நாள் போராட்டம் மோசமாகி, எட்டாவது நாளன்று பெரிய அளவில் பந்த், கடையடைப்பு நடத்தப்பட்டது. அன்று நடந்த கலவரத்தையும் அதைத் தொடர்ந்து நடந்த துப்பாக்கிச் சூட்டையும் தமிழகம் என்றும் மறக்காது.

செப்டம்பர் 16, 1987. சென்னையில் தி.மு.க. சார்பாக முப்பெரும் விழா நடந்தது. அதில் கலந்து கொண்ட தி.மு.க தொண்டர்கள் ஊருக்குத் திரும்பிக் கொண்டிருந்தார்கள். லாரி, பேருந்து, வேன் என சென்னையிலிருந்து கிளம்பியவர்களால் விழுப்புரத்தைச் சென்றடைய முடியவில்லை. செங்கல்பட்டில் ஆரம்பித்த போக்குவரத்து நெருக்கடி பல மணி நேரங்கள் நீடித்தது.

தேசிய நெடுஞ்சாலை மட்டுமல்ல தென் ஆற்காடு, வட ஆற்காடு மாவட்டங்களின் வழியாகச் செல்லும் மாநில நெடுஞ்சாலை, உள்ளூர் சாலைகளை இணைக்கும் பகுதிகளில் கூட சாலையோர மரங்களை வெட்டி, குறுக்காகக் கிடத்தியிருந்தார்கள். சாலையின் நடுவே ஏராளமான சரளைக் கற்கள் கொட்டப்பட்டு தடுப்புகள் ஏற்படுத்தப்பட்டிருந்தன.

திண்டிவனத்துக்கும் விழுப்புரத்துக்கும் இடைப்பட்ட பகுதிகளில் வரிசையாக வாகனங்கள் அணிவகுத்து நின்றன. முன்னேறிச் செல்லவும் முடியவில்லை. வந்த வழியே திரும்பி சென்னைக்கும் செல்ல முடியாத நிலை இருந்தது. உள்ளூர் நிர்வாகம் செய்வதறியாமல் திகைத்தது. இரவு முழுவதும் நடு ரோட்டில் காத்திருந்து வெறுத்துப்போன தி.மு.க தொண்டர்கள், சாலையைச் சரி செய்வதற்காகக் களத்தில் இறங்கினார்கள்.

சாலைகளில் கொட்டி வைக்கப்பட்டிருந்த கற்களை நகர்த்தியும், மரங்களை அகற்றியும் போக்குவரத்துக்குத் தடையாக இருந்தவற்றை அகற்றினார்கள். தி.மு.க தொண்டர்களுக்கு உதவுவதற்காக உள்ளூர் மக்களும் ஓடி வந்தார்கள். போராட்டக்காரர்கள் அவர்களைத்

தடுத்தபோது, மோதல் ஏற்பட்டது. ஏராளமான காவல்துறையினர் குவிக்கப்பட்டார்கள். ஆனாலும் நிலைமை கைமீறவே, காவல் துறையினரால் தடியடி நடத்தப்பட்டது.

தடியடியில் 7 பேர் கொல்லப்பட்டதால் வட தமிழ்நாடு முழுவதும் பரபரப்பு ஏற்பட்டது. காவல்துறையால் தாக்கப்பட்டத் தகவல் கிடைத்தவுடன் போராட்டக்காரர்கள் இன்னும் பலரை அழைத்துக் கொண்டு திரும்ப வந்தார்கள். மறுபடியும் தாக்குதல் தொடர்ந்தது. காவல்துறையினர் தலையிட்டு, திண்டிவனம் வழியாக மாற்றுப்பாதையில் வாகனங்களை அனுப்பி வைக்கும் முயற்சி செய்தார்கள். அத்தகைய முயற்சியெல்லாம் தோற்றுப்போனது. நிலைமையைச் சமாளிக்க தமிழ்நாடு சிறப்புக் காவல்படையினர் வரவழைக்கப்பட்டார்கள்.

சாலையின் குறுக்கே தடையாக இருந்த மரங்களைக் காவல் துறையினர் அகற்றுவதைக் கண்டித்து பெண்களும், குழந்தைகளும் தர்ணா செய்தார்கள். கடும் எதிர்ப்பையும் மீறி, காவல்துறையினர் மரங்களை அகற்றிவிட்டு நகர்ந்தால், போராட்டக்காரர்கள் அவற்றையெல்லாம் மீண்டும் கொண்டு வந்து அடுக்கி, சாலை மறியலைத் தொடர்ந்தார்கள். ஆண்கள், பெண்கள், குழந்தைகள் என அத்தனை பேரும் பங்கேற்ற போராட்டத்தைத் தமிழகம் அதற்கு முன்னர் சந்தித்ததில்லை.

சாலை மறியலின் இறுதி நாளன்று முழு கடையடைப்பு நடந்தது. கடலூர் அருகே உள்ள ஆலப்பாக்கத்தில் ஆயிரக்கணக்கான குடிசைகள் கொளுத்தப்பட்டன. தலித் மக்கள் தங்களது உடைமைகளை இழந்தார்கள். சாலை நடுவே தடையாக இருந்த மரங்களையும் கற்களையும் அகற்றக் காவல்துறையினருக்கு உதவி செய்த காரணத்தால் அவர்களது வீடுகள் எரிக்கப்பட்டிருந்தன. அன்று ஏற்பட்ட கசப்புணர்வு, வன்னியர்களுக்கும் தலித்துகளுக்கும் நடுவே ஒரு பெரிய இடைவெளியை ஏற்படுத்திவிட்டது. இன்றுவரை அந்த இடைவெளியை இட்டு நிரப்ப முடியாத நிலைதான் இருந்து வருகிறது.

•

20. மெட்ராஸ் மாகாணமும் தமிழ்நாடும்

விருது நகர், சூலக்கரை மேட்டில் ஓர் ஆசிரமம். அங்கே 60 வயது நிரம்பிய சுதந்திரப் போராட்டத் தியாகியான சங்கரலிங்கனார், காலவரையற்ற உண்ணாவிரதத்தை ஆரம்பிக்கிறார். 12 அம்சக் கோரிக்கைகளைப் பட்டியலிட்டு அவற்றையெல்லாம் ஆட்சியில் இருப்பவர்கள் நிறைவேற்ற வேண்டும் என்பது அவரது போராட்டத்தின் நோக்கமாக இருந்து.

12 கோரிக்கைகளில் முக்கியமானவை, இரண்டு. சென்னை மாகாணத்தின் பெயரைத் தமிழ்நாடு என்று மாற்றுவது; இந்தியா முழுவதும் மொழிவாரி மாநிலங்களை உருவாக்குவது. இரண்டுமே புதிய கோரிக்கைகள் அல்ல. பலரால் நீண்டகாலமாக எழுப்பப்பட்டு வந்த கோரிக்கைகள்தான்.

காந்தியவாதி என்பதால் உண்ணாவிரதத்தின் மீது அவருக்கு ஆழ்ந்த நம்பிக்கை இருந்தது. முன்னாள் காங்கிரஸ்காரர் என்பதால் கோரிக்கைகள் நிச்சயம் நிறைவேற்றப்படும் என்று நம்பிக்கையோடு இருந்தார். மத்தியிலும் மாநிலத்திலும் காங்கிரஸ் கட்சி ஆட்சியில் இருந்தது. கட்சியிலும் ஆட்சியிலும் அவருக்கு ஏராளமான

நண்பர்கள், சிஷ்யர்கள் உண்டு. ஆனால், சுதந்திரத்திற்குப் பிந்தைய காங்கிரஸ் கட்சி வேறு என்பதை அவர் புரிந்துகொள்ளத் தவறிவிட்டார்.

விருதுநகரில் பிறந்து வளர்ந்த சங்கரலிங்கம், காமராஜரின் சீனியர். ஞானாதிநாத நாயனார் பள்ளியில் எட்டாம் வகுப்பு படித்தபோது, காமராஜர் அதே பள்ளியில் ஒன்றாம் வகுப்பு படித்துக் கொண்டிருந்தார். பள்ளிக் கல்விக்குப் பின்னர் குடும்பத் தொழிலில் கவனம் செலுத்திய சங்கரலிங்கனார், அது தொடர்பாக மும்பைக்குப் பயணமானார். அங்கே காந்தியை நேரில் சந்திக்க முடிந்தது.

தமிழகம் திரும்பியவருக்கு வ.உ.சி., ராஜாஜி போன்றவர்களின் தொடர்பு கிடைத்தது. காங்கிரஸ் கட்சியின் சென்னை மாகாண அரசியல் மாநாடுகளில் கலந்து கொண்டார். கதர் இயக்கத்தின் மீதான ஈடுபாட்டால், விருதுநகரில் கதர் வஸ்திராலயம் என்னும் கடையை ஆரம்பித்தார். சத்தியாகிரகப் போராட்டத்தில் கைதாகி, திருச்சி சிறையில் சில காலம் இருந்தார். தமிழகத்திற்குக் காந்தி சுற்றுப்பயணம் வந்தபோது, அவரை விருதுநகருக்கு அழைத்து வந்தார்.

காந்தி மீதிருந்த பக்தியால் தண்டி உப்புச் சத்தியாக்கிரகத்தில் கலந்து கொண்டார். பின்னாளில் நாடு சுதந்திரமடைந்தபோது, விருதுநகரில் ஒரு காந்தி ஆசிரமம் அமைத்து அங்கேயே தங்கிவிட்டார். தன்னுடைய சொத்துகளை விருதுநகர் மகளிர் உயர்நிலைப்பள்ளிக்கு நன்கொடையாகத் தந்தவர், அதன் மூலம் ஏழை மாணவர்களுக்கு மதிய உணவாகக் கஞ்சி தர ஏற்பாடு செய்தார். இதுவே, காமராஜரின் மதிய உணவுத் திட்டத்திற்குத் தூண்டுகோலாக அமைந்தது.

சங்கரலிங்கனார் உண்ணாவிரதத்தைத் தொடர்ந்தபோது எந்தவொரு காங்கிரஸ் தலைவர்களும் நேரில் வந்து பார்க்கவில்லை. தமிழ்நாடு என்னும் பெயர் மாற்றுவதால் என்ன பெரிய மாற்றம் வந்துவிடப்போகிறது என்று விமர்சித்தார்கள். மத்திய, மாநில அரசுகளுக்குத் தேவையற்ற அழுத்தம் தருவதாக நினைத்தார்கள். ஆனால், பிரதான எதிர்க்கட்சியான கம்யூனிஸ்ட்களும் புதிதாகத் தேர்தல் அரசியலுக்கு வந்திருந்த தி.மு.கவும் சங்கரலிங்கனாரின் உண்ணாவிரதத்தை ஆதரித்தார்கள்.

முதலில் தன்னுடைய ஆசிரமத்தில் உண்ணாவிரதத்தை ஆரம்பித்த சங்கரலிங்கனார், பின்னாளில் விருதுநகர் மாரியம்மன் கோயில் அருகே இருந்த மைதானத்தில் உண்ணாவிரதத்தைத் தொடர்ந்தார்.

எந்தக் கட்சியிலும் உறுப்பினராக இல்லாத சங்கரலிங்கனாருக்கு கட்சியைத் தாண்டிய ஆதரவு கிடைத்தது. ஜீவா, அண்ணா, மா.பொ.சி போன்ற தலைவர்கள் நேரில் சென்று ஆதரவு தெரிவித்தார்கள்.

உண்ணாவிரதம் பத்தாவது நாளைக் கடந்தபோது சட்டமன்றத்தில் அது குறித்து பேச்சு வந்தது. சங்கரலிங்கனாரின் கோரிக்கைகளை நிறைவேற்றும் அதிகாரம் மாநில அரசுக்கு இல்லை; மத்திய அரசிடம் மட்டுமே இருப்பதாக முதல்வர் காமராஜர் விளக்கமளித்தார். தமிழக அரசு சார்பில் உண்ணாவிரதத்தை நிறுத்துமாறு கேட்டு கோரிக்கையும் விடப்பட்டது. ஆனால், சங்கரலிங்கனார் உறுதியாக இருந்தார்.

1956 ஜூலை 27இல் தொடங்கி, இரண்டு மாதங்களுக்கும் மேலாக தொடர்ந்த உண்ணாவிரதம், அக்டோபர் 10 அன்று மோசமான கட்டத்தை அடைந்தது. நினைவிழந்த நிலையில், மதுரை அரசு மருத்துவமனைக்குக் கொண்டு செல்லப்பட்டவர் சிகிச்சை பலனளிக்காமல் அக்டோபர் 13 அன்று மறைந்தார்.

இறுதிவரை எதையும் உட்கொள்ளாமல் உண்ணாவிரதமிருந்தார். அவரது கோரிக்கைகள் எதுவும் நிறைவேறாமலேயே உயிர் துறந்தார். காங்கிரஸ் ஆட்சி இருந்தவரை தமிழ்நாடு என்னும் பெயரிடப்படவில்லை. 13 ஆண்டுகளுக்குப் பின்னர், தி.மு.க ஆட்சிக்கு வந்தபின்னர் முதல்வர் அண்ணாதுரையின் முயற்சியால் தமிழ்நாடு என்று பெயர் மாற்றம் செய்யப்பட்டது.

மொழிவழி மாநிலம் அமைய வேண்டும் என்பது சங்கரலிங்கனாரின் முதல் கோரிக்கையாக இருந்தது. ஆந்திராவில் பொட்டி ஸ்ரீராமுலு உண்ணாவிரதம் இருந்து உயிர் நீத்தது தொடங்கி, காங்கிரஸ் தொண்டர்கள் மத்தியில் தனி மாநிலக் கோரிக்கை தீவிரமாக இருந்தது. மாநில நலன், இனவாதம் பேசிய பல உள்ளூர் காங்கிரஸ் கட்சித் தலைவர்கள் கட்சிக்குள் இருந்தபடியே மாநில நலனுக்காகப் போராடி வந்தார்கள்.

பலர் காங்கிரஸ் கட்சியின் செயல்பாடுகள் மீது அதிருப்தி கொண்டு, கட்சியிலிருந்து வெளியேறி, மாநில நலனுக்காக மாநிலக் கட்சிகளை ஆரம்பித்தார்கள். மொழிவாரி மாநிலம் என்பது ஆரம்பத்தில் நேருவுக்கு விருப்பமானதாக இருக்கவில்லை. பின்னாளில் வேறு வழியின்றி மொழிவாரியாக மாநிலங்களைப் பிரிப்பதற்கு நேரு ஒப்புக்கொள்ள வேண்டியிருந்தது.

சென்னை மாகாணத்தின் பெயரை மாற்றிவிட்டு, தமிழ்நாடு என்று பெயரிட வேண்டும் என்பது சங்கரலிங்கனாரின் கோரிக்கை.

தெலுங்கு பேசும் ஆந்திரா பகுதிகள் பிரிந்த பிறகு, சென்னை மாகாணத்தின் பிற பகுதிகள் அனைத்தும் தமிழ் பேசும் பகுதிகளாக இருந்தன. எஞ்சியிருந்த பகுதிகளுக்குத் தமிழ்நாடு என்று பெயர் சூட்டியிருக்கலாம் . மத்தியப் பிரதேசம், மஹாராஷ்டிரா என்று மாநிலங்கள் இருந்தபோது தமிழ்நாடு என்று பெயரிடுவதில் காமராஜர் அரசுக்கு ஏனோ தயக்கம் இருந்தது.

தமிழ்நாடு கோரிக்கைக்குப் பெரியார் ஆதரவாக இருந்தார். காமராஜரே அதைச் செய்து முடித்துவிடுவார் என்றே நினைத்திருந்தார். சங்கரலிங்கனாரின் உண்ணாவிரதத்திற்கு இரண்டு ஆண்டுகள் முன்னதாகவே இது குறித்து பெரியார் பேசி வந்திருக்கிறார். திராவிடத்தை அல்லது தமிழ்நாட்டை விட்டு மலையாளிகள், ஆந்திரர்கள், மலையாளிகள், கன்னடர்கள் பிரிந்துபோன பின்பும்கூட தமிழகத்துக்குத் தமிழ்நாடு என்று பெயர் வந்துவிடக்கூடாது என்று உள்ளூர் பிராமணர்களும் வடநாட்டுப் பிராமணர்களும் சதி செய்து வருவதாக தன்னுடைய பாணியில் அறிக்கை வெளியிட்டார்.

பெரியாரும் சங்கரலிங்கனாரும் தமிழ்நாடு என்னும் பெயரை விரும்பினார்கள். ஆனால், அதற்கான காரணங்கள் வேறாக இருந்தன. இருவருமே பெரும்பாலான தமிழர்களின் எண்ணத்தைப் பிரதிபலித்தார்கள். மொழிவாரி மாநிலம், தமிழ்நாடு என்னும் பெயரிடல் தவிர இன்னும் பத்து கோரிக்கைகளையும் சங்கரலிங்கனார் முன் வைத்திருந்தார். அது குறித்து யாரும் பேசியதில்லை. இப்போதும் யாரும் பேசுவதில்லை.

ரயிலில் ஒரே வகுப்பில் அனைவரும் பயணம் செய்ய வேண்டும் என்பது சங்கரலிங்கனாரின் மூன்றாவது கோரிக்கை. நெடுந்தூரப் பயணங்களுக்கு ரயில் மட்டுமே சாத்தியமாக இருந்த பிரிட்டிஷார் காலத்தில் முதல் வகுப்பு, இரண்டாம் வகுப்பு என்னும் பிரிவுகள் இருந்தன. அது இன்றும் தொடர்கின்றன. இன்றுவரை கோரிக்கை நிறைவேறவில்லை. போக்குவரத்து வசதிகள் அதிகமாகிவிட்ட இக்காலத்தில் அதற்கான தேவையும் எழாமலே போய்விட்டது.

வெளிநாட்டு விருந்தினர்களுக்குக் கேளிக்கை நடனம், அசைவ உணவு முதலான ஆடம்பரங்களை விலக்கி, சைவ உணவு மட்டுமே அளித்திட வேண்டும் என்பது அவரது கோரிக்கை. ஒரு காந்தியவாதியாக புலால் மறுத்து சைவ உணவை உட்கொள்ளும் பழக்கமுடையவராக இருந்தார். வெளிநாட்டிலிருந்து இந்தியாவுக்கு வருபவர்களும் நம்முடைய சைவ உணவை மட்டுமே உண்ண

வேண்டும். ஆடம்பரங்களைத் தவிர்க்க வேண்டும். அசைவ உணவுகளை உட்கொள்ளக்கூடாது என்பதெல்லாம் பிற்போக்கான விஷயமாக இக்காலத்தில் புரிந்துகொள்ளப்படும்.

அரசுப் பணியில் உள்ளவர்கள் அனைவரும் கதர் அணிய வேண்டும் என்பது இன்னொரு கோரிக்கை. கதர் இயக்கம் உச்சத்தில் இருந்த காலத்தில் கூட அனைத்துக் காங்கிரஸ் தொண்டர்களும் கதர் அணிந்ததில்லை. இன்றும் கதர் அணிந்து கொள்ளும் அரசியல் வாதிகள் உண்டென்றாலும், கதர் அணிவதை யாரும் கட்டாயப் படுத்தமுடியாது.

ஆடம்பரச் செலவுகளைக் குறைத்து அரசியல்வாதிகள் சாதாரண மக்களைப்போல் வாழ வேண்டும் என்பது இன்னொரு கோரிக்கை. அரசியல்வாதிகள் மக்களோடு களத்தில் இணைந்து பணியாற்ற வேண்டும் என்கிற அடிப்படையில் சொல்லப்பட்ட கருத்து என்றாலும் எத்தகைய ஆடம்பரச் செலவுகளைக் குறைக்க வேண்டும் என்பது பற்றித் தெளிவாகக் குறிப்பிடவில்லை.

தேர்தல் முறையில் மாற்றம் கொண்டு வரவேண்டும் என்றார். இந்தியாவில் இரண்டாவது முறையாகப் பொதுத் தேர்தல்கள் நடந்து முடிந்த நேரம். எத்தகைய மாற்றங்களைக் கொண்டு வரவேண்டும் என்பது பற்றிய தெளிவில்லை. ஏன் உடனடியாக அமல்படுத்த வேண்டும் என்று சங்கரலிங்கனார் நினைத்தார் என்பதும் தெரியவில்லை.

பள்ளி மாணவர்களுக்குத் தொழிற்கல்வி அளிக்கப்பட வேண்டும் என்பது சங்கரலிங்கனாரின் கோரிக்கை. ஆனால், அதற்கு மூன்று ஆண்டுகளுக்கு முன்னர் ராஜாஜி முதல்வராக இருந்தபோது அறிமுகப்படுத்தப்பட்ட ‘குலக்கல்வி’ ஏகப்பட்ட எதிர்ப்பை எதிர்கொண்டது. ஆரம்பப் பள்ளி மாணவர்களின் பள்ளிக்காலம் நாளொன்றுக்கு மூன்று மணி நேரமாகக் குறைக்கப்பட்டது. காலையில் பள்ளிப் பாடங்களும் மாலைநேரம் குலக்கல்விக்காகப் பெற்றோர்களுடன் இணைந்து பணியாற்றுவதற்கும் நேரம் ஒதுக்கப்பட்டன. காங்கிரஸ் கட்சிக்குள்ளேயே குலக்கல்வித் திட்டத்திற்குக் கடும் எதிர்ப்பு எழுந்தது.

மகாத்மா காந்தியின் அடிப்படைக் கல்வித் திட்டத்தை ராஜாஜி சில மாற்றங்களோடு அமலுக்குக் கொண்டு வந்தார். கூடவே தற்சார்போடு இயங்குவதற்கான பயிற்சியாக இருக்குமென்று நினைத்தார். ஆனால், ராஜாஜியின் தன்னிச்சையான செயல்பாட்டால் குலக்கல்வி எதிர்ப்பைச் சந்தித்தது. ராஜாஜி பதவி விலகியதும் காமராஜர்

முதல்வரானார். ஏற்கெனவே சர்ச்சைக்குரிய விஷயமாக இருந்த குலக்கல்வியை சங்கரலிங்கனார் ஏன் திரும்பவும் வலியுறுத்தினார் என்பதும் தெரியவில்லை.

இந்தியா முழுவதும் மதுவிலக்கை அமுல்படுத்த வேண்டும்; விவசாயிகளுக்கு 60 விழுக்காடு வரை விளைச்சலில் குத்தகை அளிக்க வேண்டும்; மத்திய, மாநில அரசு அலுவலகங்களில் தொடர்பு மொழியாக இந்தியை மட்டும் பயன்படுத்தக்கூடாது. பொது இடங்களில் ஆபாசமாக நடந்து கொள்வதைத் தடுத்திட வேண்டும் என்றெல்லாம் சங்கரலிங்கனாரின் கோரிக்கைகள் இருந்தன. அவற்றை நிறைவேற்றிடும் சாத்தியம் எந்தவொரு அரசுக்கும் இன்றுவரை இருந்ததில்லை.

1968, சட்டமன்றத்தில் தமிழ்நாடு என்னும் பெயர் மாற்ற மசோதாவை முன்வைத்து விவாதம் நடந்தபோது, பழைய காங்கிரஸ்காரரான ம.பொ.சி. தீர்மானத்தை ஆதரித்துப் பேசினார். ‘உணர்வுப்பூர்வமாக, உயிர்த்துவமாக ஆதரிக்கிறேன். தி.மு.க. ஆட்சியில்தான் இப்படியொரு தீர்மானம் வரவேண்டும் என்பது கடவுள் செயலாக இருக்கக்கூடும். பத்து ஆண்டுகளுக்கு முன்னரே காங்கிரஸ் கட்சியினர் இதைச் செய்திருந்தால், காங்கிரஸின் நிலை இன்று வேறுவிதமாக இருந்திருக்கும்’ என்றவர், சட்டமன்றம் செயல்படும் இந்த இடத்தையும் மாற்றவேண்டும்; செயிண்ட் ஜார்ஜ் கோட்டையை ‘திருவள்ளுவர் கோட்டை’ என்று பெயர் மாற்றம் செய்ய வேண்டும் என்றார்.

பெயர் மாற்ற அரசியல் என்னும் புதுவிதமான அரசியல் அன்று ஆரம்பித்து வைக்கப்பட்டது.

•

21. பாண்டிபஜாரில் ஒரு டுமீல்!

1982 மே மாதம். பாண்டிபஜாரில் உள்ள கீதா கபேவில் நண்பருடன் அமர்ந்திருந்த உமா மகேஸ்வரன், இரவு உணவிற்கு ஆர்டர் கொடுத்துவிட்டுக் காத்திருந்தார். இலங்கைத் தமிழ் போராளி. விடுதலைப்புலிகள் அமைப்பின் முதல் செயல் தலைவராக இருந்தவர். அதே ஹோட்டலுக்கு எதிரே பிரபாகரன் தன்னுடைய நண்பர்களுடன் வந்து கொண்டிருந்தார். பிரபாகரன் யார் என்று அறிமுகப்படுத்தத் தேவையில்லை. ஆனால், அன்றைய பிரபாகரனை பாண்டிபஜாரில் யாருக்கும் தெரியாது.

நீண்ட நாட்களுக்குப் பிறகு பிரபாகரனும் உமா மகேஸ்வரனும் நேருக்கு நேர் சந்தித்துக் கொள்கிறார்கள். பிரபாகரனைக் கண்டதும் அவசர அவசரமாக உமா மகேஸ்வரன் பேண்ட் பாக்கெட்டைத் துழாவ ஆரம்பித்ததும், பிரபாகரன் முந்திக்கொண்டார். உமா மகேஸ்வரன் துப்பாக்கியை எடுத்துத் தன்னைச் சுடுவதற்கு முன், தான் சுட்டுவிட வேண்டுமென்று நினைத்தார். அடுத்தடுத்து ஆறு குண்டுகள் வெடித்தன. எதுவும், யாரையும் காயப்படுத்தவில்லை. ஜெய்சங்கர் படத்தின் கிளைமாக்ஸ் காட்சியை நேரில் பார்ப்பது போல் இருந்தது.

தி.நகரின் ஜன நெருக்கடியான பாண்டி பஜாரில் நடந்த துப்பாக்கிச்சூட்டில் அதிர்ஷ்டவசமாக யாருக்கும் காயமில்லை. ஆனால், தொடர் துப்பாக்கிக் குண்டு வெடிச்சத்தம் கேட்டு, அந்தப் பிராந்தியமே நடுங்கிப் போய்விட்டது. அருகிலிருந்த பாண்டிபஜார் காவல்நிலையத்திலிருந்து காவல்துறையினர் சம்பவ இடத்திற்கு வந்துவிட்டார்கள். பிரபாகரனையும் அவருடன் இருந்த அவரது நண்பரையும் சுற்றி வளைத்துப் பிடித்தார்கள். உமா மகேஸ்வரன் அங்கிருந்து எப்படியோ தப்பியோடிவிட்டார்.

பிடிபட்ட பிரபாகரன், சென்னை மத்தியச் சிறையில் அடைக்கப் பட்டார். இரண்டு நாள் கழித்து, கும்மிடிப்பூண்டி ரயில் நிலையத்தில் ரயிலுக்காகக் காத்திருந்த உமா மகேஸ்வரனும் கைது செய்யப் பட்டார். இருவர் மீதும் வழக்குப் பதிவு செய்யப்பட்டது. அடையாறில் பிரபாகரன் தங்கியிருந்த வீடு, சோதனையிடப்பட்டது. இருவரது கைதுக்குப் பின்னர்தான் தமிழ்ப் போராளிகள் தமிழ்நாட்டில் தங்கியிருப்பது தெரிந்தது. அவர்களுக்கு இடையே போட்டியும் மோதலும் இருப்பதும் வெளிச்சத்துக்கு வந்தது.

மூன்று மாதங்களுக்குப் பின்னர் கைது செய்யப்பட்டவர்கள் ஜாமீனில் வெளியே வந்தார்கள். பிரபாகரன் மதுரையிலும், உமா மகேஸ்வரன் சென்னையிலும் தங்க வைக்கப்பட்டார்கள். இருவரும் ஒரே ஊரில் இருந்தால் திரும்பவும் மோதல், துப்பாக்கிச்சூடு நடக்கக்கூடும் என்று நினைத்தார்கள். இருவரும் தினமும் காவல்நிலையத்திற்கு வந்து கையொப்பமிடவேண்டும் என்பது நிபந்தனை.

இலங்கையில் பிரபாகரன் ஒரு தேடப்படும் குற்றவாளி என்பதால் ஜெயவர்த்தனே அரசும் பாண்டி பஜார் வழக்குப்பற்றித் தெரிந்துகொள்வதில் ஆர்வம் காட்டியது.

பாண்டிபஜார் வழக்கில் பிரபாகரனை ஜாமீனில் எடுத்தவர் யார் என்பது சில மாதங்களுக்கு முன்னர் சர்ச்சையானது. அப்போது எதிர்க்கட்சித் தலைவராக இருந்த கருணாநிதியின் அறிவுறுத்தலின் படி, தி.மு.கவைச் சேர்ந்தவர்கள் பிரபாகரன் பிணையில் வருவதற்கு உதவி செய்ததாகச் சொல்லப்பட்டது. அது உண்மையென்றால் எம்.ஜி.ஆர். அரசு நிச்சயம் அனுமதித்திருக்காது என்பது வேறு விஷயம். போட்டி அரசியல் உச்சத்தில் இருந்த நேரம்!

தி.மு.கவினர் பிரபாகரனுக்கு உதவி செய்ததாக வந்த செய்திகளை வழக்கறிஞர் கே. எஸ். ராதாகிருஷ்ணன் மறுத்திருந்தார். உண்மையில் பழ. நெடுமாறனோடு சேர்ந்து தானும் இன்னும் சில நண்பர்களும் பிரபாகரனுக்குப் பிணை ஏற்பாடு செய்து தந்ததாகவும், பின்னர்

பழ. நெடுமாறனும் அவரது நண்பர்களும் மதுரையில் தனியாக ஒரு வீட்டை வாடகைக்கு எடுத்து, பிரபாகரனை அங்கே தங்க வைத்துக் கவனித்துக் கொண்டதாகவும் விளக்கம் தந்திருந்தார்.

அதெல்லாம் சரி. பிரபாகரனும் உமா மகேஸ்வரனும் ஏன் மோதிக்கொண்டார்கள்? ஜன நடமாட்டமுள்ள பாண்டிபஜாரில் ஒருவரையொருவர் துப்பாக்கியில் சுட்டுக்கொள்ள முயற்சி செய்ததற்கு என்னதான் காரணம்? அவர்களுக்குத் துப்பாக்கி எப்படிக் கிடைத்தது? அவர்கள் ஏன் ஜாமீனில் விடுவிக்கப்பட்டார்கள்? இலங்கைத் தமிழ்ப் போராளிகளுக்கு பாண்டி பஜாரில் என்ன வேலை? ஏகப்பட்ட கேள்விகள். எல்லாவற்றிற்கும் விடை தேடுவோம்.

விடுதலைப்புலிகளின் தலைவர் பிரபாகரனைப்பற்றி எல்லோர்க்கும் தெரியும். உமா மகேஸ்வரனைத்தான் தமிழ்நாட்டில் நிறையப் பேருக்குத் தெரியாது. 1976ல் தமிழ் ஈழம் என்னும் லட்சியத்தை முன்வைத்து விடுதலைப்புலிகள் அமைப்பு ஆரம்பிக்கப்பட்டபோது உமா மகேஸ்வரன் அதன் முதல் தலைவராக இருந்தார். விடுதலைப்புலிகள் அமைப்பில் பிரபாகரன்தான் சகல விஷயங்களையும் தீர்மானிப்பவர் என்றாலும் அரசியல் கட்சியின் பின்புலத்தோடு இருந்த உமா மகேஸ்வரனைத் தலைவராக்கிட முடிவு செய்தார். உமா மகேஸ்வரன், தமிழர் விடுதலைக் கூட்டணியின் இளைஞர் அணிச் செயலாளராக இருந்தவர்.

எழுபதுகளில் ஆயுதமேந்திய போராளிக்குழுக்கள் தலையெடுக்க ஆரம்பித்தபோது, உமா மகேஸ்வரன் அரசியலில் இருந்து விலகி ஆயுதமேந்தினார். பின்னர் பாலஸ்தீனத்தில் ஆயுதப் பயிற்சி மேற்கொண்ட உமா மகேஸ்வரன், இலங்கை திரும்பியதும் பிரபாகரனுடன் இணைந்து விடுதலைப்புலிகள் அமைப்பில் தீவிரமாக இயங்கி வந்தார். நான்கு ஆண்டுகள் இருவரும் நெருக்கமாகச் செயல்பட்டார்கள். பிரபாகரனை விடப் படித்தவர். நன்றாக ஆங்கிலம் பேசக்கூடியவர் என்பதால் உமா மகேஸ்வரன் தலைமைப் பொறுப்புக்குப் பொருத்தமாக இருந்தார்.

விடுதலைப்புலிகள் அமைப்பில் பிரபாகரனுக்கு எதிராக முதல் முதலில் போர்க்கொடி உயர்த்தியவர், உமா மகேஸ்வரன். அன்றைய காலகட்டத்தில் பிரபாகரனை எதிர்த்து இயக்கத்திற்குள் யாரும், எதுவும் பேசமுடியாத நிலைதான் இருந்தது. பிரபாகரனுக்கு அடுத்த நிலையில் செல்வாக்குடன் இருந்த உமா மகேஸ்வரன், ஒரு கட்டத்தில் இயக்கத்தை விட்டு வெளியேறவும் முடிவு செய்தார். இருவருக்கும் இடையேயான நட்பில் விரிசல் வந்ததற்கு ஒரு பெண் காரணமாக இருந்தார்.

சென்னையில் தண்டையார்பேட்டையில் தங்கியிருந்தபோது, அவரோடு பெண் விடுதலைப்புலியான ஊர்மிளா என்பவரும் தங்கியிருந்தார். இருவருக்கும் இடையே நீண்டகாலமாக நெருக்கமும் இருந்து வந்தது. இது சென்னையில் இருந்தவர்களுக்கும் தெரிந்தாலும், பிரபாகரனின் கவனத்திற்கு அப்போது வந்திருக்கவில்லை. ஒருமுறை சென்னைக்கு வந்திருந்த பிரபாகரன், இதுபற்றிக் கேள்விப்பட்டதும் உமா மகேஸ்வரனிடம் விளக்கம் கேட்டார். புலிகளின் அமைப்பினர் கட்டுக்கோப்பான இயக்கத்தைச் சேர்ந்தவர்கள். அங்கே திருமணம், காதல் அனைத்தும் தடை செய்யப்பட்டிருந்தது.

பிரபாகரனின் கேள்விகளுக்கு உமா மகேஸ்வரனிடமிருந்து சரியான விளக்கம் கிடைக்கவில்லை. உமா மகேஸ்வரனைத் தலைமைப் பதவியிலிருந்து விலகிக் கொள்ளுமாறு கேட்டுக்கொள்கிறார்கள். ஆனால், அவர் சம்மதிக்கவில்லை. அங்கிருந்து வெளியேறி, வேறிடத்தில் தங்கிக் கொண்டார். ஊர்மிளாவுடனான தொடர்பும் தொடர்ந்திருக்கிறது. இதனால் கடுங்கோபம் கொண்ட பிரபாகரன், சென்னை சைதாப்பேட்டையில் வைத்து உமா மகேஸ்வரனைத் தீர்த்துக் கட்ட திட்டமிட்டார். பிரபாகரனின் நலம் விரும்பிகளோ விஷயத்தைப் பெரிதுபடுத்த வேண்டாமென்றார்கள்.

சைதாப்பேட்டை தாக்குதலில் இருந்து அதிர்ஷ்டவசமாகத் தப்பிய உமா மகேஸ்வரனிடம் பிரபாகரன் சார்பில் சமாதானப் பேச்சுவார்த்தை நடந்தது. உங்களைக் கொல்லப்போவதில்லை. ஆனால், இனிமேல் அரசியலில் ஈடுபடக்கூடாது. தமிழ் நாட்டிலிருந்து இலங்கைக்குப் போய்விடவேண்டும் என்கிற நிபந்தனையின் பேரில் உமா மகேஸ்வரன் விடுதலைப்புலிகள் அமைப்பிலிருந்து விடுவிக்கப்பட்டார்.

பிரபாகரனைப்போல் அவர் இலங்கை அரசால் தேடப்படும் குற்றவாளி அல்ல என்பதால் அவரால் இலங்கையில் இருக்க முடிந்தது. அரசியல் தொடர்புகள், நீண்ட கால அனுபவத்தோடு, நிர்வாகத் திறமையும், நேர்மையும் இருந்தது. ஊர்மிளா விவகாரம் தவிர வேறெந்தக் குற்றச்சாட்டிலும் அவர் சிக்கிக் கொள்ளவில்லை. விடுதலைப்புலிகள் அமைப்பிலிருந்து வெளியேறிய சில மாதங்களில் பிளாட் என்னும் தனி அமைப்பை ஆரம்பித்துவிட்டார்.

இந்நிலையில்தான் பாண்டிபஜாரில் எதிர்பாராதவிதமாக அந்த திடீர் சந்திப்பு நிகழ்ந்தது. இருவரும் பரஸ்பரம் தாக்குவதில்லை என்று எழுதப்படாத ஒப்பந்தம் இருந்தது. ஆனால், அதையும் மீறி,

அசம்பாவிதம் நடந்துவிடுமோ என்கிற அவநம்பிக்கையிலேயே இருந்து வந்திருக்கிறார்கள். அவர்களை மீறி, துப்பாக்கிகளை ஏந்திக் கொண்டார்கள்.

பிரபாகரன் தன்னுடைய பெயரைக் கரிகாலன் என்றும், உமா மகேஸ்வரன் தன்னுடைய பெயரை முகுந்தன் என்றும் சொல்லியிருந்ததால் அதே பெயரில் வழக்குப் பதிவு செய்யப்பட்டு கைது செய்யப்பட்டார்கள். முதல் முதலாக பிரபாகரனின் கைரேகையும், புகைப்படமும் ஒரு காவல் நிலையத்தில் பதிவு செய்யப்பட்டது. பிரபாகரன், உமா மகேஸ்வரன் பற்றியெல்லாம் முதல்வராக இருந்த எம்.ஜி.ஆருக்குத் தெரிய வந்ததமைக்கு பாண்டிபஜார் சம்பவம்தான் காரணமாக இருந்தது.

அதுவரை தமிழ்நாட்டு மக்களுக்கு இலங்கைத் தமிழ் போராளிக்குழுக்களைப்பற்றி எதுவும் தெரியாது. இலங்கையிலிருந்து தமிழ்நாட்டிற்கு அகதிகளாக வரும் அத்தனை பேரும் ராமேஸ்வரம் வழியாகத்தான் வருகிறார்கள் என்று நம்பிக் கொண்டிருந்தார்கள். அரை டஜனுக்கும் மேற்பட்ட போராளிக்குழுக்கள், தமிழ்நாட்டில் நாகப்பட்டினம் தொடங்கி ராமேஸ்வரம் வரை கிழக்குக் கடற்கரையோரக் கிராமங்களில் ஆயுதப் பயிற்சி பெற்று வருவது நிறையப் பேருக்குத் தெரியாது.

போராளிக்குழுக்களுக்கு இடையே இருந்த அரசியல், அதிகாரப் போட்டியெல்லாம் தமிழ்நாட்டு மக்களுக்குப் புரியவில்லை. ஒரே நாடு, ஒரே இனம் என்கிற உயர்ந்த லட்சியத்தை நோக்கி நடைபோடும் துடிப்பு மிக்க இளைஞர்களாகத்தான் அவர்களைப் பார்த்தார்கள். இலங்கைத் தமிழர்களின் பாதுகாப்பிற்காகச் சிங்கள ராணுவத்தை எதிர்த்து நிற்கும் போராளிக் குழுக்களுக்கு உதவி செய்வதைக் கடமையாக நினைத்தார்கள். நிதியுதவி, தார்மீக ஆதரவு என எதையும் அளிப்பதற்குத் தயாராக இருந்தார்கள்.

ஆனால், போராளிக்குழுக்களின் தலைவர்களோ தனி மனித ஈகோவில் சிக்கிக்கொண்டு, போட்டி அரசியலில் இறங்கி தங்களுடைய அடையாளத்தைத் தொலைத்தார்கள். அதில் பலர் பரிதாபமாக உயிரையும் விட்டார்கள். உமா மகேஸ்வரனும் அந்தப் பட்டியலில் இடம் பெறுகிறார்.

பிளாட் அமைப்பை உலகளவில் பிரபலப்படுத்த நினைத்த உமா மகேஸ்வரன், ஒரு விஷப்பரீட்சையில் இறங்கினார். இலங்கைக்குப் பக்கத்தில் இருந்த மாலத்தீவைக் கைப்பற்ற நினைத்தார். அங்கு ஆட்சியில் இருந்த அதிபரான அப்துல் கயூம், பாகிஸ்தானுக்கு

நெருக்கமானவராக இருந்தார். அவருக்கு எதிரானவர்கள் உமா மகேஸ்வரனோடு தொடர்பில் இருந்தார்கள். அப்துல் கயூமுக்கு எதிராக ஓர் உள்நாட்டுக் கலகத்தில் இறங்குவதன் மூலமாக, ஆட்சியைக் கவிழ்த்துவிடலாம் என்று நினைத்தார்கள்.

பிளாட் அமைப்பைச் சேர்ந்தவர்கள் ஏற்கெனவே ரகசியமாக மாலத்தீவில் ஊடுருவியிருந்தார்கள். முன்னாள் மாலத்தீவு அதிபரான இப்ராஹிம் நசீரின் ஆதரவு பிளாட் அமைப்பிற்கு இருந்தது. ஒரு கப்பலில் ஆயுதங்களுடன் உமா மகேஸ்வரன் மாலத்தீவு போய் இறங்கியபோது, அவர்களை எதிர்ப்பதற்கு ஆளில்லை. அரசுக் கட்டிடங்களைச் சுற்றி வளைத்தவர்கள், அதிபர் அப்துல் கயூமைத் தேடிக்கொண்டிருந்தார்கள். அதற்குள் ரகசிய இடத்தில் பத்திரமாக இருந்த அப்துல் கயூம், இந்தியாவின் உதவியைக் கேட்டார்.

இந்தியாவிடமிருந்து மாலத்தீவு அதிபருக்கு ஆதரவு கிடைக்கும் என்பதை பிளாட் இயக்கத்தினர்கள் எதிர்பார்க்கவில்லை. அடுத்த அரை மணி நேரத்தில் அதிரடியாக 2000 இந்திய ராணுவத்தினர் மாலத்தீவில் இறங்கினார்கள். இந்திய ராணுவத்தின் ஆபரேஷன் காக்டஸ் ஆரம்பமானது. அடுத்து வந்த பத்து மணி நேரத்தில் பிளாட் அமைப்பினரை விரட்டியடித்து, மாலத்தீவை மீட்டார்கள். இந்திய வீரர்கள் வருவதற்குள்ளாகவே பிளாட் அமைப்பினர் அங்கிருந்து தப்பியோட ஆரம்பித்துவிட்டார்கள்.

மாலத்தீவு ஆட்சிக்கவிழ்ப்பு, இந்தியாவின் தலையீட்டால் வெற்றிகரமாக முறியடிக்கப்பட்டது. ஏனோ, பிளாட் அமைப்பினரைத் துரத்திப் பிடிக்க முடியவில்லை. அதுவரை இலங்கைக்கும், பாகிஸ்தானுக்கும் நெருக்கமான நாடாக இருந்த மாலத்தீவு, இந்தியாவோடு நெருக்கமாகிவிட்டது. இந்தியாவின் ஆதரவோடுதான் பிளாட் இயக்கத்தினர் இப்படியொரு முயற்சியில் ஈடுபட்டதாக ஒரு பேச்சும் உண்டு.

எது எப்படியோ, மாலத்தீவைக் கைப்பற்றும் முயற்சியில் பிளாட் அமைப்பினருக்கு அவமானகரமான தோல்விதான் மிஞ்சியது. மாலத்தீவில் ஆட்சி மாற்றத்திற்கு உதவ நினைத்தோம். அதற்காக நாங்கள் எந்தவொரு உதவியையும் யாரிடமிருந்தும் பெற்றுக் கொள்ளவில்லை. எங்களுக்குத்தான் ஏராளமான இழப்புகள் என்றார், உமா மகேஸ்வரன். அடுத்த ஆண்டே, தன்னுடைய இயக்கத்தைச் சேர்ந்தவர்களால் கொழும்புவில் கொலை செய்யப்பட்டுக் கிடந்தார்.

•

22. உசைனின் சரஸ்வதி : ஓர் ஓவியத்தின் கதை

1996. அகமதாபாத். அதுவொரு பிரபலமான ஆர்ட் கேலரி. உலகளவில் பிரபலமான இந்திய ஓவியரான எம்.எப். உசைன் வரைந்த முக்கியமான ஓவியங்கள் பொதுமக்களின் பார்வைக்கு வைக்கப்பட்டிருந்தன. அத்துமீறி நுழைந்த பஜ்ரங் தளம் அமைப்பைச் சேர்ந்த ஒரு கும்பல், அங்கிருந்த ஓவியங்கள், வரைபடங்கள், மேஜை, நாற்காலிகள் எனக் கண்ணில் பட்டவற்றையெல்லாம் அடித்து நொறுக்கினார்கள். ஓவியர் உசைனின் கைவண்ணத்தில் வரையப்பட்ட 26 ஓவியங்களில் 16 ஓவியங்கள் தீக்கிரையாக்கப் பட்டன.

உசைன், மஹாராஷ்டிராவின் பந்தர்பூரில் பிறந்தவர். மத்தியப் பிரதேசத்தின் இந்தூரில் படிப்பை முடித்துவிட்டு மும்பை வாசியானவர். விளம்பரப் பலகை எழுதும் ஓவியராகத் தன்னுடைய வாழ்க்கையை ஆரம்பித்தவர், பின்னாளில் பல ஓவியர்களிடம் உதவியாளராகப் பணிபுரிந்திருக்கிறார். இளம் வயதிலேயே தன்னுடைய ஓவியங்களைக் காட்சிப்படுத்தியிருக்கிறார். இந்திய அரசின் பத்மவிபூஷன் விருது பெற்ற உசைன், உலகளவில்

கவனிக்கப்பட்ட நவீன ஓவியராக இருந்தார். போபர்ஸ் இதழ், உசேனை இந்தியாவின் பிகாசோ என்று வர்ணிக்கிறது.

உசைன், ஓவியர் மட்டுமல்ல. சில திரைப்படங்களையும் இயக்கியிருக்கிறார். மாதுரி தீட்சித் நடித்த 'கஜகாமினி' என்னும் படத்தையும் தபு நடித்த 'மீனாட்சி' , 'மூன்று நகரங்களின் கதை' என்னும் படத்தையும் இயக்கியிருக்கிறார். சர்வதேசத் திரைப்பட விழாக்களில் திரையிடப்பட்ட உசைனின் திரைப்படங்கள், சர்ச்சையை ஏற்படுத்தவும் தவறவில்லை. அவர் இயக்கிய, தயாரித்த படங்களில் இந்து, இஸ்லாம் மதங்களை விமர்சிக்கும் காட்சிகளும், வசனங்களும் இடம்பெற்றிருந்தன.

உசைன், சர்ச்சைப் பிரியர் இல்லையென்றாலும் அவரது ஓவியங்களும் செயல்பாடுகளும் அவ்வப்போது சர்ச்சையை கிளப்பிக் கொண்டிருந்தன. பிறப்பால் உசைன் ஓர் இஸ்லாமியர் என்றாலும், இந்து மதம் குறித்த ஆழமான புரிதல் கொண்டவர். ஏராளமான கணபதி உருவங்களை வரைந்தவர். கடவுளர்களின் உருவங்களை அவர் சர்ச்சைக்குரிய விதத்தில் தொடர்ந்து சித்தரித்தது தான் பல மத அடிப்படைவாத அமைப்புகளின் கோபத்திற்குக் காரணமாக இருந்தது. அதுதான் அவரது கனவு இல்லத்திற்குள் நுழைந்து, அவரது படைப்புகளைச் சிதைக்கவும் காரணமாக இருந்தது.

'உசைன் தோசி குபா' என்பது குஜராத்தின் பிரபலமான நவீனக் கலைக்கூடம். உசைனின் எண்ணத்தில் உதித்த கனவு இல்லம். நிலத்தடிக்குள் குகை போன்ற அமைப்பை உருவாக்கி அதில் ஏராளமான ஓவியங்களை பார்வைக்கு வைத்திருக்கிறார்கள். தன்னுடைய ஓவியங்கள், படைப்புகள் அனைத்தையும் ஓரிடத்தில் நிரந்தரமாக வைக்கவேண்டும். அவற்றைப் பொதுமக்கள் இலவசமாகத் தங்கு தடையின்றிப் பார்வையிடவேண்டும். நவீன இந்திய ஓவியங்கள்பற்றி வெளிநாட்டினர் தெரிந்துகொள்ளவும், நவீன ஓவியர்களுக்கான பயிற்சிக்கூடமாகவும் அது அமைய வேண்டும் என்பது அவரது கனவு.

உசைனின் நீண்ட நாளைய கனவை நனவாக்கியவர், அவரது நெருங்கிய நண்பரான, பி.வி. ஜோஷி. இருவரும் இணைந்து நான்கு ஆண்டுகள் உழைப்பில் உருவானதுதான், உசைன் தோசி குபா. அகமதாபாத் நகரத்தில் செப்ட் யூனிவர்சிட்டிக்கு அருகே அமைந்துள்ள ஆர்ட் மியூசியம், முழுவதும் தரைத்தளத்தில் உள்ளது.

வெளியிலிருந்து மேற்கூரையை மட்டுமே பார்க்க முடியும். தொலைவில் இருந்து பார்க்கும்போது ஆமைகளும் அவற்றின் மீது கருப்பு நிற பாம்பு ஊர்ந்து செல்வது போலவும் மேற்கூரை வடிவமைக்கப்பட்டிருக்கிறது. உசைன் போலவே, எங்கும் எதிலும் வித்தியாசம்!

வட்ட வடிவிலான படிகளில் இறங்கி உள்ளே சென்றால் ஓர் அதிசய உலகம் கண்முன் விரியும். சுவர்களில் உசைனின் கைவண்ணத்தில் வரையப்பட்ட ஓவியங்கள். சுவர்கள், தூண்கள் அனைத்தும் சற்றே வளைந்து இருக்கும். குகை போன்ற பகுதிகளில் உள்ள அனைத்தும் தட்டையாகவே இருக்காது. கடந்த 30 ஆண்டுகளில் இதுபோன்ற கலைக்கூடத்தை இந்தியாவில் வேறெங்கும் காண முடியாது.

குபா கலைக்கூடத்தின் ஒவ்வொரு மூலையிலும் என்ன இருக்க வேண்டும் என்பதை உசைன்தான் தீர்மானித்தார். ஓவியங்கள் மட்டுமல்ல மேற்கூரை முதல் ஏ.சிக்கான வண்ணம்கூட அவரால் தீட்டப்பட்டவைதான். அங்கேதான் அவரது பெரும்பாலான ஓவியங்கள் காட்சிப்பொருளாக வைக்கப்பட்டிருந்தன. 20 ஆண்டுகளுக்கும் மேலாக உசைன் வரைந்து வைத்திருந்த கணபதி, ஹனுமன், புத்தர் உருவங்கள் கொண்ட ஏராளமான நவீன ஓவியங்கள் இருந்தன.

ஒரே நாளில் கலைக்கூடத்தில் இருந்தவையெல்லாம் அடித்து நொறுக்கப்பட்டன. உடைத்து, தீக்கிரையாக்கப்பட்ட ஓவியங்களின் மதிப்பு யாராலும் கணிக்க முடியாது. பஜ்ரங் தளம் அமைப்பினரின் அதீதக் கோபத்திற்கு ஒரு வாரப் பத்திரிக்கையில் வெளியான படம் ஒன்றுதான் காரணமாக இருந்தது. 'விசார் மிம்ன்ஸா' எனும் ஹிந்தி பத்திரிக்கையில் உசைன் வரைந்த சரஸ்வதி ஓவியத்தை வெளியிட்டு இவனெல்லாம் மனுஷனா என்று கேள்வி எழுப்பியிருந்தது.

20 ஆண்டுகளுக்கு முன்னர் உசைன் வரைந்த ஓவியம் அது. திடீரென்று அது தேடியெடுக்கப்பட்டு பத்திரிக்கையில் பிரசுரமானதற்கும், நாடெங்கும் சர்ச்சைகளை கிளப்பியதற்கும் ஏதோ பின்னணி இருந்திருக்க வேண்டும். மகாராஷ்டிரா, குஜராத், மத்தியப் பிரதேச மாநிலங்களில் அப்போது இடைத்தேர்தல் நடைபெற்றுக் கொண்டிருந்தது. தேர்தல் நேரத்தில் எழுந்த சர்ச்சை என்பதால் அரசியல் கட்சிகள், முடிந்தளவு அதில் ஆதாயம் தேட நினைத்தார்கள். ஆகவே, அகமதாபாத்தைத் தாண்டிப் பல மாநிலங்களிலும் ஓவியத்தை முன்வைத்துப் பலத்த எதிர்ப்பு கிளம்பியது.

அப்படி என்னதான் வரைந்திருந்தார்? சரஸ்வதியை உசைன் தன்னுடைய ஓவியத்தில் ஆடையில்லாதவராகக் காட்டியிருந்தார். ஆடையில்லாமல் பிறந்த மேனியில் கடலுக்கு அடியில் ஒய்யாரமாக அமர்ந்திருக்கும் ஒரு பெண் உருவத்தைத்தான் சரஸ்வதியாக வரைந்திருந்தார். அவளது ஒரு கையில் தாமரை மலரும், மடியில் ஒரு வீணையும் வைக்கப்பட்டிருந்தது.

20 ஆண்டுகளுக்குப் பின்னர் மறு பிரசுரம் செய்யப்பட்ட ஓவியத்தைக் கண்டு, இந்துத்துவ அமைப்புகள் கொதித்தெழுந்தார்கள். பஜ்ரங் தள் அமைப்பினரோடு வி.எச்.பி, சிவசேனா உள்ளிட்ட கட்சிகளும் இணைந்து கொண்டன. சிவன், பார்வதியைக்கூட ஆடையில்லாமல் வரையலாம். சரஸ்வதியை எப்படி ஆடையில்லாமல் வரைவது? அதுவும் ஓர் இஸ்லாமியர், இந்துக்கடவுளை எப்படி ஆபாசமாக வரைவது? இதுதான் சர்ச்சையின் மையப்புள்ளி.

நிர்வாணம் என்பது இந்தியாவுக்குப் புதிதல்ல. இந்துக் கடவுளர்கள் ஆடையில்லாமல் இருக்கும் சிலைகளும், ஓவியங்களும் குப்தர்கள் காலம் தொட்டு இந்தியா முழுவதும் காணக்கிடைக்கின்றன. சமண சிற்பங்களில் பெரும்பாலானவை நிர்வாணமாகச் சித்தரிக்கப்பட்டிருக்கின்றன. இந்துக் கடவுள்களில் கூட சிவனின் வடிவமான பைரவர் ஆடையில்லாமல் நிர்வாணமாக நிற்பது போல்தான் சிலைகள் வடிக்கப்பட்டுள்ளன.

இந்தியக் கலை மரபில் பெரும்பாலான இந்தியக் கடவுளர்களின் உடல் பகுதி ஆடையில்லாமல்தான் காட்டப்பட்டிருக்கும். கடவுளர்களாக இருந்தாலும் பெண் உருவங்கள் கழுத்துக்குக் கீழே அணிகலன்களை மட்டுமே கொண்டிருப்பார்கள். சில நூறு ஆண்டுகளாகத்தான் கடவுளர்களுக்கும் மனிதர்களுக்கும் ஆடம்பரமான ஆடைகளை உடுத்தி, அதையே சித்திரமாகத் தீட்ட ஆரம்பித்திருக்கிறார்கள்.

குஜராத், மகாராஷ்டிரா, உத்திரப் பிரதேசம் மாநிலங்களைத் தாண்டி நாட்டின் பல பகுதிகளிலும் ஓவியர் உசைனின் ஓவியத்தைக் கண்டித்து இந்துத்துவ அமைப்புகளும் கலாச்சாரக் காவலர்களும் போராட்டத்தில் குதித்தார்கள். ஏராளமான ஆர்ப்பாட்டங்களும் கண்டனக்கூட்டங்களும் நடைபெற்றன. அதே நேரத்தில் ஓவியர் உசைனின் கருத்துச் சுதந்திரத்தைப் பறிப்பதாகவும், அவரது படைப்பு உரிமையை முடக்கி, படைப்புகளைச் சேதப்படுத்துவதைக் கண்டித்து அவருக்கு ஆதரவாகவும் சிலர் களத்தில் இறங்கினார்கள்.

மகாராஷ்டிராவில் அப்போது சிவசேனா ஆட்சியில் இருந்தது. சரஸ்வதியை இழிவுபடுத்திய ஓவியர் உசைன் பகிரங்கமாக மன்னிப்பு கேட்கவேண்டும் என்றது. சிவசேனா அனுப்பி வைத்த புகாரின் அடிப்படையில் ஓவியர் உசைன் மீது மும்பை காவல்துறை வழக்குப் பதிவு செய்தது. இந்தியக் குற்றவியல் சட்டத்தின் 295, 153 பிரிவின்படி, மத நம்பிக்கைகளுக்குக் களங்கம் விளைவித்ததாகவும், மதக் குழுக்களுக்கு இடையே மோதல் ஏற்படுவதற்குச் சதி செய்ததாகவும் அவர் மீது வழக்குப் பதிவு செய்யப்பட்டது.

உசைனின் ஓவியங்கள் மீதான தாக்குதலை முதல் ஆளாகக் கண்டித்தவர், அக்பர் பதம்சி. அவரும் உசைன் போல் நாடறிந்த நவீன ஓவியர். குஜராத்தைச் சேர்ந்த இஸ்லாமியர். உசைன் போல் அவரும் முன்பு ஒரு சர்ச்சையில் சிக்கியிருந்தார்.

இரண்டு காதலர்களை ஆபாசமாக வரைந்ததற்காகக் கைது செய்யப்பட்டிருந்தார். மும்பையில் தன்னுடைய ஜகாங்கீர் ஆர்ட் காலரியில் வைக்கப்பட்டிருந்த அந்த ஓவியத்தில் காதலியின் மார்பு மீது காதலன் கை வைத்திருப்பதுபோல் அவர் வரைந்திருந்ததுதான் சர்ச்சைக்குக் காரணம். நீதிமன்ற விசாரணைக்குப் பின்னர் அவர் மீதான வழக்கு ரத்து செய்யப்பட்டது. அதுவே பல நவீன ஓவியர்களுக்கு நிம்மதியளித்தது.

உசைனின் கலைக்கூடம் தாக்கப்பட்டபோது, அவருக்கு ஆதரவாக டெல்லி, பெங்களூர் போன்ற நகரங்களில் ஊர்வலம் நடந்தது. கலைஞர்கள், படைப்பாளிகள், ஓவியர்கள் கலந்து கொண்டார்கள். படைப்பாளிகளின் கருத்துரிமையைப் பாதிப்பதாகக் கண்டித்தார்கள். மாற்று உடைக்குக்கூட வழியில்லாமல் துவைத்த துணி உலரும்வரைக் காத்திருந்து, திரும்ப அதையே உடுத்திக்கொள்ளும் பெண்கள் வாழும் நாட்டில் அழகிப்போட்டி நடத்துவதும், பேஷன் ஷோ நடத்துவதும்தான் ஆபாசமானது என்பது படைப்பாளிகளின் கருத்து.

ரவிக்கை அணிவது என்பதே இஸ்லாமியப் பண்பாட்டிலிருந்து வந்ததுதான். மாறி வரும் நாகரீக உலகில் ரவிக்கை அணிவதை ஏற்றுக்கொள்ள முடியாது என்று பழைய காலத்திற்குத் திரும்ப முடியுமா? நாகரீகம் என்பதை அந்தந்தச் சூழலும், அவரவர் பார்வை மட்டுமே தீர்மானிக்கிறது என்று படைப்பாளிகள் கருத்து தெரிவித்தார்கள். பஜ்ரங் தள், வி.எச்.பி., சிவ சேனா போன்ற அமைப்புகள் ஆர்ப்பாட்டம் நடத்தினார்கள். ஆனால், பா.ஜ.க. பிரச்னையிலிருந்து சற்று விலகியிருந்தது. உசைனுக்கு எதிரான

விமர்சனங்களுக்கும், அவரது ஓவியங்கள் அழிக்கப்பட்டதற்கும் பா.ஜ.கவின் தலைவர் அத்வானி கண்டனம் தெரிவித்திருந்தார்.

நாளுக்கு நாள் போராட்டங்கள் தீவிரமாகிக்கொண்டிருந்தது. லண்டனில் இருந்த உசைன், தன்னுடைய ஓவியத்தில் எந்தவொரு உள்நோக்கமும் இல்லை. அதன் மூலம் யாரையாவது காயப் படுத்தியிருந்தால் வருத்தப்படுவதாகவும் அறிக்கை வெளியிட்டார். உசைன் மன்னிப்பு கேட்டுவிட்டதாக பஜ்ரங் தள் திருப்தியடைந்தது. சிவசேனா, வி.எச்.பி உள்ளிட்ட மற்ற அமைப்புகளுக்கு அவரது விளக்கம் திருப்தியளிக்கவில்லை. விஜயதசமிக்குள் சரஸ்வதி சம்பந்தப்பட்ட ஓவியங்கள் அனைத்தையும் உசைன் அழித்துவிடவேண்டும் என்று கெடு விதித்தார்கள்.

'எனக்கு மனிதர்களைவிடக் கலைதான் முக்கியமானது. ஓவியங்களைத் தீட்டுவது மட்டுமே என்னுடைய வேலை. என்னுடைய பணியைச் சரியாகச் செய்வதன் மூலமாக மகிழ்ச்சி அடைகிறேன். நான் வரைந்த ஓவியங்களைப் பத்திரமாக வைத்திருப்பதா அல்லது கிழித்தெறிவதா என்பதை மக்களே முடிவு செய்து கொள்ளட்டும். எதுவாக இருந்தாலும் எனக்கு வருத்த மில்லை' என்றார், உசைன்.

அடுத்து வந்த பத்தாண்டுகளுக்கு உசைனின் ஓவியங்கள் மீதான சர்ச்சைகள் அவ்வப்போது தொடர்ந்தன. பாரத மாதா ஆடையின்றி நிற்பதுபோல் உசைன் வரைந்த ஓவியமும் பலத்த எதிர்ப்பைக் கிளப்பியது. 2006ல் இந்தியாவை விட்டு வெளியேறியவர், 2011ல் மறையும்வரை துபாய், லண்டன், அமெரிக்கா, ஆஸ்திரேலியா என உலகம் முழுக்கச் சுற்றி வந்தார். பின்னர் கத்தாரில் சில காலம் இருந்தார். ஆனால், இறுதிவரை இந்தியாவுக்கு வரவேயில்லை.

●

23. நான் ஒரு கதாநாயகி!

ஆயிரம் கோடி ரூபாய் செலவில் என்.டி.ஆருக்கு ஒரு நினைவிடம் அமைக்கப்படும் என்று முதல்வர் சந்திரபாபு நாயுடு அறிவித்தபோது ஆந்திராவே ஆச்சர்யப்பட்டது. என்.டிஆருக்கு ஒரு மெகா சிலை! குஜராத்தில் உள்ள சர்தார் வல்லபாய் படேல் சிலையை மிஞ்சும் படியாக அமைக்கப்படும். என்.டி.ஆர் நினைவாக அறக்கட்டளை ஆரம்பிக்கப்படும். அதன் மூலம் சிலை கட்டுவதற்கான நன்கொடைகள் பெறப்படும் என்று மருமகனார் அதிரடியாக அறித்தார்.

ஏற்கெனவே ஆந்திரா முழுவதும் ஏகப்பட்ட என்.டி.ஆர். சிலைகள் திறக்கப்பட்டாலும் ஆந்திராவின் அதிசயமாக ஒரு சிலை நிறுவவேண்டும் என்பதும் அதில் என்.டி.ஆர் நினைவிடம், அவருடைய திரை வாழ்க்கை, அரசியல் வாழ்க்கையைச் சித்தரிக்கும் காட்சியகம், அவரது உடைமைகள், அன்றாடம் பயன்படுத்திய பொருள்கள் அனைத்தையும் மக்களுக்குக் காட்சிப்படுத்துவது என்று விரிவான திட்டமாக நீண்டது. பட்ஜெட்தான் பிரச்னை. ஆயிரம் கோடி!

குடிநீருக்காக மக்கள் தவிக்கிறார்கள், வயல்கள் வறண்டு கிடக்கின்றன. சில லட்சங்களை இழப்பீடாகத் தந்தால்கூட நூற்றுக்கணக்கான ஏழை மக்களின் வாழ்க்கையில் வசந்தத்தைக் கொண்டு வரமுடியும் என்கிற நிலையில் எதற்காக ஆயிரம் கோடி ரூபாய் செலவில் நினைவிடம் கட்டவேண்டும்? இதெல்லாம் வெட்டிச் செலவு என்றும் விமர்சனம் எழுந்தது.

ஆந்திராவின் அடையாளம் என்.டிஆர். என்பதில் சந்தேகமில்லை. அவருக்குச் சிலை வைத்துத்தான் மக்களுக்கு நினைவூட்டவேண்டும் என்கிற அவசியமும் இல்லை. அவர் சினிமா சூப்பர் ஸ்டார் மட்டுமல்ல அரசியலிலும் சூப்பர் ஸ்டாராக இருந்தவர். 60 வயது வரையிலும் நடித்துக் கொண்டிருந்தார். 60 வயதில் அரசியலுக்கும் வந்தார். தனிக்கட்சி ஆரம்பித்தார். ஆறே மாதத்தில் காங்கிரஸ் கட்சியை வீழ்த்தினார்.

ஆந்திராவின் ஒவ்வொரு வீட்டிலும் என்.டி ஆரின் படம் இருக்கிறது. மக்கள் மனதிலிருந்து யாராலும் அவரை அகற்ற முடியாது. அவருக்குப் பதிலாக ஆந்திராவின் தோற்றத்திற்கும் வளர்ச்சிக் காகவும் பாடுபட்ட வேறு சில தலைவர்களை முன்னிறுத்தலாம். பொட்டி ஶ்ரீராமுலு, பிரகாசம் பந்துலு, அல்லூரி சீத்தராமா ராஜீ போன்றவர்களுக்கு நினைவிடம் அமைப்பது நியாயமாக இருக்குமென்பது விமர்சகர்களின் கருத்து.

தன்னுடைய மாமனாருக்கு மருமகன் செய்யும் நன்றிக்கடன் என்றாலும் அதன் பின்னணியில் ஏகப்பட்ட அரசியல் கணக்குகள் இருந்தன. என்.டிஆருக்கு ஜாதி, இனம், மதங்களைக் கடந்த ஓர் ஓட்டு வங்கி உண்டு. அதைச் சிந்தாமல் சிதறாமல் தன்வசப்படுத்துவதுதான் சந்திரபாபு நாயுடுவின் நோக்கமாக இருந்தது. தேர்தல் நெருங்கிக் கொண்டிருந்தது!

தமிழ்நாட்டில் உள்ள அம்மா உணவகம்போல் என்.டி.ஆர். நினைவாக அண்ணா உணவகம் ஆரம்பிக்கப்பட்டது. என்.டி.ஆர். ஆதரவாளர்கள் சந்திரபாபு நாயுடு பக்கம் சாய்ந்துவிடக்கூடாது என்கிற கவலை ஒய்.எஸ்.ஆர். காங்கிரஸ் கட்சிக்கு இருந்தது. எப்படியாவது ஆட்சியைப் பிடித்துவிடவேண்டும் என்கிற துடிப்பில் இருந்த ஒய்.எஸ்.ஆர். கட்சி, லட்சுமி சிவபார்வதியைக் கட்சிக்குள் கொண்டு வந்தது. அவரை கட்சியின் துணைச் செயலாளராகவும் ஆக்கியது.

லட்சுமி சிவபார்வதி, என்.டி.ஆரின் இரண்டாவது மனைவி. என்.டி.ஆர் தன்னுடைய 70வது வயதில் லட்சுமி சிவபார்வதியை

மணந்து கொண்டார். அவரது வருகைக்குப் பின்னர் என்.டி.ஆரின் குடும்பம் மட்டுமல்ல அவரது கட்சியும் இரண்டாக உடைந்து போனது. அவரது மறைவுக்குப் பின்னர் மோதல் உச்சத்தை அடைந்தது. அன்று ஆரம்பித்த மோதல், இன்றுவரை தொடர்கிறது..

‘என்.டி.ஆருக்கு நினைவகம் கட்டுகிறேன் என்று சந்திரபாபு நாயுடு சொல்வது வேடிக்கை. அவர் எந்நாளும் அதைச் செய்யப்போவதில்லை. ‘என்.டி.ஆருக்கு பாரத ரத்னா தந்து கௌரவிக்கவேண்டும் என்று விரும்புகிறோம். ஆனால், சந்திரபாபு நாயுடு தடையாக இருக்கிறார்’ என்று வாஜ்பாய் தன்னிடம் தெரிவித்ததாகவும் லட்சுமி சிவபார்வதி ஒருமுறை குறிப்பிட்டார்.

மாமனாருக்கு மருமகன் செய்த துரோகம்! என்.டி.ஆர் மறைந்த நாள் முதல் லட்சுமி சிவபார்வதி அதைத்தான் தொடர்ந்து சொல்லி வருகிறார். தனக்கொரு நினைவகமும், சிலையும் வைக்கவேண்டும் என்பது உயிரோடு இருந்தபோதே என்டிஆரின் கனவாக இருந்தது. அதை நனவாக்குவதுதான் லட்சுமி சிவபார்வதியின் லட்சியம்.

என்.டி.ஆர். இறுதி ஊர்வலத்திலேயே சர்ச்சை ஆரம்பமாகிவிட்டது. அதில் பங்கேற்க லட்சுமி பார்வதிக்கு அனுமதி மறுக்கப்பட்டது. பத்தாண்டுகளுக்கு முன்னர் தமிழ்நாட்டு மக்கள் பார்த்த காட்சிகள், ஆந்திராவில் மறுபடியும் அரங்கேறின. கட்சியும் ஆட்சியும் சந்திரபாபு நாயுடுவின் கட்டுப்பாட்டில் இருந்தது. என்.டி.ஆரின் மகன்களும், மகள்களும் சந்திரபாபு நாயுடுவுக்கு ஆதரவாக இருந்தார்கள்.

என்டிஆரின் மறைவில் மர்மம் இருக்கிறது. அதுவொரு இயற்கை மரணமல்ல என்றெல்லாம் சர்ச்சைகள் எழுந்தன. விசாரணை ஆணையம் அமைக்க வேண்டும் என்றார்கள். அது குறித்து விசாரிக்க வேண்டும் என்று சந்திரபாபு நாயுடு அரசு முடிவெடுத்தது. அது கட்சியிலும், குடும்பத்திலும் பல சலசலப்புகளை ஏற்படுத்தியது. வேறென்ன, சொத்துத் தகராறுதான்!

என்.டிஆர். மரணம்பற்றியோ, அவரைப்பற்றியோ தொடர்ந்து பேசுவதில் தனக்கு அரசியல் ஆதாயம் இல்லையென்று சந்திரபாபு நினைத்தார். முடிந்தவரைத் தவிர்த்துவிட நினைத்தார். என்.டிஆருக்குத் துரோகம் இழைத்துவிட்டு கட்சியைக் கபளீகரம் செய்துவிட்டதாக விமர்சனம் இருந்த நேரத்தில் அதைக் கண்டுகொள்ளாமல் இருப்பது தனக்கு நல்லது என்று நினைத்தார். ஆனால், லட்சுமி சிவபார்வதி விடுவதாக இல்லை.

பஞ்சாரா ஹில்ஸ் பகுதியில் இருந்த லட்சுமி பார்வதி வீட்டிற்கு எதிரே என்டிஆரின் மியூசியம் இருந்தது. அவரது திரைப்பட விருதுகள், உடைகள், படங்கள் காட்சிக்காக வைக்கப்பட்டிருந்தன. லட்சுமி சிவபார்வதியின் பராமரிப்பில் இருந்த இடத்தைக் கைப்பற்றுவதற்கு என்டிஆரின் குடும்பத்தினரிடையே போட்டி இருந்தது. சொத்து சண்டை, ஒரே நாளில் தெருவுக்கு வந்துவிட்டது.

லட்சுமி சிவபார்வதி பெங்களூருக்கு வந்திருந்த நேரத்தில், என்டிஆரின் மகன்களான சாய்கிருஷ்ணாவும் ராமகிருஷ்ணாவும் அதிரடியாக உள்ளே நுழைந்து ஆக்கிரமித்துக் கொண்டார்கள். என்.டி.ஆர். உயிரோடு இருந்தவரைக் குறிப்பாக அவர் அரசியலில் இருந்த 14 ஆண்டுகள் முழுவதும் அவரது குடும்பத்தினர் யாரும் எந்தச் சர்ச்சையிலும் சிக்கியதில்லை. அவர்களை அரசியலில் ஈடுபட என்.டிஆர். அனுமதித்ததில்லை.

விஷயத்தைக் கேள்விப்பட்ட லட்சுமி சிவபார்வதி, பெங்களூரில் இருந்து திரும்பியதும் வீட்டின் முன் தர்ணாவில் இறங்கினார். இரு தரப்பும் கடுமையாக மோதிக்கொண்டன. லட்சுமி சிவபார்வதியை அங்கிருந்து வெளியேற்றுவது என்.டி.ஆர். குடும்பத்தினரின் திட்டம். அதற்கு சந்திரபாபு நாயுடு அரசின் ஆதரவும் இருந்தது.

என்.டி.ஆர். தன்னுடைய முதல் மனைவியின் பெயரில் ஓர் அறக்கட்டளை ஆரம்பித்து, அதன் மூலமாக ஒரு மியூசியம் அமைக்க தன்னுடைய இரண்டாவது மனைவிக்கு அனுமதி தந்திருந்தார். சினிமாவிலும் அரசியலிலும் தனக்குக் கிடைத்த விருதுகள், உடைமைகள் அனைத்தும் அங்கே வைக்கப்பட்டுப் பராமரிக்கப்பட வேண்டும் என்பது அவரது விருப்பம்.

மியூசியத்தைக் கைப்பற்றுவதில் குடும்பத்தினரிடையே போட்டோ போட்டி. காவல்துறையினர் வந்து தடியடி நடத்தினார்கள். லட்சுமி சிவபார்வதியின் ஆதரவாளர்களுக்குக் கடுமையான காயம் ஏற்பட்டது. இன்னொரு பக்கம் தன்னுடைய ஆதரவாளர்களோடு திடீரென்று வீட்டிற்குள் நுழைந்த என்.டி.ஆரின் இன்னொரு மகனான ஹரிகிருஷ்ணா, மியூசியத்தைச் சுற்றி ஒரு சுற்றுச்சுவரைக் கட்டத் தொடங்கினார்.

ஹைதராபாத் நிஜாமிடமிருந்து என்.டி.ஆர். வாங்கிப் பயன்படுத்திய விலை உயர்ந்த பழைய காரை தன்னுடைய வீட்டிற்கு எடுத்துச் சென்றுவிட்டார். மற்ற மகன்களும் உள்ளே நுழைந்து ஆளுக்கொரு பொருள்களை எடுத்துக்கொண்டு சென்றுவிட்டார்கள். ஆகவே, வீட்டிற்குள் யாரையும் அனுமதிக்கக்கூடாது என்று

உயர்நீதிமன்றத்தை நாடிய லட்சுமி சிவபார்வதி, தடை உத்தரவு பெற்று வந்தார்.

என்டிஆருக்காக எதையும் செய்வேன் என்றார். சிம்ம கர்ஜனா என்னும் பெயரில் கண்டன ஊர்வலம் நடத்தினார். லட்சுமி சிவபார்வதியைக் காங்கிரஸ் கட்சி தூண்டிவிடுவதாகத் தெலுங்கு தேச கட்சித் தலைவர்கள் பதிலடி தந்தார்கள். ஆனால், லட்சுமி சிவபார்வதி எதையும் கண்டுகொள்ளவில்லை. தீய சக்தியான சந்திரபாபு நாயுடுவை அரசியலில் இருந்து அப்புறப்படுத்துவதுதான் அவரது ஒரே அரசியல் லட்சியம், கொள்கையாக இருந்தது.

என்.டி.ஆர் என்பவர் நடிகர் மட்டுமல்ல, கடவுளாக மதிக்கப்பட்டவர். அவர் கிருஷ்ணர் வேடத்தில் உள்ள திரைப்பட ஸ்டில் வீட்டு வாசலிலும், பூஜையறையிலும் வைக்கப்படுமளவுக்குப் பொதுமக்களின் பேராதரவைப் பெற்றிருந்தவர். அரசியலுக்கு வந்து தனிக்கட்சி ஆரம்பித்து, ஒன்பதே மாதங்களில் காங்கிரஸ் கட்சியை வீட்டுக்கு அனுப்பியவர்.

நான்கு முறை ஆந்திராவின் முதல்வராக இருந்திருக்கிறார். தெலுங்கு தேசம் கட்சியை ஆந்திராவின் பிரதானக் கட்சியாக குறுகிய காலத்தில் உருவாக்கியவர். தேசிய முன்னணி கூட்டணியில் முக்கியமான தூணாகவும் இருந்தவர். பிரதமர் பதவிக்கான போட்டியிலும் இருந்திருக்கிறார். ஆனால், என்டிஆரின் கடைசிக்காலம் பரிதாபகரமாக இருந்தது.

லட்சுமி சிவ பார்வதி, அவருடைய ரசிகையாக அறிமுகமானவர். அவருடைய கணவர் வீரகாந்தம் சுப்பா ராவ், ஒரு ஹரிகதை சொல்லும் கலைஞர். ஆனால், என்.டி.ஆரின் சுயசரிதையை எழுத வந்த லட்சுமி சிவபார்வதி அவரது வீட்டிலேயே தங்கிவிட்டார். ஆறு ஆண்டுகளுக்குப் பின்னர் என்.டி.ஆரை திருமணம் செய்து கொண்டார்.

திருமணத்திற்குப் பின்னர் லட்சுமி சிவபார்வதி அரசியலிலும் ஈடுபாடு காட்டினார். என்.டி.ஆருக்கு அடுத்தபடியாகக் கட்சியின் அனைத்து விஷயங்களையும் தீர்மானிக்கும் இடத்தில் இருந்தார். அதுவரை கட்சியின் நம்பர் டூவாக இருந்த சந்திரபாபு நாயுடுவுக்கும் லட்சுமி சிவபார்வதிக்கும் பனிப்போர் ஆரம்பித்தது.

அடுத்து வந்த தேர்தலில் ஆட்சியைப் பிடித்த என்.டி.ஆர். முதல்வரானபோது, போகுமிடங்களுக்கெல்லாம் அவருடன் வந்தவர், லட்சுமி சிவபார்வதி. ஆனால், இதெல்லாம் நீண்ட காலம்

நீடிக்கவில்லை. ஆட்சிக்கு வந்த பத்தே மாதங்களில் கட்சியையும் ஆட்சியையும் கட்டுப்பாட்டுக்குள் கொண்ட வந்த சந்திரபாபு நாயுடு, என்டிஆரை வீட்டுக்கு அனுப்பி விட்டார்.

என்.டி.ஆர். ஆரம்பித்த கட்சியும் அவரது விசுவாசிகளும் அவருக்கு எதிராகிவிட்டார்கள். அதற்குக் காரணம், லட்சுமி சிவபார்வதி!

என்.டி.ஆரின் ஆறு மகன்களும், நான்கு மகள்களும் சிவபார்வதிக்கு எதிராக இருந்தார்கள். ஆனாலும், என்.டி.ஆர். உயிரோடு இருக்கும்வரை லட்சுமி சிவபார்வதியை எதிர்த்து எதுவும் செய்ய முடியவில்லை. இறுதிக் காலங்களில் அவரது குடும்பத்தினருக்கும் அவருக்கும் இடையே பெரிய இடைவெளி இருந்தது.

என்.டி.ஆர். மறைவுக்குப் பின்னர், என்.டி.ஆர். தெலுங்குதேசம் என்னும் தனிக்கட்சியை ஆரம்பித்த லட்சுமி பார்வதி, 42 இடங்களில் தன்னுடைய ஆதரவாளர்களைப் போட்டியிட வைத்தார். ஆனால், ஒரு இடத்தில்கூட வெற்றி பெறமுடியவில்லை.

அப்போது மாநில அரசியலில் மட்டுமல்ல தேசிய அரசியலிலும் சந்திரபாபு நாயுடு புகழின் உச்சத்தில் இருந்தார். ஐக்கிய தேசிய முன்னணியின் அமைப்பாளராக இருந்து, பிரதமரை முடிவு செய்தார். தென்னிந்தியாவின் நவீன முதல்வராக இருந்து, ஆந்திர மாநிலத்தின் ஐ.டி துறை வளர்ச்சிக்குப் பெரும் பங்களித்தார். ஊடகங்கள், அவரைத் தலைமைச் செயல் அதிகாரி என்றே குறிப்பிட்டார்கள்.

1998ல் சந்திரபாபுக்கு எதிராக ஒரு கூட்டணியை அமைக்க பாஜக முயற்சி செய்தது. அதில் லட்சுமி சிவபார்வதியும் இணைந்து கொண்டார். 20 இடங்களில் தன்னுடைய கட்சி போட்டியிடுமென்று பாஜகவை அணுகினார். ஆனால், பா.ஜ.க. 4 இடங்களை மட்டுமே தந்தது. பா.ஜ.கவை விட லட்சுமி சிவபார்வதிக்கு ஆந்திர வாக்காளர்கள் மத்தியில் நல்ல அறிமுகம் இருந்தது.

10 சதவிகித வாக்கு வங்கி அவரிடம் இருந்தது. பா.ஜ.கவிடமோ 5 சதவிகிதம் வாக்குகள்தான் இருந்தன. ஆனாலும், அவரால் பா.ஜ.கவை பணிய வைக்க முடியவில்லை. கூட்டணியில் கிடைத்த இடங்களில் போட்டியிடுவதற்கு ஒப்புக்கொண்டபோதே அவரது தோல்வி ஆரம்பமாகிவிட்டது. செகந்திரபாத் தொகுதியில் போட்டியிட்ட லட்சுமி சிவபார்வதி தோற்றுப்போனார்.

பாஜகவுடன் கூட்டணி வைத்ததை அவரது கட்சிக்காரர்கள் ஏற்றுக்கொள்ளவில்லை. பெயரளவில்தான் கூட்டணி இருந்தது.

தோல்விக்குப் பின்னர் அவருடைய கட்சி கலகலத்துப் போனது. என்.டி.ஆரோடு நெருக்கமாக இருந்தவர்கள் குறிப்பாக தெலுங்கானாவைச் சேர்ந்தவர்கள் விலகிப்போய் தனிக்கட்சி ஆரம்பித்தார்கள். அதோடு லட்சுமி சிவபார்வதியின் அரசியலும் தற்காலிக முடிவுக்கு வந்தது.

பத்தாண்டுகளுக்குப் பின்னர் சந்திரபாபு நாயுடு தொடர்ந்து என்.டி.ஆர். பெயரை முன்னிறுத்தியதால் அதற்குப் போட்டியாக லட்சுமி சிவபார்வதி களத்தில் இறக்கப்பட்டார். எந்த காங்கிரஸ் கட்சியை என்.டி.ஆர். எதிர்த்து அரசியல் செய்தாரோ அதே கட்சியில் பின்னாளில் சேர்ந்தார். சந்திரபாபு நாயுடுவையும் என்.டி.ஆர் குடும்பத்தையும் எதிர்ப்பதற்காகவே ஒய்.எஸ்.ஆர். கட்சியிலும் சேர்ந்தார். இறுதிவரை அவரால் இன்னொரு ஜெயலலிதாவாக வரமுடியவில்லை. ஏன் ஜானகி ராமச்சந்திரனாகக்கூட ஆக முடியவில்லை.

•

24. பாட்னா சலோ

நவம்பர் 1974. காலை 9 மணி. பாட்னாவின் காந்தி மைதானம் மக்கள் கூட்டத்தில் நிரம்பி வழிந்தது. கங்கைக் கரையில் 60 ஏக்கருக்கும் பரந்து விரிந்திருக்கும் பெரிய மைதானம். பிரிட்டிஷார் காலத்தில் கோல்ப் விளையாடுமிடமாக இருந்தது.

இந்திய சுதந்தரப் போராட்டத்தில் காந்தி மைதானத்திற்கு தனியிடமுண்டு. பீகாரின் சம்பாரன் இயக்கம் தொடங்கி வெள்ளையனே வெளியேறு வரை ஏராளமானப் போராட்ட நிகழ்வுகளைப் பார்த்திருக்கிறது.

பாட்னாவின் காந்தி மைதானத்தில் ஊர்வலம் நடத்தவில்லை என்றால் அவரொரு தேசியத்தலைவரே கிடையாது என்றுகூட சொல்வார்கள். காந்தி, நேரு, ராஜேந்திர பிரசாத், சர்தார் படேல் என பல தேசியத் தலைவர்கள் பலமுறை பேசிய இடம். பல முக்கியமான அரசியல் முடிவுகளும் இங்குதான் வெளியிடப்பட்டன. அப்படியொரு வரலாற்றுப் பின்னணி கொண்ட இடத்தில்தான் சுதந்தரமடைந்து 25 ஆண்டுகள் கழித்து இன்னொரு முக்கியமான மக்கள் போராட்டமும் அரங்கேறியது.

‘பாட்னா சலோ’ என்னும் கோஷத்தோடு ஒரு மக்கள் போராட்டத்திற்குப் பீகார் முழுவதும் அழைப்பு விடப்பட்டது. அதை ஒன்றை மனிதராக முன்னெடுத்தவர், ஜெ.பி. என்னும் ஜெயப்பிரகாஷ் நாராயணன். சுதந்தர போராட்டத் தியாகி, காந்தியவாதி, சிறந்த தேச பக்தர். சுதந்தரத்திற்குப் பிந்தைய காலகட்டத்தில் குறிப்பாக எழுபதுகளின் இறுதியில் ஜெ.பியின் ஊழலுக்கு எதிரான இயக்கம் நாடு முழுவதும் பரவி, அரசியலில் பல திருப்பங்களை ஏற்படுத்தியது.

ஜெ.பி, பழுத்த காங்கிரஸ்காரர் மட்டுமல்ல நேரு குடும்பத்திற்கும் நெருக்கமானவர். நேரு, படேலை விட மூத்தவர். இந்திரா காந்தியைத் தனது மகளாக நினைத்தவர். ஆனாலும், வங்கதேசத்து வெற்றிக்குப் பின்னர் இந்தியாவை ரட்சிக்க வந்த காளியாக விஸ்வரூபமெடுத்து நின்ற இந்திராவின் அரசை தனியொருவராக எதிர்க்கத் துணிந்தார்.

ஊழலை ஒழிப்போம் என்று பீகாரிலிருந்து எழுந்த ஜெ.பியின் ஒற்றைச் சொல்லுக்கு இந்திரா காந்தியே ஆடிப்போனார். ஆனால், ஜெ.பி இயக்கம் ஆரம்பிக்கப்பட்டு முதல் எட்டு மாதங்கள் வரை அதன் தாக்கம் பீகாரைத் தாண்டி வெளியே தெரியவில்லை. இதுதான் பின்னாளில் நாடு முழுவதும் பரவி, பெரும் அரசியல் மாற்றங்களை ஏற்படுத்தும் என்று நம்பியிருக்கமாட்டார்கள்.

நவம்பர் 1974. காலை 9 மணி. காந்தி மைதானத்தில் ஊர்வலமும், அதன் முடிவில் பொதுக்கூட்டமும் நடத்துவதாக முடிவு செய்யப்பட்டது. பீகார் முழுவதும் பிட் நோட்டீஸ் அடித்து விநியோகிக்கப்பட்டது. மத்திய, மாநில அரசு நிர்வாகங்களில் ஊழல் மலிந்து போனதை எதிர்த்து பாட்னாவை நோக்கி ஊர்வலம் வரும்படி மக்களிடம் கோரிக்கை விடப்பட்டிருந்தது.

பீகாரைப் பொறுத்தவரை ஜெ.பி. ஒரு மூத்த தலைவர். அவரது அழைப்புக்கு அர்த்தம் இருந்தது. 80 வயது நிரம்பிய ஒரு சுதந்தரப் போராட்டத் தியாகியின் போராட்டம் என்பதால் மாநிலம் முழுவதுமிருந்து காந்தியவாதிகள் திரண்டு வருவார்கள் என்று எதிர்பார்ப்பு இருந்தது. ஆனால், எதிர்பாராதவிதமாக கட்டுக்கடங்காத கூட்டம் குவிந்தது.

பாட்னா நகரத்தின் நாலாபுறமும் காவல்துறையினர் குவிக்கப் பட்டிருந்தார்கள். நகரத்திற்குள் வருபவர்கள் அங்கேயே தடுத்து நிறுத்தப்பட்டார்கள். அதையும் மீறி, மக்கள் கூட்டம் கூட்டமாக காந்தி மைதானத்தை நோக்கி நடந்து வந்தார்கள். பாட்னா நகரத்து

வாசிகளும் வந்தவர்களை வரவேற்று, சப்பாத்தி கொடுத்து உபசரித்தார்கள்.

ஜெ.பியின் அழைப்பிற்கு ஆளுங்கட்சி எம்.எல். ஏக்களும் செவி சாய்த்தார்கள்.

20 ஆளுங்கட்சி எம்.எல்.ஏக்கள் தங்களுடைய பதவியை ராஜினாமா செய்துவிட்டு, ஜெ.பியின் ஊர்வலத்தில் கலந்து கொண்டார்கள். இதெல்லாம் இந்திய அரசியலில் அதிசயம்! அற்புதம்!

ஜெ.பிக்கு காங்கிரஸ் கட்சியிலிருந்து மட்டுமல்ல ஜனசங்கத்தில் இருந்தும் ஆதரவு கிடைத்தது. ஊழலுக்கு எதிரான இயக்கத்தில் அவர்களும் பங்கேற்றார்கள். காந்தி மைதானத்தில் நடந்த ஊர்வலத்திற்கு எஸ்.என். மிஷ்ரா, நானாஜி தேஷ்முக் உள்ளிட்ட வர்களும் ஜெ.பியுடன் உடன் வந்தார்கள். மாநிலம் தழுவிய போராட்டம் என்றாலும் எங்கே ஆரம்பித்து, எங்கே முடிப்பது என்பதில் யாரும் திட்டமிடவில்லை என்பதால் ஏகப்பட்ட குழப்பம்.

ஜெ.பி. எந்தப் பக்கமாக நடந்து வருவார் என்பது தெரியாத காவல்துறையினரும் குழம்பிப் போனார்கள். மைதானத்திற்குள் நுழைந்த ஜெ.பி. அதைச் சுற்றி நடக்க ஆரம்பித்ததும் அவர் பின்னால் ஒரு பெருங்கூட்டமே நடக்க ஆரம்பித்தது. எங்கே போவது என்று தெரியாமல் காந்தி மைதானத்தை மூன்று முறை சுற்றி வந்தார்கள். அதற்குள் கூட்டத்தில் நடந்த தள்ளுபடியில் குழப்பமாகி, மூச்சு வாங்கியபடி ஒரு மரத்தடியில் அமர்ந்தார்கள்.

மைதானத்திற்குள் திரண்டு வந்த கூட்டத்தால் நெரிசல். யாரையும் உள்ளே அனுமதிக்காமல் காவல்துறையினர் திருப்பி அனுப்பி னார்கள். ஓய்வெடுத்த ஜெ.பி, திரும்பவும் நடக்க ஆரம்பிக்கவே, அவருடன் வந்தவர்களை காவல் துறையினர் தடுத்து நிறுத்தினார்கள். ஆவேசமான கூட்டத்தினர் மோதலில் இறங்கினார்கள். தள்ளுமுள்ளு ஏற்படவே, ஜெ.பியும் மற்றத் தலைவர்களும் மைதானத்தின் காம்பவுண்ட் சுவரேறி குதிக்க வேண்டியிருந்தது.

கட்டுக்கடங்காத கூட்டத்தை விரட்டியடிக்க காவல்துறையினர் தடியடியில் இறங்கினார்கள். கலைந்து போகாமல் தாக்க ஆரம்பித்த தொண்டர்களைக் கட்டுப்படுத்த கண்ணீர் புகை வீசப்பட்டது. ஜெ.பியைப் போல் வயதான தொண்டர்கள்தான் கூட்டத்திற்கு வருவார்கள் என்று நினைத்து அசிரத்தையாக இருந்துவிட்டார்கள். வந்து குவிந்தவர்களில் நிறையப் பேர், மாணவர்கள்.

பாட்னா பல்கலைக்கழகத்தில் படித்துக்கொண்டிருந்த துடிப்பான மாணவர்கள் எவரும் காவல்துறையினரின் தடியடியில் கலைந்து போகவில்லை. ஏராளமான மாணவர்களுக்கு மண்டையில் அடிபட்டு ரத்தம் வழிந்தது. போராட்டத்தை வழிநடத்திய ஜெ.பியும் தடியடியில் சிக்கிக்கொண்டார். தடியடி பட்டுக் கீழே தள்ளப்பட்டார். அவரது தோள்பட்டையிலும், முழங்காலிலும் காயம் ஏற்பட்டு ரத்தம் வழிந்தது.

'ஊழலுக்கு எதிராகப் போராடினால் ஏன் பதற்றமடைகிறார்கள்? அராஜகப் பாதையில் செல்லும் காங்கிரஸ் அரசை நான் சும்மா விடமாட்டேன். இதை அரசியலாக்குவது என்னுடைய வழக்கமல்ல. ஊழலுக்கு எதிராக ஒன்று திரண்டு வாருங்கள் என்று அழைப்பு விடுத்தேன். என்னுடைய கோரிக்கையை ஏற்று அனைத்துக் கட்சியிலிருந்தும் தொண்டர்களும் மாணவர்களும் வந்திருக் கிறார்கள். அவர்களைக் காவல்துறையினர் தாக்குவது எப்படிச் சரியாகும்?' என்று உணர்ச்சிவசப்பட்ட ஜெ.பியை அவரது ஆதரவாளர்கள் அமைதிப்படுத்தினார்கள்.

மறுநாள் பாட்னா முழுவதும் பந்த் நடத்தப்படும் என்று அறிவித்தார். ஆனால், அடுத்து என்ன செய்வதென்பதில் இயக்கத்தினருக்குக் குழப்பம் இருந்தது. கண்ணீர் புகைக் குண்டு வீச்சுக்கு பின்னர் நிலைமை கட்டுக்குள் வந்துவிட்டது. அங்கிருந்து வெளியேற மறுத்த ஜெ.பி, நானாஜி தேஷ்முக் உள்ளிட்டவர்களைக் காவல்துறை கைது செய்தது.

ஒரு பேருந்து வரவழைக்கப்பட்டு கைது செய்யப்பட்டவர்கள் அதில் ஏற்றப்பட்டார்கள். தொண்டர்களோடு தொண்டர்களாக ஜெ.பியும் அதில் ஏறிக்கொண்டார். அவர் கைது செய்யப்படவில்லை என்றும் அவரை இறங்குமாறும் காவல்துறை அதிகாரிகள் கேட்டுக் கொண்டார்கள். ஆனால், ஜெ.பி. இறங்க மறுத்துவிட்டார்.

ஜெ.பிக்கு மாநிலத்தில் ஆட்சியிலிருந்த காங்கிரஸ் அரசு மீது கோபமில்லை. ஊழல்கள் மலிந்துவிட்டதற்கு மத்திய அரசின் செயல்பாடுகளையே குற்றம் சாட்டினார். ஆனாலும், அவர்மீது வழக்கு எதுவும் பதிவு செய்யப்படக்கூடாது என்பதில் மத்திய அரசு நிதானம் காட்டியது.

காந்தி மைதானத்தில் நடந்த தடியடிச் சம்பவத்திற்குப் பின்னரே ஜெ.பியின் பெயர் நாடு முழுவதும் போய்ச் சேர்ந்தது. அதுவரை ஊழலுக்கு எதிரான அவரது இயக்கம் பீகாரில் மட்டுமே

செயல்பாட்டில் இருந்தது. ஆரம்பத்தில் மாநிலத்தில் ஆட்சியில் இருந்த காங்கிரஸ் அரசைக் குற்றம் சாட்டினார். பின்னர் நிலைமை மாறிவிட்டது. அதற்குக் காரணமும் இருந்தது.

மாநில முதல்வராக அப்துல் கபூர் என்பவர் பொறுப்புக்கு வந்தார். சுதந்தரப் போராட்டத் தியாகியான அப்துல் கபூர் மீது மக்கள் மத்தியில் நல்ல மரியாதை உண்டு. அவரும் தேச பக்தர், எளிமையானவர் என்பதால் ஜெ.பி. அவர் மீது விமர்சனம் வைத்ததில்லை. பீகாரில் நடைபெறும் ஊழல்களைப்பற்றி ஜெ.பி. பேச ஆரம்பித்ததும், டெல்லி மேலிடம் கபூரை முதல்வராக நியமித்துவிட்டது.

ஜெ.பி. இயக்கத்தைக் காங்கிரஸ் கட்சி மட்டுமல்ல கம்யூனிஸ்ட் கட்சியும் எதிர்த்தது. அரசு நினைத்தால் ஊழல் செய்தவர்களைப் பதவியிலிருந்து உடனடியாக நீக்க முடியும். இதற்கெல்லாம் எதிர்ப்பு இயக்கம் தேவையில்லை என்பது கம்யூனிஸ்ட் கட்சியின் நிலைப்பாடு. இடதுசாரிகள் முன்வைத்த திட்டத்தை பீகார் அரசு ஏற்றுக்கொண்டது. ஜெ.பி. இயக்கத்தை நீர்த்துப் போகச் செய்ய வேண்டும் என்பதில் காங்கிரஸ் கட்சியும் கம்யூனிஸ்ட் கட்சிகளும் கவனமாக இருந்தன.

ஜெ.பி. இயக்கத்திற்கு ஓர் எதிர் இயக்கம் ஆரம்பிக்க கம்யூனிஸ்ட் கட்சிகள் தயாராக இருந்தன. பம்பாயில் நடந்த கூட்டத்தில் பேசிய இடதுசாரித் தலைவர் டாங்கே, இன்னும் தேர்தலுக்கு நிறைய மாதங்கள் இருக்கும்போது எதற்காக அந்த வயதான மனிதர் போராட்டத்தில் இறங்குகிறார்? தேர்தல் வரும் வரை ஏன் காத்திருக்கக்கூடாது என்று கேட்டார். ஜெ.பி. இயக்கத்தை முடக்க ஏதாவது செய்தாக வேண்டிய கட்டாயத்தில் காங்கிரஸ் கட்சியும் இருந்தது. அவரவர் கவலை, அவரவர்க்கு.

காங்கிரஸ் கட்சியிலிருந்து விலகி சோஷலிஸ்ட் கட்சியில் இருந்தாலும் ஜெ.பிக்கு காங்கிரஸ் கட்சியில் நிறைய நண்பர்கள் உண்டு. மகாத்மா காந்தியால் புகழப்பட்டவர். பத்தாண்டுகள் சர்வோதய இயக்கத்தில் பணிபுரிந்தவர். நேரு தன்னுடைய அமைச்சரவையில் சேர்த்துக்கொள்ள நினைத்தாலும், ஜெ.பி. அதற்கு ஒப்புக்கொள்ளவில்லை. கட்சி அரசியல், அதிகார அரசியலில் எந்நாளும் ஆர்வம் இருந்ததில்லை. அவர் நினைத்திருந்தால் ஜனாதிபதியாகக் கூட வந்திருக்க முடியும்.

ஜெ.பியின் ஊழலுக்கு எதிரான இயக்கத்தின் நோக்கத்தை மாணவர்களும், அரசியல் கட்சிகளும் சரியாகப் புரிந்து கொண்டிருந்தன. ஆனால், அதற்கான செயல்வடிவம் தருவதில்

ஜெ.பி. சிரமப்பட்டார். எதிர்பாராத இடங்களிலிருந்து வரும் ஆதரவைத் தொடர்ந்து எப்படி முன்னெடுத்துச் செல்வது என்பதில் சிக்கல் இருந்தது. பிரிட்டிஷாருக்கு எதிரான ஒத்துழையாமை இயக்கப் போராட்டத்தின் பழைய வடிவத்தையே வேறு வடிவில் செயல்படுத்த வேண்டுமென்று நினைத்தார்.

மாணவர்கள் பள்ளி, கல்லூரிகளைப் புறக்கணிக்க வேண்டும் என்றார் ஜெ.பி. அதற்குப் பத்தாண்டுகளுக்கு முன்னர் இந்தித் திணிப்புக்கு எதிராகத் தமிழ்நாட்டிலும் மாணவர் போராட்டங்கள் நடந்தன. பள்ளி, கல்லூரிகளில் இந்தி வகுப்புகள் புறக்கணிக்கப்பட்டன. யாரும் வழிநடத்தாமல், தன்னெழுச்சியாகவே நடந்தது. ஆனால், ஜெ.பியோ அதை ஒரு வேண்டுகோளாக முன்வைத்தார். தேர்வுகள் தள்ளிப்போனது. மார்ச் மாதம் நடக்க வேண்டிய தேர்வுகள், ஆகஸ்ட் மாதத்தில் நடந்தேறின.

ஜெ.பியின் போராட்ட வடிவம், ஏகப்பட்ட விமர்சனங்களை எதிர்கொண்டது.

பீகார் அரசின் ஒவ்வொரு செயல்பாடுகளுக்கும் எதிராக செயல்படுகிறார். இதனால் அரசு நிர்வாகம் முடங்கியிருக்கிறது. ஒரு நிழல் அமைச்சரவையை நடத்திக்கொண்டிருக்கிறார் என்றெல்லாம் காங்கிரஸ் கட்சி மட்டுமல்ல கம்யூனிஸ்ட் கட்சிகளும் குற்றச் சாட்டுகளை முன்வைத்தன. ஆனால், ஜெ.பியின் போராட்டத்திற்குப் பாமர மக்களின் ஆதரவும் இருந்தது. அதனால்தான் அவரால் தொடர்ந்து செயல்பட முடிந்தது.

ஊழல் எதிர்ப்பு இயக்கம் பீகாரில் ஆரம்பித்தாலும் நாடு முழுவதும் சென்றடைய எட்டு மாதங்களாகிவிட்டன. பாட்னா சலோ நிகழ்விற்குப் பின்னர் வட இந்திய மாநிலங்களில் ஜெ.பியின் போராட்டம் ஒரு எழுச்சியாகவே மாறிவிட்டது. மாணவர்கள் கல்லூரியைப் புறக்கணித்தார்கள். வட இந்திய மாநிலங்களில் பணிபுரியும் மத்திய, மாநில அரசு ஊழியர்கள் மத்தியில் அதிருப்தியும், வெறுப்பும் எழுந்தது.

பீகாரைப் பொறுத்தவரைக் காங்கிரஸ் கட்சியால் நிலைமையைச் சமாளிக்க முடிந்தது. எந்தச் சர்ச்சையிலும் சிக்காத முதல்வர் கபூர், வெளிப்படையான அரசை முன் நடத்தினார். ஊழலுக்கு எதிரான நடவடிக்கைகள் சுறுசுறுப்பாக நடைபெற்றன. கட்சியும் கட்டுக்கோப்பாக இருந்தது. பீகார் மாநில காங்கிரஸ் கமிட்டித் தலைவராக இருந்த சீதாராம் கேசரியின் செயல்பாடுகளும் அதற்கு முக்கியமான காரணம்.

நாடு முழுவதும் ஜெ.பியின் இயக்கத்திற்கு ஆதரவு பெருகியது. ஊழல் எதிர்ப்பு இயக்க அணி ஒன்றை ஜெ.பி. உருவாக்கினார். ஊழல் எதிர்ப்பை முன்வைத்து நாடு முழுவதும் பயணம் செய்தார். இந்திரா காந்தியோடு முரண்பட்டிருந்த காங்கிரஸ் மூத்த தலைவர்கள் ஜெ.பியை வரவேற்றார்கள். ஊழலுக்கு எதிரான ஆர்ப்பாட்டங்கள் இந்தியா முழுவதும் நடந்தன. அதை முறியடிக்க இந்திரா காந்தி எமர்ஜென்ஸியை அமலுக்குக் கொண்டு வந்தார். அதற்குப் பின்னர் நடந்தவையெல்லாம் நமக்குத் தெரிந்தவைதான்.

எமர்ஜென்ஸிக்கு முன்னர் நடந்த ஒரு முக்கியமான விஷயம், இன்று நிறைய பேருக்குத் தெரியாது. காங்கிரஸ் கட்சியின் 'பி' டீமாக இருந்த குட்டிக் கட்சிகளின் மாஸ்டர் பிளான் அது. ஜெ.பியின் இயக்கம் ஜனநாயக மரபுகளைச் சிதைக்கிறது. அரசாங்க நடைமுறைகளைக் கேள்விக்குள்ளாக்குகிறது. இதனால், நாட்டின் பாதுகாப்புக்கு அச்சுறுத்தல் ஏற்பட்டிருக்கிறது என்று அதற்கு எதிராக ஒரு ஜனநாயக பாதுகாப்பு அணி ஒன்று உருவாக்கப்பட்டது. அதில் கம்யூனிஸ்ட் கட்சி பிரதான இடத்தைப் பெற்றிருந்தது. ஜெ.பிக்கு எதிரான அந்த அணியில் தமிழ்நாட்டிலிருந்து இடம்பெற்றவர், எம்.ஜி.ஆர்!

•

25. தணு

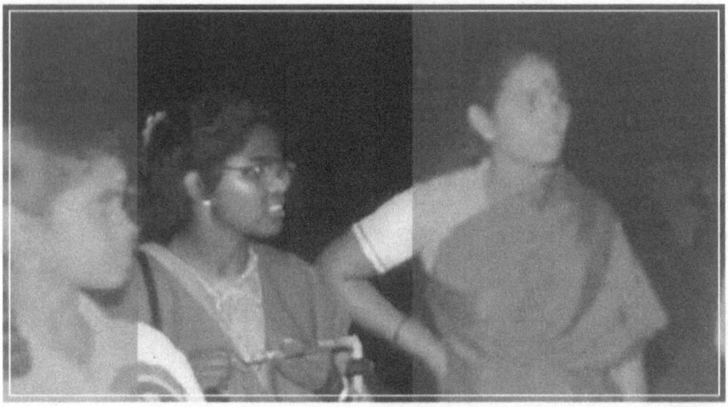

மூன்று மாதங்களாகத் தொடர்ந்து நடந்த கண்ணாமூச்சி ஆட்டம் பெங்களூரின் புறநகர்ப் பகுதியில் ஒரு வழியாக முடிவுக்கு வந்தது. ஸ்ரீபெரும்புதூரில் முன்னாள் பிரதமர் ராஜிவ் காந்தி படுகொலையான அன்றிரவு ஆரம்பித்த ஓட்டம் அது. 3 வாரத்திற்குள் எப்படியும் யாழ்ப்பாணத்திற்குத் திரும்பிவிடலாம் என்று நம்பிக்கையோடு கொடுங்கையூரில் காத்திருந்த சிவராசன் - கோவுக்கு இனி தப்பிக்க வழியில்லை என்கிற நிலை ஏற்பட்டது.

டேங்கர் லாரியில் மறைந்து பெங்களூருக்குத் தப்பித்தார்கள். அங்கிருந்து தமிழ்நாட்டிற்குள் வராமல் வேறு வழியாக யாழ்ப்பாணத்திற்குச் சென்றுவிட முயற்சியெடுத்து, நிலைமை கைகூடி வருவதற்குக் காத்திருந்தார்கள்.

பெங்களூரின் புறநகர்ப்பகுதியான கோனானகுண்டேவில் ஒளிந்திருந்த ஒற்றைக்கண் சிவராசனை, சிறப்பு புலனாய்வுக் குழு சரியாக மோப்பம் பிடித்தது. டெல்லியிலிருந்து வந்திறங்கிய சிறப்புப் புலனாய்வுக்குழுவின் தலைவர், சி.பி.ஐயின் இயக்குநர் என அத்தனைப்பேரும் பெங்களூரில் முகாமிட்டிருந்தார்கள். அதிரடிப்

படைகளும், பாதுகாப்பு ஏற்பாடுகளும் தயாராக இருந்தன. எப்படியாவது சிவராசனை உயிருடன் பிடித்தாக வேண்டும்!

36 மணி நேரக் காத்திருப்புக்குப் பின்னர் சிவராசன் - கோ வின் உயிரற்ற உடல்களை மட்டுமே பார்க்க முடிந்தது. 2500 காவல்துறையினரும், 40 அதிரடிப்படை வீரர்களும் அந்த வீட்டைச் சூழ்ந்திருந்த நிலையில் சிவராசனும் அவனுடன் இருந்த 7 விடுதலைப்புலிகளும் தற்கொலை செய்துகொண்டார்கள். ராஜிவ் படுகொலையில் மனித வெடிகுண்டுவான தணுவை இயக்கிய ஒத்தைக் கண் சிவராசனின் தற்கொலையால் புலனாய்வு விசாரணைவுக்குப் பெரிய பின்னடைவு.

விடுதலைப்புலிகளின் தலைவர் பிரபாகரனின் உத்தரவின் பேரில், அதன் உளவுத்துறைத் தலைவர் பொட்டு அம்மானும், பெண் விடுதலைப்புலி தலைவியான அகிலாவும் இந்தியாவின் முன்னாள் பிரதமர் ராஜிவ்காந்தியைப் படுகொலை செய்வதற்கான திட்டத்தைத் தயார் செய்தார்கள். முதலில் உளவுத்துறையைச் சேர்ந்த சிவராசனை சதித்திட்டத்தின் தலைவராக தேர்ந்தெடுத்தார்கள்.

ராஜிவ் காந்தியைக் கொலை செய்யும் மனித வெடிகுண்டாக தணுவையும், மாற்று ஏற்பாடாக சுபாவையும் தயார் செய்து தமிழ்நாட்டிற்கு அனுப்பி வைத்தார்கள் என்று சி.பி.ஐ. புலனாய்வுக் குழு தன்னுடைய விசாரணை அறிக்கையில் குறிப்பிட்டது. ஆனால், கொலையாளி கும்பலுக்கும் விடுதலைப்புலிகளுக்கும் உள்ள தொடர்பை நிரூபிக்கும்படியான நேரடி ஆதாரத்தை சி.பி.ஐ. குழுவால் சமர்ப்பிக்க முடியவில்லை.

மனித வெடிகுண்டான தணு ஒரு விடுதலைப்புலி என்பதைச் சந்தேகமின்றி நிரூபித்தால் மட்டுமே ராஜிவ் படுகொலை வழக்கை அடுத்த கட்டத்திற்கு நகர்த்தமுடியும் என்கிற நிலை ஏற்பட்டிருந்தது. தணுவைப் பற்றியும், சிவராசனைப் பற்றியும் புலன் விசாரணையை முடுக்கிவிட்டார்கள். தணு என்பவர் யார்? அதுதான் அவரது உண்மையான பெயரா? எங்கிருந்து வந்தார்? ஏன் செய்தார்?

கொலையாளி யார் என்பது ராஜிவ் காந்தி படுகொலை செய்யப்பட்ட அன்றிரவே தெரிய வந்துவிட்டது. மனித வெடிகுண்டான தணுவின் முகமும் வெளியாகிவிட்டது. அவரது உருத்தெரியாத முகமும், பத்திரிக்கையாளர் ஹரிபாபு எடுத்த போட்டோவும் பத்திரிக்கைகளில் வெளியிடப்பட்டதால் தணு யார் என்பது மக்களுக்குத் தெரியும். ஆனால், அவர் எங்கிருந்து வந்தார்? தமிழ்நாட்டில் எங்குத் தங்கியிருந்தார்? அவரது பின்புலம் என்னவென்பது யாருக்கும் தெரியவில்லை.

விசாரணை ஆரம்பமானது. சிவராசனையும் சுபாவையும் எப்படியும் உயிரோடு பிடித்துவிடலாம் என்று நம்பிக்கையோடு தேடிக் கொண்டிருந்தார்கள். தமிழகத்தில் தங்கியிருந்த விடுதலைப்புலிகள், சி.பி.ஐ. குழுவால் கைது செய்யப்பட்டவர்கள் என நிறையப் பேரிடம் விசாரித்தாகிவிட்டது. புலிகளின் உளவுத்துறை, அரசியல் பிரிவில் பணியாற்றியவர்கள், விடுதலைப்புலிகளைத் தொடர்ந்து ஆதரித்து வந்த இலங்கைத் தமிழ் அகதிகள், தமிழ்நாட்டைச் சேர்ந்த தமிழ் தேசிய ஆதரவாளர்கள் எனப் பல்வேறு இடங்களில் பலமுறைகளில் விசாரித்தும் க்ளூ கிடைக்கவில்லை.

தணு, ஒரு சாதாரணப் பெண் விடுதலைப்புலி அல்ல. உளவுத் துறையில் சிவராசனுக்கு இணையான முக்கியத்துவம் கொண்டவர் என்பது சற்றுத் தாமதமாகவே தெரிய வந்தது. ராஜிவ் கொலைக்குப் பின்னர் கொடுங்கையூரில் பதுங்கியிருந்துவிட்டு, சிவராசன் பெங்களூர் தப்பிச் சென்றபின்னரே பல விஷயங்கள் வெளிச்சத்திற்கு வந்தன.

சிவராசன் தங்கியிருந்த கொடுங்கையூர் வீடு, சோதனையிடப்பட்டது. அங்கு வீட்டின் சமையலறைக்குக் கீழே தோண்டப்பட்ட பள்ளத்தில் வயர்லெஸ் செட் கிடைத்தது. கூடவே சிவராசன் பயன்படுத்திய டைரி, வயர்லெஸ் ஆன்டெனாவின் பாகங்களும், வயர்லெஸ் தொடர்புக்குப் பயன்படுத்தப்பட்ட கார் பேட்டரியையும் சி.பி.ஐயின் சிறப்புப் புலனாய்வுப் பிரிவு கைப்பற்றியது.

விடுதலைப்புலிகளின் உளவுத்துறையினருக்கு இடையே நடந்த தகவல் பரிமாற்றங்களை வழிமறித்துக் கேட்டபோது, பொட்டு அம்மான் அனுப்பிய சில செய்திகள் கிடைத்தன. பத்திரிகைகளில் வெளியாகியிருந்த தணுவின் போட்டோவை யாராவது அடையாளம் கண்டுகொண்டார்களா என்பதைத் தெரிந்துகொள்வதில் பொட்டு அம்மான் ஆர்வம் காட்டியிருந்தார். ஹரிபாபுவின் காமிராவில் இருந்த போட்டோக்கள், உடனடியாகப் பத்திரிக்கைகளில் பிரசுரமாகும் என்று விடுதலைப்புலிகள் எதிர்பார்த்திருக்கவில்லை.

ராஜிவ் படுகொலை சம்பவம் நடந்து முடிந்த நான்காவது நாளன்று பொட்டு அம்மான் அனுப்பிய வயர்லெஸ் செய்தியில், சி.பி.ஐ. நடத்திய விசாரணைபற்றிய விபரங்களைக் கேட்டிருக்கிறார். கூடவே, பத்திரிகைகளில் பிரசுரமான அன்புவின் புகைப்படம் அடையாளம் காணக்கூடியதாக இருக்கிறதா என்று யாரையோ கேட்டிருந்தார். அன்பு என்பது விடுதலைப்புலிகள் வட்டாரத்தில் தணுவுக்கு இருந்த பெயராகக் கருதப்பட்டது. ஆனால், ஆதாரமில்லை.

1991 மே மாத ஆரம்பத்தில் சென்னைக்கு வந்த தணு, கொடுங்கையூரில் தங்கியிருக்கிறார். அங்குதான் சிவராசன், தணுவிடம் தன்னுடைய திட்டத்தை விவரித்திருக்கிறார். முதலில் ஒத்திகை பார்க்க முடிவு செய்திருக்கிறார்கள். கே.கே. நகரில் நடந்த தேர்தல் பிரசாரக் கூட்டத்திற்குச் சென்றிருக்கிறார்கள். பின்னர் வி.பி.சிங் சென்னை வந்தபோது, நந்தனத்தில் நடந்த ஒரு பொதுக் கூட்டத்தில் தணுவும் சிவராசனும் கலந்து கொண்டிருக்கிறார்கள்.

கூட்டத்தோடு கூட்டமாகச் சென்று வி.பி.சிங்கிற்கு மாலை அணிவிக்கவும் முடிந்திருக்கிறது. கொடுங்கையூரில் தங்கியிருந்த போது இந்திய அமைதி காக்கும் படையால், தான் பாதிக்கப் பட்டதாகவும் இலங்கை ராணுவத்துடனான யுத்தத்தில் தன்னுடைய சகோதரரை இழந்துவிட்டதாகவும் குறிப்பிட்டிருக்கிறார் தணு. ஆனால், எங்கேயும் தன்னுடைய உண்மையான பெயரைக் குறிப்பிட வில்லை.

அன்புதான் தணுவென்று நிரூபிக்க வேண்டிய கட்டாயம், சி.பி.ஐ. புலனாய்வுக் குழுவுக்கு இருந்தது. ஆகவே, ஆதாரங்களைத் திரட்ட ஆரம்பித்தார்கள். அதில் கிடைத்த தகவல்களின்படி, தணுவின் உண்மையான பெயர் முதல் அவரது குடும்பத்தினர் பற்றிய பல்வேறு தகவல்கள் வெளிவந்தன.

ஈழத்து நேதாஜி என்று அழைக்கப்பட்டவர், ஆ. ராசரத்தினம். இலங்கையின் சாவகச்சேரியைச் சேர்ந்தவர். தமிழ் ஈழக் கனவோடு தமிழ்நாட்டுக்கு வந்து 'புதிய தமிழ்ப் புலிகள்' என்னும் ஆயுதப்படையை ஆரம்பித்தவர். கடைசிவரை தமிழ்நாட்டிலேயே இருந்து இங்கேயே மறைந்தவர். ஆரம்பக்காலங்களில் இலங்கை தமிழரசுக் கட்சியில் தன்னை இணைத்துக்கொண்டு அமைதி வழிப் போராட்டங்களில் கலந்துகொண்ட ராசரத்தினம் பின்னாளில் ஆயுதமேந்தினார்.

இலங்கையில் இருந்த காலத்தில் தமிழ் பேசும் அரசு ஊழியர்களுக்காக தனியாக தொழிற்சங்கம் ஆரம்பித்தார். அரசு ஊழியர்களுக்குச் சிங்களம் கட்டாயப்படுத்தப்பட்டபோது தன்னுடைய அரசுப் பணியிலிருந்து விலகி, போராளியாக உருவெடுத்தார். தமிழ்நாட்டு அரசியல்வாதிகளோடு நெருங்கிப் பழகிய ராசரத்தினம், இலங்கைத் தமிழ் அரசியல்வாதிகள் பலரைத் தமிழ்நாட்டிற்கு அழைத்துவந்து, இங்குள்ள அரசியல்வாதிகளிடம் அறிமுகப்படுத்தி வைத்தார்.

ஒரு சிங்கள அமைச்சரைக் குண்டு வைத்துத் தாக்க முயற்சி செய்ததாக இலங்கை காவல்துறையினர் ராசரத்தினத்தைத் தேடியபோது,

அங்கிருந்து தப்பித்து தமிழ்நாட்டிற்கு வந்து சேர்ந்தார். அதேநேரத்தில் தமிழ்நாட்டிற்கு வந்திருந்த பிரபாகரனுடன் தொடர்பு ஏற்பட்டது. பிரபாகரனின் ஆரம்பக்கட்ட வளர்ச்சிக்கு உறுதுணையாக இருந்தவர், ராசரத்தினம். ஆங்கிலம் தெரியாத பிரபாகரனுக்கு வந்த கடிதங்களையும், செய்திகளையும் தமிழில் மொழிபெயர்த்துத் தந்தார்.

விடுதலைப்புலிகள் அமைப்பைத் தொடங்கும் முயற்சியில் இருந்த பிரபாகரனுக்கு குருவாக இருந்தார். இவரது அமைப்பின் பெயரில் இருந்த புலிகள் என்னும் வார்த்தையைத்தான் பிரபாகரனும் தன்னுடைய இயக்கத்தின் பெயரில் சேர்த்துக்கொண்டார். 50 ஆயிரம் தமிழ் இளைஞர்களைக் கொண்ட ஒரு ராணுவத்தை உருவாக்க வேண்டும் என்பது ராசரத்தினத்தின் நோக்கமாக இருந்தது. பின்னாளில் பிரபாகரன் மட்டுமல்ல மற்ற போராளிக்குழுக்களின் தலைவர்களும் அதையே லட்சியமாகக் கொண்டு செயல் பட்டார்கள்.

சென்னையில் தங்கியிருந்த ராசரத்தினம், 1975ல் ஆஸ்த்துமா வியாதியால் இறந்து போனார். அவரது இறப்பிற்குப் பின்னர் விடுதலைப்புலிகள் அமைப்பு அவரைத் தங்களுடைய முன்னோடியாகக் கொண்டாடியது. ராசரத்தினம் டைரிக்குறிப்பு என்னும் அவரது அனுபவக் குறிப்புகள் விடுதலைப்புலிகளுக்குக் கட்டாயப் பாடமானது.

ஜுன் 10, 1991 அன்று ராசரத்தினம் பிறந்த ஊரான சாவகச்சேரியில் முத்தமிழ் விழா நடந்தது. அதில் விடுதலைப்புலிகளின் தலைவர் பிரபாகரன் நேரில் கலந்து கொண்டார். தமிழ் ஈழப் போராட்டத்தில் உயிர் நீத்த எட்டு தமிழ் ஆளுமைகளும் அவர்களது குடும்பத் தினர்களும் விழாவில் கௌரவிக்கப்பட்டார்கள். ராசரத்தினம் நினைவாக தங்கப்பதக்கம் வழங்கப்பட்டது. அதில் கலந்து கொண்ட ராசரத்தினத்தின் மனைவி, அவரது கணவரின் நினைவாக தங்கப்பதக்கத்தைப் பெற்றுக் கொண்டார்.

ராசராத்தினம் மறைந்து 15 ஆண்டுகளுக்குப் பின்னர் அவரை கௌரவிக்க வேண்டிய அவசியம் ஏன் என்கிற கேள்வி எழக்கூடும். எப்போதுமில்லாமல் மிகப்பெரிய அளவில் முத்தமிழ் விழாவை நடத்த என்ன காரணம்? அதை ஏன் சாவகச்சேரியில் நடத்தவேண்டும்? கொடுங்கையூரில் பதுங்கியிருந்த சிவராசனை ஜுன் 10ஆம் தேதிக்குள் எப்படியாவது யாழ்ப்பாணத்திற்கு அழைத்து வரவேண்டும் என்று ஏன் முடிவு செய்யப்பட்டது? சிவராசனை

மீட்பதற்காக கடல்புலிகளின் படை ஏன் அனுப்பப்பட்டது? அது ஏன் விபத்துக்குள்ளானது? ஏகப்பட்ட கேள்விகள்.

எந்தக் கேள்விக்கும் நேரடியான பதில் இல்லை. மனித வெடிகுண்டுவான தணு, மறைந்த ராசரத்தினத்தின் மகள். அவருடைய இரண்டாவது மனைவிக்குப் பிறந்த மகள். தணுவின் இயற்பெயர், தேன்மொழி ராசரத்தினம். விடுதலைப்புலிகளின் இயக்கத்தில் பத்தாண்டுக் காலம் பணியாற்றியிருக்கிறார். அதை நேரடியாக அங்கீகரிக்க முடியாத நிலையில் விடுதலைப்புலிகளின் தலைமை இருந்தது. அதன் காரணமாகவே அவரது குடும்பத்தினர் கௌரவிக்கப்பட்டார்கள்.

தணு, உலகின் மிகப்பிரபலமான மனித வெடிகுண்டு என்பதில் சந்தேகமில்லை. ஸ்ரீபெரும்புதூரில் ஹரிபாபு எடுத்த காமிராதான் அவரை வெளிக்காட்டியது. அந்த போட்டோ எடுக்கப்படாவிட்டால் தணு யார் என்பது கடைசிவரை யாருக்கும் தெரிந்திருக்காது.

ஹரிபாபுவின் காமிராவில் இருந்த முதல் படத்தில் பச்சை துப்பட்டா, காவி சல்வார் கம்மீஸ் உடையில் நிற்கும் தணு, கைகளில் சந்தன மாலையை வைத்திருக்கிறார். ஹரிபாபு காமிராவின் கடைசிப்படத்தில் தணுவின் தலைப்பகுதியும் அதில் இருந்த கனகாம்பரமும் பளிச்சென்று தெரிகின்றன. அவரது உடல்பகுதி கண்டுபிடிக்க முடியாவிட்டாலும், சிதைந்து போன முகமும் அதில் கருகிப்போன தலைமுடியும் கூடவே கனகாம்பரமும் இருந்தன.

•

26. பிரசார் பாரதி உபேந்திரா

‘இத்துடன் மண்டல ஒளிபரப்பு நிறைவடைந்தது. டெல்லி அஞ்சல்’ என்னும் குரலைக் கேட்டதுண்டா? 70களில் பிறந்து 80, 90களில் வளர்ந்தவர்களுக்கு தூர்தர்ஷன் அனுபவம் கிடைத்திருக்கும். தினமும் இரவு 9 மணிக்கு மேல் தூர்தர்ஷன் தொலைக்காட்சியில் தமிழில் நிகழ்ச்சிகள் கிடையாது. தேசிய ஒளிபரப்பில் ஹிந்தி நிகழ்ச்சிகள் தொடரும். மறுநாள் மாலைவரை டிவியை அணைத்து வைப்பதைத் தவிர வேறு வழி இருந்ததில்லை.

மண்டல ஒளிபரப்பில் நிலைமை அப்படித்தான் இருந்து வந்தது. ஒவ்வொரு நாளும் மாலை 5 மணிக்குக் கண்மணி பூங்கா தொடங்கி, இரவு 8.40 செய்தித் தொகுப்புவரை மட்டுமே மண்டல ஒளிபரப்பு அனுமதிக்கப்பட்டது. தமிழ் சார்ந்த நிகழ்ச்சிகள் அப்போதுதான் ஒளிபரப்பாகும். 1990ல் வி.பி.சிங் தலைமையிலான தேசிய முன்னணி ஆட்சிக்கு வரும்வரை அப்படித்தான் இருந்தது.

பிரசார் பாரதி, மாற்றத்தை ஆரம்பித்து வைத்தது. வி.பி.சிங் அரசு கவிழ்ந்து போனாலும் அடுத்தடுத்து வந்த சந்திரசேகர், நரசிம்மராவ் போன்றவர்கள் பிரசார் பாரதியை முன்னெடுத்தார்கள். அடுத்து வந்த

5 ஆண்டுகளில் பிரசார் பாரதி தலைகீழ் மாற்றங்களைக் கொண்டு வந்தது. ஏராளமான புதிய சேனல்கள் அறிமுகமாகின. செகண்ட் சானல் என்னும் இரண்டாவது அலைவரிசை உருவாக்கப்பட்டது.

சென்னை போன்ற மாநகரங்களில் ஒளிபரப்பான செகண்ட் சானலுக்கு பெரிய வரவேற்பு கிடைத்தது. ஆண்டெனாவை உயரத்தில் தூக்கி வைத்துக் கட்டினால் இரவு நேரங்களில் இரைச்சலோடு செகண்ட் சேனல் டெல்டா வரை கிடைத்தது. அதற்குப் பின்னர் வந்த தனியார் சேட்டிலைட் சானல்களின் கிடுகிடு வளர்ச்சியைப் பற்றி எல்லோர்க்கும் தெரிந்த விஷயம்.

காங்கிரஸ் கட்சிக்கு எதிராக பல்வேறு மாநிலக் கட்சிகளின் தொகுப்பான தேசிய முன்னணி ஓரணியில் நின்று பிரசாரம் செய்தபோதே, பிரசார் பாரதி பெரிய அளவில் பேசப்பட்டது. தேர்தல் வாக்குறுதியாகவும் அதை முன்வைத்தது. மத்திய அரசின் தகவல் ஒளிபரப்புத் துறை அமைச்சகத்தின் கட்டுப்பாட்டில் உள்ள ஆகாஷ்வாணி, தூர்தர்ஷனுக்குத் தன்னாட்சி தருவோம்; சுதந்திரமாகச் செயல்பட அனுமதிப்போம் என்றார்கள்.

ஆகாஷ்வாணி, தூர்தர்ஷன் அமைப்புகளுக்குத் தன்னாட்சி என்பதே புரட்சிகரமான திட்டம்தான். உலகளவில் பனிப்போர் இருந்த காலம். எந்த நாட்டின் உளவுத்துறை எங்கிருக்குமோ என்கிற சந்தேகம் எப்போதும் இருந்து வந்தது. உள்நாட்டுப் பாதுகாப்பை முன்னிட்டு, தகவல் தொடர்பு அமைப்புகளை எல்லா நாடுகளும் தங்களுடைய கட்டுப்பாட்டில் வைத்திருக்கவே விரும்பின.

முதலாளித்துவத்தை முன்னிலைப்படுத்தும் நாடுகள்முதல் கம்யூனிஸ்ட் கொடி பறக்கும் நாடுகள்வரை தொலைக்காட்சி, வானொலி சேவைகளைத் தொடர்ந்து கட்டுப்பாட்டுக்குள் வைத்துக் கொண்டன. கடுமையான சென்ஸார் முறை நடைமுறையில் இருந்தது. இந்தியா போன்று ஜனநாயகத்தில் நம்பிக்கை கொண்ட நாடுகள், தங்களுடைய அதிகாரப்பூர்வச் செய்தி ஒலிபரப்பு அமைப்புகளுக்குத் தன்னாட்சி தருவதைப் பற்றிப் பேச ஆரம்பித்ததே வியப்புக்குரிய விஷயமாகப் பார்க்கப்பட்டது.

1990 வரையிலான காங்கிரஸ் கட்சியின் ஆட்சியில் ஆல் இந்தியா ரேடியோ, தூர்தர்ஷன் போன்றவை பிரதமர் அலுவலகத்தின் நேரடி கட்டுப்பாட்டில் இருந்தன. ஆளுங்கட்சியின் முழு நேர பிரசாரப் பீரங்கியாகவே செயல்பட்டு வந்தன. பிரதமர் அலுவலகத்தைச் சேர்ந்த அதிகாரிகளும், அவர்களுக்கு நெருக்கமாக இருந்த தகவல்

தொடர்புத்துறை அமைச்சக அதிகாரிகளும் அவைகளைத் தங்களுடைய கட்டுப்பாட்டில் வைத்திருந்தார்கள்.

தேர்தல் காலங்களில், அதிகாரிகளின் தலையீடும், கெடுபிடியும் அதிகமாக இருந்தது. எந்தச் செய்தி, எப்போது இடம்பெற வேண்டும். யாரெல்லாம் டி.வியில் தலைகாட்ட அனுமதிக்கப்படவேண்டும் என்பதையெல்லாம் முடிவு செய்தார்கள். பிரதமர் அலுவலகத்தில் இருந்து வரும் உத்தரவுகளை தூர்தர்ஷன் தலைமையகமும், ஆகாஷ்வாணி பவன் அதிகாரிகளும் கேட்டுக்கொண்டு அதன்படி நடந்தாக வேண்டும்.

அன்றாடம் ஒளிபரப்பாகும் செய்தியறிக்கைகள் மட்டுமல்ல, அரசியல் தவிர்த்த மற்ற நிகழ்ச்சிகளிலும் அதிகாரிகளின் தலையீடு தொடர்ந்து கொண்டிருந்தது. வயலும் வாழ்வும் நிகழ்ச்சியில் யார் பங்கேற்க வேண்டும் என்பதையும் அவர்களே முடிவு செய்தார்கள். மண்டல ஒளிபரப்புகளில் வரும் ஒரு மணி நேர நாடகங்கள் தொடங்கி, திரைப்படப்பாடல்கள் வரை அனைத்தும் அதிகாரிகளின் கண்காணிப்பில் இருந்தன.

ஞாயிற்றுக்கிழமை மாலை வேளைகளில் தூர்தர்ஷனில் என்ன படம் ஒளிபரப்ப வேண்டும், யார் விளம்பரதாரர்கள் என்பதையும் அவர்களே தீர்மானித்தார்கள். காங்கிரஸ் கட்சிக்கு ஆதரவாக இல்லாதவர்களின் படங்களோ, சினிமாப் பாடல்களோ தூர்தர்ஷனில் ஒளிபரப்பாவதில்லை. பின்னாளில் ஒலியும் ஒளியும் தனியார் நிகழ்ச்சியாக உருவெடுத்த காலத்திலும் அதிகாரிகளின் தலையீடு இருந்தது. ஆளுங்கட்சிக்கு நெருக்கமான பேச்சாளர்கள், சினிமா கலைஞர்கள், பத்திரிக்கையாளர்கள், எழுத்தாளர்கள், வரலாற்று அறிஞர்கள் மட்டுமே நிகழ்ச்சிகளில் பங்கேற்க முடியும்.

சர்ச்சைக்குரிய விஷயங்களைச் செய்தித் தொகுப்பில் இடம்பெற வைத்த காரணத்திற்காக அதிகாரிகளும் ஊழியர்களும் பணிமாற்றம் செய்யப்பட்டதுண்டு. எமர்ஜென்ஸி நேரத்தில் அமலுக்குக் கொண்டு வரப்பட்ட கடுமையான சென்ஸார், கெடுபிடிகள் பற்றி நிறைய எழுதலாம். பின்னாளில் ஜனதா அரசு பதவியேற்றபோது எல்லாம் மாறிவிடும் என்கிற எதிர்பார்ப்பு இருந்தது.

ஆனால், எதுவும் மாறவில்லை. முன்பு இருந்த நிலையைவிட மோசமாகிவிட்டது. ஜனதா அரசு பொறுப்பேற்றபோது பா.ஜ.கவின் எல்.கே. அத்வானி, தகவல் தொடர்புத்துறை அமைச்சராகப் பணியாற்றினார். காங்கிரஸ் கட்சியைச் சேர்ந்தவர்கள் தூர்தர்ஷன் நிகழ்ச்சியில் பங்கேற்க தடை விதிக்கப்பட்டது. பழிக்குப் பழி

வாங்கும் நடவடிக்கைதான் என்றாலும் இப்படியொரு வெளிப்படையான போக்கை காங்கிரஸ் கட்சி எதிர்பார்க்கவில்லை.

ஜனதா அரசு கவிழ்ந்து இந்திரா காந்தி மீண்டும் ஆட்சிக்கு வந்த போதும், பின்னாளில் ராஜிவ் காந்தி பிரதமரானபோதும் நிலைமையில் மாற்றம் இல்லை. தேசிய முன்னணி ஆட்சிக்கு வந்த பின்னரும் பிரசார் பாரதியை முழுமையாக அமலுக்குக் கொண்டு வரமுடியவில்லை. உள்ளிருந்தே எதிர்ப்பு வரும் என்பதை அவர்கள் எதிர்பார்த்திருக்கவில்லை.

பிரசார் பாரதி, புதியதாக சில கட்டுப்பாடுகளை அறிமுகப்படுத்தியது. ஏற்கெனவே உள்ள தடைகள் போதாது என்று கூடுதலாகச் சில தடைகள். 15 பேர் கொண்ட உயர்மட்ட கமிட்டி ஒன்று அமைக்கப் பட்டது. ஆகாஷ்வாணி, தூர்தர்ஷன் நிர்வாகம் சம்பந்தப்பட்ட முடிவுகள் எடுக்க கமிட்டிக்கு முழு அதிகாரம் தரப்பட்டது. கூடவே 22 நாடாளுமன்ற உறுப்பினர்கள் கொண்ட கண்காணிப்புக் கமிட்டியும் அமைக்கப்பட்டது.

யார், என்னென்ன நிகழ்ச்சிகளைத் தயாரிக்க முடியும் என்பதை உயர்மட்ட கமிட்டி முடிவு செய்தது. ஏராளமான தனியார்களுக்கு வாய்ப்பு கிடைத்தன. புதிய நிகழ்ச்சிகளும் அறிமுகப்படுத்தப்பட்டன. ஆனால், தேர்ந்தெடுக்கும் முறையோ குழப்பமாக இருந்தது. ஒரு சிலருக்கு மட்டும் அடிக்கடி நிகழ்ச்சிகளைத் தயாரிக்க அனுமதி கிடைத்தது. ஏற்கெனவே நடைமுறையில் உள்ள தகவல் ஒளிபரப்புச்சட்டத்தில் உள்ள நெறிமுறைகளெல்லாம் காற்றில் பறக்க விடப்பட்டன.

பிற நாடுகளை விமர்சிக்கக்கூடாது. பாலியல், வன்முறை சார்ந்த காட்சிகள், மதம் சார்ந்த மோதல் காட்சிகள் கூடாது. அரசியல் கட்சிகளைப் பெயர் குறிப்பிட்டு விமர்சனம் செய்யக்கூடாது. மத்தியிலும் மாநிலத்திலும் ஆட்சியில் இருக்கும் கட்சிகளை அரசியல் ரீதியாக விமர்சிக்கக் கூடாது. அரசியலமைப்புச் சட்டத்திற்கு எதிரான செய்திகளை வெளியிடக்கூடாது என்றெல்லாம் முன்னர் இருந்த கட்டுப்பாடுகள் குறைய ஆரம்பித்துவிட்டன.

இன்னொரு பக்கம் பிரதமர் அலுவலகத்தின் அழுத்தமும் தொடர்ந்து கொண்டிருந்தது. பிரதமராக இருந்த வி.பி.சிங், நமீபியாவுக்குச் சுற்றுப்பயணம் சென்ற செய்தியைத் தூர்தர்ஷன் ஒளிபரப்புச் செய்யாதது குறித்து சர்ச்சை ஏற்பட்டது. பிரதமர் ஆந்திராவில் சுற்றுப்பயணம் மேற்கொண்டபோது அவருடன் இருந்த ஆந்திர முதல்வர் சென்னா ரெட்டி செய்திகளில் இடம்பெறவில்லை. அவர்

காங்கிரஸ் கட்சியின் முதல்வர் என்பதால் இருட்டடிப்பு செய்யப் பட்டார்.

அதற்குக் காரணமாக இருந்தவர், மத்திய அமைச்சர் உபேந்திரா. இன்று உபேந்திரா என்றால் பிரபலக் கன்னட நடிகர்தான் நினைவுக்கு வருவார். ஆனால், 80களில் டெல்லி வட்டாரத்தில் ஆந்திராவின் முக்கியமான அரசியல்வாதியாகக் கருதப்பட்டவர், உபேந்திரா.

பிரசார் பாரதி மசோதாவை அறிமுகப்படுத்தி, இரு அவைகளிலும் விவாதத்தை நடத்தி, அதைச் சட்டமாக்கியவர் உபேந்திரா. ஆந்திராவில் பிறந்து, டெல்லி அரசியலில் முத்திரை பதித்தவர். அடிப்படையில் ஒரு பத்திரிக்கையாளர் என்பதால் கருத்துச் சுதந்திரத்தை வலியுறுத்தும் பிரசார் பாரதியின் முக்கியத்துவத்தை அறிந்திருந்தார்.

மத்திய ரயில்வேத்துறையில் மக்கள் தொடர்பு அதிகாரியாக தன்னுடைய வாழ்க்கையை ஆரம்பித்த உபேந்திரா, ஜனதா கட்சியைச் சேர்ந்த மது தண்டவதே ரயில்வே அமைச்சராக இருந்தபோது அவரது நேர்முக உதவியாளராக இருந்திருக்கிறார். பின்னர் என்.டி. ராமராவ் மீதிருந்த ஈடுபாட்டால், அரசியலுக்கு வந்தார். தெலுங்கு தேசம் கட்சியை என்.டி.ஆர். ஆரம்பித்தபோது அதில் சேர்ந்து கொண்டார்.

அடுத்த ஆண்டே கட்சி சார்பாக ராஜ்ய சபாவுக்குத் தேர்ந்தெடுக்கப் பட்டு டெல்லிக்குச் சென்றார். தெலுங்கு தேசக் கட்சியின் டெல்லி முகமாக இருந்த உபேந்திராவுக்கு தேசிய அளவில் நல்ல அறிமுகம் கிடைத்தது. தேசிய முன்னணி உருவானபோது அதன் ஒருங்கிணைப் பாளராக இருந்தார். பின்னாளில் வி.பி.சிங் தலைமையிலான அரசு அமைந்தபோது தெலுங்கு தேசக்கட்சியின் சார்பாக அமைச்சரவையில் தகவல் தொழில்நுட்பம் மற்றும் பாராளுமன்ற விவகாரத்துறை அமைச்சராகவும் இருந்தார்.

பிரசார் பாரதியை உபேந்திரா பாரதி என்று சொல்வார்கள். ஆல் இந்தியா ரேடியோவை உயிர்ப்பித்த ஒரு மசோதா. இந்திய தகவல்தொடர்பு வரலாற்றில் பிரசார் பாரதி ஒரு முக்கியமான மைல் கல். உயர் தொழில்நுட்பத்துடன், துல்லியமாக, சுதந்திரமாக செயல் படக்கூடிய செய்தி ஒலிபரப்புத்துறையை உருவாக்க வேண்டும் என்பதே உபேந்திராவின் லட்சியமாக இருந்தது.

அதில் நடைமுறைச் சிக்கல்கள் நிறைய இருந்தன. பிரசார் பாரதி, தூர்தர்ஷனுக்குப் புதிய சுமையாக இருந்தது. ஆனாலும், உலக அளவில் பிபிஸியின் செய்திச் சேவையைப்போல் நம்முடைய

தூர்தர்ஷன் செய்திச் சேவையும் பேசப்படவேண்டும் என்பது உபேந்திராவின் விருப்பமாக இருந்தது.

வி.பி.சிங் ஆட்சி கவிழ்ந்ததும், உபேந்திரா மாநில அரசியலுக்குத் திரும்பினார். தெலுங்கு தேசம் கட்சியின் நம்பர் டூவாக இருந்த சந்திரபாபு நாயுடுவுடன் மோதல் போக்கு ஏற்பட்டது. ஆகவே, உபேந்திரா கட்சியிலிருந்து வெளியேற வேண்டியிருந்தது. கட்சியை விட்டு வெளியேறி காங்கிரஸ் கட்சியில் சேர்ந்தார்.

வி.பி.சிங் ஆட்சி கலைக்கப்பட்டதால் பா.ஜ.க. மீது அவருக்குக் கோபம் இருந்தது. என்.டி.ஆரிடமிருந்து சந்திரபாபு நாயுடுவின் கைப்பிடியில் இருந்த தெலுங்கு தேசத்திற்கு எதிராகவும் அவரது அரசியல் இருந்தது. ஒரு கட்டத்தில் காங்கிரஸ் கட்சியும் பிடிக்காமல் போய்விட்டது. நடிகர் சிரஞ்சீவி கட்சி ஆரம்பித்தபோது, அவரது கட்சியில் இணைந்து கொண்டார். பின்னாளில் சிரஞ்சீவி, தன்னுடைய கட்சியைக் காங்கிரஸ் கட்சியில் கரைத்தபோது உபேந்திராவும் காணாமல் போய்விட்டார்.

•

27. சகன் புஜ்பால்

அரசியலில் எதிரியும் இல்லை, நண்பர்களும்இல்லை என்பார்கள். யாருக்குப் பொருந்துகிறதோ, இந்திய அரசியல்வாதிகளுக்கு நன்றாகவே பொருந்தும். தலைமைக்கு எதிராக போர்க்கொடி தூக்குவது, நேற்று வரை எதிரும் புதிருமாக இருந்தவர்களோடு ஒரே நாளில் கூட்டணி சேர்வது, ஒரு கட்சியிலிருந்து தடாலடியாக இன்னொரு கட்சிக்கு மாறுவது. இவையெல்லாம் ஆட்சியைக் கவிழ்க்கவும், புதிய ஆட்சியை அமைப்பதிலும் முக்கிய பங்கு வகித்தன.

இந்தியாவிலேயே மிகப்பெரிய மாநிலம், மகராஷ்டிரா. அரசியல் ஸ்திரத்தன்மையற்ற மாநிலமும் அதுதான். மும்பை, நாக்பூர் என இரு தலைநகரங்களைக் கொண்ட மாநிலமும் வடக்கு, தெற்கு என இரண்டு பிரிவுகளாகவே பிரிந்து கிடக்கிறது. பால் தாக்கரேவும் ஷரத் பவாரும் தனித்துவமான அரசியல் ஆளுமைகள் என்றாலும் மகராஷ்டிராவின் வடக்கு பகுதியில் அவர்களுக்கு கணிசமான செல்வாக்கு இருந்ததில்லை. மாநிலம் முழுவதும் கொண்டாடப் படக்கூடிய வலுவான ஆளுமைகள் ஏனோ மகராஷ்டிராவில் உருவானதில்லை. கடந்த 40 ஆண்டுகளில் தமிழகத்தின்

முதல்வர்களாக இருந்தவர்கள் 6 பேர் மட்டுமே. ஆனால், மகராஷ்டிராவிலோ 16 பேர். ஆகவே, கவிழ்ப்பு முயற்சிகளும், திடீர் தலைவர்களும் மகராஷ்டிரா அரசியலில் சர்வசாதாரண நடைமுறை. அப்படிப்பட்ட அரசியல் சூழலில் நம்பர் டூவாகவே கடைசியாக இருந்து, தலைமையோடு முரண்பட்டு, கவிழ்ப்பு முயற்சிகள் கைகூடி வந்தாலும் அதை மறுத்து நின்றவர், சகன் புஜ்பால்.

சிவசேனா, காங்கிரஸ், தேசியவாத காங்கிரஸ் என மூன்று முக்கியமான கட்சிகளிலும் நம்பர் டூ இடத்தில் இருந்திருக்கிறார். மும்பை மாநகராட்சியின் மேயராக இருந்திருக்கிறார், இருமுறை துணை முதல்வராகவும் இருந்திருக்கிறார். ஒரு சாதாரணத் தொண்டராக இருந்து, கட்சியின் நம்பர் டூவாக உயர்ந்து, துணை முதல்வராகவும் இருந்தவர் புஜ்பால். ஊழல் குற்றச்சாட்டினால் இரண்டரை ஆண்டுகள் சிறையில் இருந்த ஒரே பெரிய தலைவரும் இவர்தான்.

சகன் புஜ்பாலின் கட்சித்தாவல்தான் 90களில் அதிகமாக பேசப்பட்ட, விமர்சிக்கப்பட்ட அரசியல் நிகழ்வாகச் சொல்லமுடியும். அவரது அரசியல் வாழ்க்கை முடிவுக்கு வந்துவிட்டதாகவே நினைத் தார்கள். ஆனால் சகன் அதற்குப் பின்னர்தான் அவரது அரசியலில் உச்சத்தைத் தொட்டார். அடுத்தடுத்து மூன்று கட்சிகளில் சேர்ந்து பணியாற்றினாலும், எல்லா இடத்திலும் நம்பர் டூவாக இருந்தார். கொள்கை, கோட்பாடு பற்றியெல்லாம் அவர் நினைத்துப் பார்த்ததில்லை. அதுதான் ஊழல் அரசியல்வாதி என்கிற பெயரையும் வாங்கிக் கொடுத்தது.

1967 பொதுத் தேர்தலுக்குப் பின்னர் கட்சித் தாவல் என்பது தொடர்ந்து அதிகரித்து வந்தது. அப்போது நடைபெற்ற தேர்தலில் இந்தியா முழுவதும் 176 சுயேட்சை உறுப்பினர்கள் தேர்ந்தெடுக்கப் பட்டார்கள். பின்னாளில் அத்தனை பேரும் பிரதான அரசியல் கட்சியில் இணைந்து காணாமல் போய்விட்டார்கள். பதவியை வைத்துத் தங்களைக் காப்பாற்றிக்கொள்ள ஏதாவது ஒரு கட்சியில் சேர வேண்டியிருந்தது. இது ஆட்சிக்கவிழ்ப்புக்கு இட்டுச் சென்றது. மக்களால் தேர்ந்தெடுக்கப்பட்டப் பிரதிநிதிகள் தேர்தலுக்குப் பின்னர் ஒரு கட்சியிலிருந்து இன்னொரு கட்சிக்குச் செல்வதைத் தடுக்க வேண்டும் என்கிற விவாதங்கள் அதிகமாகின.

ராஜிவ்காந்தி காலத்தில் கொண்டு வரப்பட்ட கட்சித் தாவல் தடைச்சட்டம், ஒரு பெரும் மாற்றத்தை ஏற்படுத்தியது. ஒரு கட்சியிலிருந்து வெளியேறி, இன்னொரு கட்சியில் பெரும்

பதவிகளைப் பெற்று, மீண்டும் தாய் கட்சிக்கே திரும்புவதை வட மாநிலங்களில் அடிக்க பார்க்க முடிந்தது. தென்னிந்திய அரசியலோ ஆளுமைகளின் கைப்பிடியில் இருந்தது.

தென்னிந்திய அரசியலில் கட்சியின் நம்பர் ஒன் தலைவர்தான் அனைத்து முடிவுகளையும் எடுப்பார். பொதுக்குழு, செயற் குழுவில் விவாதிக்கப்பட்டு முடிவெடுக்கப்பட்டதாக சொல்லிக் கொள்வார்கள். ஒரு கட்சியின் நம்பர் ஒன் தலைவருக்கும் இன்னொரு கட்சியின் நம்பர் ஒன் தலைவருக்கும் இடையே அதிகாரப் போட்டி இருந்து வந்தது. நம்பர் 2 ஆட்களுக்கு இங்கே செல்வாக்கு இருந்ததில்லை.

மகராஷ்டிராவிலோ தலைகீழ் நிலை. இரண்டாம் மட்ட அரசியல் வாதிகளுக்குக் கூடுதல் செல்வாக்கு உண்டு. சகன் புஜ்பால் அப்படிப்பட்டவர்தான். நம்பர் டூவாக இருந்து, அனைத்துக் கட்சிகளில் தலைமைகளுக்கும் சிம்ம சொப்பனமாக அமைந்தது மட்டுமல்லாமல் தான் சார்ந்த கட்சித்தலைமைக்கே சவால் விடும்வகையில் நடந்து கொண்டவர்.

சிவசேனாவோ, தேசியவாத காங்கிரஸ் கட்சியோ, எந்தக் கட்சியில் சேர்ந்து இருந்தாலும் தலைமையை எதிர்த்து, ஒன் மேன் ஷோ நடத்தியவர். அவரது அன்றாட அரசியல் அதிரடியாகவே இருந்தது. தொண்டர்களோடு நேரடித் தொடர்பில் இருப்பதை விரும்பியவர். சிவசேனா கட்சியில் துடிப்பான இளைஞராக இருந்தார். காய்கறி கடைக்காரராக வாழ்க்கையை ஆரம்பித்தவர், கட்சியில் சேர்ந்து முப்பது ஆண்டுகளுக்கும் மேலாக தாக்கரேவின் வலதுகரமாக இருந்தார்.

மும்பை மாநகராட்சி, சிவசேனையின் கோட்டை. அங்கே சிவசேனா கட்சியின் சார்பில் போட்டியிட்டு மேயராகப் பணியாற்றினார். சிவசேனாவில் இருந்தபோதே பால் தாக்கரேவுடன் பனிப்போர் இருந்து வந்தது. ஆனால், திடீரென்று கட்சியை விட்டு விலகுவார் என்று யாரும் எதிர்பார்க்கவில்லை. *1990*ல் சிவசேனா, மகராஷ்டிராவில் எதிர்க்கட்சியாக உருவெடுத்தபோது, கட்சியின் நம்பர் டூவான தனக்கு எதிர்க்கட்சித் தலைவர் பதவி கிடைக்குமென்று புஜ்பால் நினைத்திருந்தார். ஆனால், தாக்கரேவின் தேர்வு, முரளி மனோகர் ஜோஷியாக இருந்தது.

புஜ்பால் அதிருப்தியில் இருப்பது தெரிந்த காங்கிரஸ் களமிறங்கியது. மும்பையின் பெரும் தொல்லையாக இருந்த சிவசேனாவைப் பலவீனப்படுத்தி, ஆட்களைத் தங்கள் பக்கம் இழுக்க

ஆரம்பித்தார்கள். காங்கிரஸ் கட்சியின் மகராஷ்டிரா முகமாக இருந்த ஷரத் பவார், புஜ்பாலைப் பயன்படுத்தி சிவசேனா கட்சியை உடைக்க விரும்பினார். சிவசேனாவை விட்டு வெளியே வந்த புஜ்பால், காங்கிரஸ் கட்சியில் சேர்ந்து அமைச்சரானார்.

புஜ்பாலின் துரோகத்தைச் சிவசேனையால் பொறுத்துக்கொள்ள முடியவில்லை. அமைச்சராக பதவியேற்று வீடு திரும்பியவரால் அடுத்து வந்த நான்கு நாட்களுக்கு வீட்டை விட்டு வெளியே வரமுடியவில்லை. வீட்டைச் சுற்றிலும் சிவசேனை தொண்டர்கள் கொலைவெறியோடு காத்திருந்தார்கள். ஆளுங்கட்சி அமைச்சராக இருந்தும் கூட சிவசேனையை எதிர்கொள்ள முடியவில்லை. அன்றே முடிவு செய்தார், ஒருமுறையாவது பால் தாக்கரேவைக் கைது செய்து சிறையில் அடைத்துவிடவேண்டும்.

பால்தாக்கரே மீதான புஜ்பால் வெறுப்பு, அன்று முதல் ஆரம்ப மானது. தாக்கரேவைச் சீண்டுவதில் முதல் இடத்தில் இருந்தார். முன்னாள் சிவசேனா கட்சிக்காரர் என்பதால் தாக்கரே எந்த இடத்தில் எப்படிப் பேசுவார், என்ன தவறுகளைச் செய்வார் என்பது அவருக்கு நன்றாகவே தெரியும். புஜ்பாலைச் செயல்பட விடாமல் சிவசேனைத் தொண்டர்களும் அவருக்குப் பதிலடி தந்தார்கள். போகுமிட மெல்லாம் புஜ்பால் எதிர்ப்பைக் கையாள வேண்டியிருந்தது. அடுத்து வந்த தேர்தலில் பரிதாபமாகத் தோற்றுப் போனார்.

1995ல் சிவசேனா, பா.ஜ.கவுடன் கூட்டணி சேர்ந்து முதல்முறையாக ஆட்சியைப் பிடித்தது. சிவசேனையின் வெற்றி, ஷரத்பவாரை விட சகன் புஜ்பாலுக்குப் பெரிய அதிர்ச்சியாக இருந்தது. தன்னைச் சிறைக்கு அனுப்புவதுதான் சிவசேனா கூட்டணி அரசின் முதல் வேலையாக இருக்கும் என்பது புஜ்பாலுக்குத் தெரியும். எதற்கும் தயாராக இருந்தவரை ஷரத் பவார், எதிர்க்கட்சித் தலைவராக்கினார். அடுத்து வந்த ஐந்து ஆண்டுகளுக்கு எதிர்க்கட்சித் தலைவராக புஜ்பால் கூட்டணி அரசைக் கிடுகிடுக்க வைத்தார்.

மகராஷ்டிராவின் நம்பர் ஒன் அரசியல்வாதிகளான பால் தாக்கரேவும், ஷரத் பவாரும் எப்போதும் ரிமோட் அரசியல் நடத்துவதில் கெட்டிக் காரர்கள். முதல்வராக இருந்த முரளி மனோகர் ஜோஷியையும், எதிர்க்கட்சித் தலைவராக இருந்த புஜ்பாலையும் மோதவிட்டு வேடிக்கை பார்த்தார்கள். ஆனால், புஜ்பாலின் இலக்கு, எப்போதுமே பால் தாக்கரே மீதுதான் இருந்து வந்தது.

பின்னாளில் காங்கிரஸ் கட்சியிலிருந்து ஷரத் பவார் வெளியேறி, தனிக்கட்சி ஆரம்பித்தபோது புஜ்பாலும் வெளியேறினார்.

ஷரத் பவார், புஜ்பாலை மாநிலத் தலைவராக்கினார். பின்னாளில் காங்கிரஸ் கட்சியுடன் இணைந்து ஆட்சிக்கு வந்தபோது, துணை முதல்வராக்கினார். இம்முறை புஜ்பால் கூடுதல் தீவிரத்துடன் சிவசேனாவை அணுகினார்.

ஷரத் பவார் எந்நாளும் பால் தாக்கரேவை எதிர்த்ததில்லை. ஆனால், புஜ்பால் போன்றவர்கள் சிவசேனாவோடு மோதுவதில் அவர் தலையிட்டதில்லை. அதுதான் தேசியவாத கட்சி இன்னும் உயிர்ப்போடு இருக்கக் காரணமாக இருக்கிறது. குறுகிய காலத்திலேயே மகராஷ்டிராவின் தெற்குப் பகுதியில் அனைத்துத் தேசியக் கட்சிகளையும் பின்னுக்குத் தள்ளிவிட்டு ஷரத்பவாரின் கட்சிக்கும், தாக்கரேவின் கட்சிக்கும் இடையே கடுமையான அரசியல் போட்டி உருவானது.

யாராலும் செய்ய முடியாத விஷயத்தை புஜ்பால் செய்து முடித்தார். பால் தாக்கரே மீது வழக்குப் பதிவு செய்து, சிறைக்கு அனுப்பினார். 1992 இறுதியில் மும்பையில் நடந்த கலவரத்தில் தாக்கரேவின் நேரடி பங்கு இருப்பதாக குற்றம் சாட்டப்பட்டது. விசாரணைக்குப் பின்னர் நீதிமன்றம் தாக்கரேவை விடுவித்தாலும் எப்படியாவது தாக்கரேவை சிறைக்கு அனுப்புவது என்பதில் புஜ்பால் வெற்றி பெற்றுவிட்டார்.

மகராஷ்டிரா அரசியலில் தாக்கரேவைச் சிறைக்கு அனுப்பியவர் என்பதுதான் புஜ்பாலின் ஆகப்பெரிய சாதனை. அதற்குப் பின்னர்தான் அவருக்கு கஷ்ட காலம் ஆரம்பமானது. ஹவாலா மோசடியில் மாட்டிக்கொண்டவரை ஷரத் பவார் ராஜினாமா செய்யுமாறு கேட்டுக்கொண்டார். பொதுப்பணித்துறை அமைச்சராக இருந்த போது நடந்த ஊழல்களில் புஜ்பாலின் பெயரும் அடிபட்டது. மும்பை கல்வி அறக்கட்டளையில் உறுப்பினராக இருந்த புஜ்பால் அதில் 177 கோடி ரூபாய் முறைகேடு செய்தார் என்றும் குற்றச்சாட்டு எழுந்தது.

அவர் மீது ஹவாலா மோசடி வழக்கு உள்ளிட்ட ஏராளமான ஊழல் புகார்கள் பதிவு செய்யப்பட்டன. டெல்லியில் மகராஷ்டிரா பவன் கட்டுமானத்தில் கோடிக்கணக்கில் ஊழல் நடந்ததில் புஜ்பால் சம்பந்தப்பட்டிருந்தார். புஜ்பால் பெயரில் ஏராளமான அபார்ட்மெண்ட்கள், பங்களா, வணிகக் கட்டடங்கள் மும்பையில் குறிப்பாக தானே, பெல்லாபூர், லோனாவலா, நாசிக் போன்ற பகுதிகளில் இருந்தன.

அமலாக்கத்துறையினரால் புஜ்பால் கைது செய்யப்பட்டார். அவரைச் சிறைக்கு அனுப்பியது, சிவசேனா அல்ல. ஆம் ஆத்மி கட்சியினர்.

பொதுப்பணித்துறை அமைச்சராக இருந்த காலத்தில் அவர் செய்த ஊழல் முறைகேடுகளை வெளிச்சத்திற்குக் கொண்டு வந்த ஆம் ஆத்மி கட்சியினர், மும்பை உயர்நீதிமன்றத்தில் பொதுநல வழக்குப் பதிவு செய்தார்கள். சிறப்புப் புலனாய்வுக் குழு அமைக்கப்பட்டு, விசாரணையின் முடிவில் புஜ்பாய் கைது செய்யப்பட்டார்.

சிறையிலிருந்து வெளியே வந்த புஜ்பால், தன்னுடைய 75து பிறந்தநாளை சமீபத்தில் கொண்டாடினார். வலது பக்கம் உத்தவ் தாக்கரேவும், இடது பக்கம் ஷரத் பவாரும் புடைசூழ மேடையில் அமர்ந்திருந்தார். இரண்டு கட்சிகளைச் சேர்ந்த தொண்டர்களும் உற்சாகத்தோடு கோஷமிட்டுக் கொண்டிருந்தார்கள். இதெல்லாம் தமிழ்நாட்டில் காணக்கிடைக்காத காட்சிகள்.

புஜ்பால், சிவசேனாவிலிருந்து வெளியேறி காங்கிரஸ் கட்சியில் சேராமல் இருந்திருந்தால், சிவசேனா சார்பாக நிச்சயம் முதல்வராகியிருப்பார் என்றார், உத்தவ் தாக்கரே. ஆம். புஜ்பால் கடைசிவரை நம்பர் டூவாகவே இருந்தார். அவரைப் போன்ற நம்பகமான நம்பர் டூ ஆட்கள் தாக்கரேவுக்கும் ஷரத் பவாருக்கும் தேவைப்பட்டார்கள். இன்றும் தேவைப்படுகிறார்கள். மகராஷ்டிரா அரசியலில் ரிமோட்டுக்கு எந்நாளும் மவுசு உண்டு.

•

28. மீனம்பாக்கம் குண்டு வெடிப்பு

ஆகஸ்ட் 2, *1984*. நள்ளிரவு. ஆதம்பாக்கம், பிருந்தாவன் நகரில் உள்ள தன்னுடைய வீட்டிற்குத் திரும்பி வந்த அந்த சுங்கத்துறை அதிகாரியை அவரது வீட்டில் யாராலும் அடையாளம் காணமுடிய வில்லை. முகமெல்லாம் கருத்து, முடியெல்லாம் கருகிப்போய் அடையாளம் தெரியாமல் ஆகியிருந்தார். அவரது பணியிடமான மீனம்பாக்கம் விமான நிலையத்தில் நடந்த குண்டுவெடிப்பை நேரில் பார்த்த அதிர்ச்சி அவரது முகத்தில் மிச்சமிருந்தது. சற்றுத் தொலைவில் இருந்த விமான நிலையத்திலிருந்து வெளியேறும் வாகனங்களின் சைரன் ஒலி அதிகாலை வரை ஒலித்துக் கொண்டிருந்தது.

மறுநாள் காலை தமிழ்நாட்டிற்கு மட்டுமல்ல இந்தியாவுக்கே அதுவொரு புதிய செய்தியாக இருந்தது. இந்தியாவிலேயே அதிகபட்சப் பாதுகாப்புக் கெடுபிடிகள் உள்ள சர்வதேச விமான நிலையத்தில் ஒரு குண்டு வெடித்திருக்கிறது. அதில் 33 பேர் கொல்லப்பட்டிருக்கிறார்கள். 27 பேர் படுகாயம் அடைந்திருக் கிறார்கள். ஒரு விமான நிலையத்தில் குண்டுவெடிப்பதில் அதுதான் இந்தியாவில் முதல் முறை.

யார் குண்டு வைத்தது? சர்வதேசச் சதியா? எதுவும் தெரிய வில்லை.

என்னதான் நடந்தது? வாரம் இருமுறை கொழும்புவிலிருந்து சென்னைக்கு மாலை 8 மணிக்கு வந்துவிட்டு இரவு 9 மணிக்குத் திரும்பிச் செல்லும் ஏர் லங்கா யூ எல் 22 விமானம் சரியான நேரத்தில் கிளம்பிச் சென்றுவிட்டது. ஆனால், அதில் செல்ல வேண்டிய இரண்டு சூட்கேஸ் கேட்பாரற்றுக் கிடந்தது. டிக்கெட் செக் இன் செய்து சூட்கேஸை பேக்கேஜ் செக்?ஷனுக்கு அனுப்பி வைத்த பயணி, ஏனோ விமானத்தில் ஏறவில்லை. இதனால் சூட்கேஸ் திருப்பி அனுப்பிப்பட்டது.

ஒரு மணி நேரத்திற்கு மேலாக கவனிப்பாரற்றுக் கிடந்த இரண்டு சூட்கேஸ், சுங்கத்துறை அதிகாரிகளின் கவனத்திற்கு வந்தது. அப்போது இரவு மணி 10.

70 கிலோ எடையுள்ள சூட்கேஸ். இரண்டையும் உரிமை கோரி யாரும் வரவில்லை என்றதும் கடத்தல் பொருள்தான் என்று சுங்கத்துறை அதிகாரிகள் முடிவுக்கு வந்துவிட்டார்கள். சுங்கத்துறையின் சோதனையில் மாட்டிக்கொண்டால் கடத்தல் பொருள்களை அப்படியே விட்டுவிட்டு குருவிகள் தப்பிச் சென்றுவிடுவது வழக்கம். ஆக, யாரோ எதையோ கடத்த முயற்சி செய்துவிட்டு, தப்பிவிட்டார்கள் என்றுதான் நினைத்தார்கள்.

இரவு மணி 10.15 மணிக்கு முதல் தொலைப்பேசி அழைப்பு வந்தது. விமான நிலையத்தின் அதிகாரியான லைலா சிங்கின் எண்ணைத் தொடர்பு கொண்ட ஒருவர், கொழும்பு செல்லவேண்டிய ஏர் லங்கா விமானத்தில் ஏற்ற வேண்டிய இரண்டு சூட்கேஸில் அதிக எடையுள்ள வெடிகுண்டு வைக்கப்பட்டுள்ளதாகக் குறிப்பிட்டார். வழக்கமான வெடிகுண்டுப் புரளி என்றுதான் விமானநிலைய அதிகாரியும் நினைத்துவிட்டார்.

அடுத்து 20 நிமிடங்கள் கழித்து இன்னொரு தொலைப்பேசி அழைப்பு. இம்முறை டிக்கெட் விபரங்களையும் தெரிவித்து, லக்கேஜ் டேக் உள்ளிட்ட விபரங்களையும் பகிர்ந்து கொண்டு, வெடிகுண்டு நிரப்பியுள்ள இரண்டு சூட்கேஸையும் அகற்றவில்லையென்றால் பெரும் சேதம் நிகழும் என்றார்கள். இம்முறையும் யாரும் சீரியஸாக எடுத்துக் கொள்ளவில்லை.

இதெல்லாம் வழக்கமாக நடைபெறுவதுதான் என்பது அவர்களுக்குத் தெரியும். கடத்தல் முயற்சி தோல்வியடைந்தால், கடத்தல்காரர்கள்

தொலைப்பேசியில் தொடர்பு கொண்டு, குண்டு இருப்பதாகப் புரளி கிளப்புவார்கள். அதை நம்பி சுங்கத்துறையினரும், விமானநிலையப் பாதுகாப்புக் காவலர்களும் சோதனையிட வேண்டியிருக்கும். கடத்தல் குருவிகளில் யாரோ கோபத்தில் சொல்வதாக சுங்கத்துறை அதிகாரிகள் நினைத்து அமைதியாகிவிட்டார்கள்.

சரியாக 10.40 மணிக்கு மூன்றாவது முறையாக தொலைப்பேசி அழைப்பு வந்தபின்னர்தான் நிலைமையின் விபரீதம் புரிந்தது. ஏர்போர்ட் நிர்வாகியான லைலா சிங் விமானநிலையத்தின் பாதுகாப்புப் பிரிவுக்குத் தகவல் தெரிவித்தார். விமானநிலையத்தில் இருந்த தீயணைப்புத் துறை வரவழைக்கப்பட்டது. அறையை விட்டு வெளியே வந்து, சுங்கத்துறை அதிகாரிகள் உள்ள இடத்தில் வைக்கப்பட்டிருந்த சூட்கேஸையும் கண்டுபிடித்து உடனே அதை அகற்றுமாறு கேட்டுக்கொண்டார்.

பதறிப்போன சுங்கத்துறை அதிகாரிகள், அங்கிருந்த கடைநிலை ஊழியரை அழைத்து, சூட்கேஸை டிராலியில் வைத்துத் தள்ளிக் கொண்டு வெளியே வரும்போது மணி சரியாக 11 மணி. பெரும் சத்தத்துடன் குண்டு வெடித்தது. அடுத்த சூட்கேஸைக் கண்டு பிடிக்கவே முடியவில்லை. அடுத்துப் பத்து நிமிடங்களில் இரண்டாவது சூட்கேஸ் வெடித்தது.

அப்படியொரு சத்தத்தை மீனம்பாக்கம் கேட்டதில்லை. ஜி.எஸ்.டி. ரோடு குலுங்கியது. அருகிலிருந்த குடியிருப்புப் பகுதியைச் சேர்ந்த மக்கள், ஏதோ பூகம்பம் என்று வீட்டை விட்டு வெளியே ஓடி வந்தார்கள். விமான நிலையத்தின் உள்பகுதி முழுவதும் புகை மண்டலமாக இருந்தது. மேற்பகுதி உடைந்து தொங்கிக் கொண்டிருந்தது. ராட்சஸ இரும்புத்தூண்கள் வளைந்து, நெளிந்தபடி இருந்தன. எங்குப் பார்த்தாலும் ரத்த வெள்ளமும், மனித சதைத் துணுக்குகளும் சிதறிக்கிடந்தன.

இரண்டாம் உலகப்போருக்குப் பிந்தைய காலத்தில் கட்டப்பட்ட பழைய விமான நிலையம் அது. 30 ஆண்டுகளில் சர்வதேச விமான நிலையமாக உருவெடுத்தது. அதற்கேற்ப கட்டடங்களும் படிப் படியாக விரிவுபடுத்தப்பட்டன. குண்டுவெடிப்பு சம்பவத்திற்கு ஓராண்டு முன்பு வரை பல இடங்களில் விரிவாக்கம் நடந்து வந்தது. ஆனால், ஒரே இரவில் விமானநிலையத்தின் பல பகுதிகள் பலத்த சேதத்திற்குள்ளாகின.

இறந்தவர்களில் பெரும்பாலானவர்கள் சிங்களவர்கள். கொழும்புவிலிருந்து சென்னைக்கு வந்திறங்கி, மறுநாள் அதிகாலை

வரும் விமானத்தில் அபுதாபி செல்வதற்காகக் காத்திருந்தார்கள். அதில் பெரும்பாலானவர்கள் ஏர் லங்கா விமானத்தில் இருந்து வந்தவர்கள். 19 பேர் சம்பவ இடத்திலேயே பலியானார்கள். மற்றவர்கள் ராயப்பேட்டை மருத்துவமனையில் அனுமதிக்கப்பட்டு சிகிச்சை பலனின்றி உயிரிழந்தார்கள். இறந்து போன 33 பேரில் பத்துப் பேர் விமான நிலைய ஊழியர்கள். மற்றவர்கள் அனைவரும் சிங்களப் பயணிகள்.

படுகாயமடைந்தவர்களில் சுங்கத்துறை பகுதியில் பணியில் இருந்த விமான நிலைய ஊழியர்கள் மட்டுமல்ல, பிளாட்பாரத்தில் உறங்கிக் கொண்டிருந்த அப்பாவி மக்களும் பாதிக்கப்பட்டார்கள். அதிகாலையில் சென்னைக்கு வந்து சேரும் தங்கள் உறவினர்களை வரவேற்பதற்காக பிளாட்பாரத்தில் உறங்கிக் கொண்டிருந்தவர்கள் அவர்கள்.

உண்மையில் தீவிரவாதிகளின் இலக்கு, மீனம்பாக்கம் விமான நிலையத்தில் குண்டு வெடிப்பை நிகழ்த்துவது அல்ல. மாறாக, கொழும்பு செல்லும் விமானத்தில் சூட்கேஸ் மூலம் வெடிகுண்டு வைத்து அனுப்பி, அங்கே வெடிக்கும்படிச் செய்வதுதான்.

அதற்கேற்றபடி டைம்பாம் செட் செய்யப்பட்டிருந்தது. இரவு 9 மணிக்கு சென்னையிலிருந்து கிளம்பி கொழும்புக்குச் செல்லும் விமானத்தில் உள்ள சூட்கேஸை அங்கே இருவேறு விமானங்களுக்கு மாற்றுவது. அதன் மூலம் கொழும்புவில் இருந்து இரவு 11.30 மணிக்கு பாரீஸ் செல்லும் விமானத்தை வெடிகுண்டு வைத்துத் தகர்க்க முடியும். அதற்குப் பின்னர் 20 நிமிடங்கள் கழித்து லண்டனுக்குப் புறப்படும் விமானத்தில் இன்னொரு சூட்கேஸை வெடிக்கச் செய்வதுதான் திட்டம்.

ஒருவேளை இரண்டு சூட்கேஸ்களும் திட்டமிட்டபடி கொழும்பு விமானத்தில் அனுப்பப்பட்டிருந்தால், பாரீஸ் மற்றும் லண்டன் செல்லும் விமானங்களுக்குக் கணிசமான இழப்புகளை ஏற்படுத்தி இருக்கும். குறைந்தபட்சம், கொழும்பு விமானநிலையத்திற்குப் பலத்த சேதத்தை ஏற்படுத்தியிருக்கும். இலக்கு தவறிப்போனதால் மீனம்பாக்கம் மாட்டிக்கொண்டது. ஏர் லங்கா ஊழியர்களின் உதவி இல்லாவிட்டால் இதெல்லாம் சாத்தியமேயில்லை.

யார் செய்தது? புலன் விசாரணை செய்வதற்காக டெல்லியிலிருந்தும் பூனேவில் இருந்தும் சிறப்புப் புலனாய்வுப் படைகள் வரவழைக்கப் பட்டன. தமிழகத்தில் இருந்து செயல்படும் இலங்கைத் தமிழ் போராளிக்குழுக்களாக இருக்கலாம் என்று முதற்கட்ட தகவல்கள்

வெளியாகின. கொழும்பு செல்லும் விமானத்தைக் கடத்துவது. அது முடியாவிட்டால், வெடிகுண்டு வைத்துத் தகர்ப்பதுதான் திட்டம் என்று நம்பப்பட்டது.

கதிரேசன் என்பவர் பெயரில் கொழும்பு விமானத்தில் டிக்கெட் முன்பதிவு செய்யப்பட்டிருந்தது. டெல்லியில் இருந்த ஓர் ஏஜெண்ட் வழியாக டிக்கெட் வாங்கப்பட்டிருந்தது. அனுமதிக்கப்பட்ட அளவான 35 கிலோவை விட சூட்கேஸ் அதிக எடையுடன் இருந்த காரணத்தால் அதற்காகக் கூடுதல் தொகை கட்டும்படி விமான நிலை ஏஜெண்ட் கேட்டுக்கொண்டார். ஆனால், கூடுதல் தொகை தருவதற்குக் கதிரேசன் மறுத்துவிட்டார்.

தன்னிடம் போதுமான தொகை இல்லையென்றும் வெளியே சென்று எடுத்து வருவதாகவும் சொல்லிவிட்டுச் சென்றார். அதுதான் சுங்கத்துறை அதிகாரிகளின் சந்தேகப்பார்வை சூட்கேஸ் மீது திரும்பக் காரணமாக இருந்தது.

இரண்டு சூட்கேஸ் உடன் விமானத்தில் பயணம் செய்து, விமானத்தைக் கடத்துவது. அதன் மூலம் உலகத்தைத் திரும்பிப் பார்க்கச் செய்வது அவரது நோக்கம். இல்லாவிட்டால் சூட்கேஸை மட்டும் கொழும்புவுக்கு அனுப்பி வைத்துவிட்டு, அங்கே வெடிக்கச் செய்வதும் திட்டமாக இருக்கலாம்.

சூட்கேஸில் ஜெலாட்டின் குச்சிகளும், சோடியம் மெட்டல், பாஸ்பரஸ், எலெக்ட்ரிக் வயர், டைம் பீஸ் மற்றும் கிளாஸ் பாட்டில் போன்றவை இருந்தன.

சுங்கத்துறையினரிடம் சூட்கேஸ் மாட்டியதும், கதிரேசனின் திட்டம் தோல்வியடைந்துவிட்டது. உடனே அங்கிருந்து தப்பித்து விட்டார்கள். ஆனால், குண்டு சரியான நேரத்தில் வெடித்துத் தொலைந்தால் இந்தியாவில் எந்த மூலையிலும் உயிர் வாழ முடியாது என்பது அவர்களுக்குத் தெரியும். குண்டு வெடிப்பை எப்படியாவது தவிர்க்க தொலைப்பேசி மூலமாக தொடர்புகொண்டு மூன்று முறை முயற்சி செய்திருக்கிறார்கள்.

சிறப்புப் புலனாய்வுக் குழு, கதிரேசனைக் கண்டுபிடிப்பதில் மும்முரமாக இறங்கியது. மதுரை பேருந்து நிலையத்தில் ஒருவரும், தாம்பரத்தில் ஒருவரும் வரிசையாக கைது செய்யப்பட்டார்கள். ஓரிரு நாட்களில் கதிரேசன் மற்றும் அவரது நண்பர்களைக் காவல் துறையினர் கஸ்டடியில் கொண்டு வந்துவிட்டார்கள். அந்த கதிரேசனின் நிஜமான பெயர், தம்பா பிள்ளை மகேஸ்வரன்.

அவரொரு இலங்கைத் தமிழ் போராளி. 'தமிழீழ தேசிய இராணுவம்' (TEA) என்னும் இயக்கத்தையும் நடத்தி வந்தவர்.

தமிழ்நாட்டில் தங்கியிருந்தபடி ராணுவப் பயிற்சி பெற்றுக் கொண்டிருந்த முன்னணி இலங்கைத் தமிழர் பேராளிக்குழுக்களில் ஒன்றாக டி.ஈ.ஏ. குழு எந்நாளும் இருந்ததில்லை. டெல்லியின் ஆசீர்வாதத்தோடு போர்ப்பயிற்சியில் ஈடுபட்டு வந்த எந்தவொரு போராளி அமைப்பும் சென்னை மீனம்பாக்கத்தில் குண்டு வைக்கத் தயாராகமாட்டார்கள். அப்படியொரு முயற்சி, தற்கொலைக்குச் சமம் என்பது அவர்களுக்கு நன்றாகவே தெரியும்.

தம்பாபிள்ளை மகேஸ்வரன் அமைப்பின் இலக்கும், மீனம்பாக்கம் விமான நிலையத்தில் குண்டுவெடிக்கச் செய்வதாக இல்லை. ஆனால், குறி தவறியதும் மிரண்டு விட்டார்கள். ஆகவேதான், மூன்று முறை தொலைப்பேசியில் தொடர்பு கொண்டு எச்சரித்தார்கள். ஆனாலும், விமானநிலைய ஊழியர்கள், சுங்கத்துறை அதிகாரிகளின் அலட்சியத்தால் சூட்கேஸை அகற்ற முடியாமல் மீனம்பாக்கம் விமானநிலையம் பாதிப்புக்குள்ளானது.

ராயப்பேட்டை மருத்துவமனையில் சேர்க்கப்பட்ட சிங்களப் பயணிகளை முதல்வர் எம்.ஜி.ஆர் நேரில் சந்தித்து ஆறுதல் தெரிவித்தார். பலியான 29 பேர்களில் 7 பேர்களின் அடையாளத்தை மட்டும் கண்டுபிடிக்க முடிந்தது. மற்றவர்களின் உடல் சிதிலமாகி இருந்தது. அதில் ஒரு குழந்தையும் உண்டு. பயணிகளின் பாஸ்போர்ட் உள்ளிட்டவை குண்டுவெடிப்பால் அழிந்து போனதால், கொழும்புவில் இருந்த அவர்களது உறவினர்களைத் தொடர்பு கொள்வதில் சிரமமிருந்தது.

மறுநாள் 23 சிங்களப் பயணிகளின் உடல் அடையாளம் காணப்பட்டு, அனைத்து உடல்களும் மயிலாப்பூரில் தகனம் செய்யப்பட்டன. இறுதி அஞ்சலி நிகழ்ச்சிகளில் பங்கேற்பதற்காக இந்தியாவிலிருந்து சிறப்பு விமானம் கொழும்புவுக்கு அனுப்பப்பட்டு அவர்களது உறவினர்களில் 174 பேர் சென்னைக்கு வரவழைக்கப்பட்டார்கள். அவர்களில் பெரும்பாலானவர்களிடம் பாஸ்போர்ட் இல்லை என்பதால் பலத்த பாதுகாப்புடன் மயிலாப்பூருக்கு அழைத்துச் செல்லப்பட்டார்கள்.

எம்.ஜி.ஆர் ஆட்சியில் தமிழ்நாட்டின் சட்டம், ஒழுங்கு நிலை பற்றி எதிர்க்கட்சிகள் கேள்வி எழுப்பின. மீனம்பாக்கம் குண்டு வெடிப்பிற்கும் இஸ்ரேல் தீவிரவாத அமைப்பான மொசாட் அமைப்பிற்கும் தொடர்பு இருக்கிறதா என்பது குறித்து முழுமையாக

விசாரிக்க வேண்டும் என்றார்கள். பா.ஜ.க, தெலுங்கு தேசம் உள்ளிட்ட கட்சிகள் மீனம்பாக்கம் குண்டுவெடிப்பு, தேசிய அவமானம் என்று குறிப்பிட்டு அறிக்கை வெளியிட்டன. எம்.ஜி.ஆர் அரசு, ஆரம்பத்தில் தடுமாறியது. பின்னர் டெல்லியிலிருந்து வந்த அமைப்புகளுடன் இணைந்து நடத்திய விசாரணையில் கதிரேசனைப் பிடிக்க முடிந்தது.

இலங்கைத் தமிழ் போராளிக் குழுக்களின் ஏனைய தலைவர்களைப் போலவே லண்டனில் படித்து, தமிழ்நாட்டில் தங்கியிருந்தபடி தமிழ் ஈழத்திற்காகப் போராடிக் கொண்டிருந்தவர், கதிரேசன் என்கிற தம்பா பிள்ளை மகேஸ்வரன். லாரியில் வெடி பொருள்களை நிரப்பி, இலங்கை ராணுவ முகாம்கள் மீது மோதி, பெரிய அளவில் சேதத்தை விளைவித்தவர்.

முதன் முதலில் வெடி மருந்து நிரப்பப்பட்ட வாகனங்களைப் பயன்படுத்தித் தாக்குவது என்பதை கதிரேசன்தான் அறிமுகப் படுத்தினார். பின்னாளில் விடுதலைப்புலிகள் அதை பரவலாக்கினார்கள்.

இலங்கையின் கிழக்கு மாகாணத்தின் செழிப்பான பகுதியான காத்தகுடியில் ஒரு வங்கியைக் கொள்ளையடித்து, அதிலிருந்து மூன்று கோடி ரூபாயைப் பறித்துக் கொண்டு தமிழ்நாட்டிற்குக் கள்ளத் தோணியில் வந்து சேர்ந்தவர், தம்பா பிள்ளை மகேஸ்வரன். கொள்ளையடித்த பணத்தைத் தமிழ்நாட்டில் தாராளமாக செலவு செய்து இயக்கத்திற்கு ஆதரவு திரட்டினார். டி.ஈ.ஏ. என்னும் அமைப்பை நடத்தினார்.

தமிழ் தேசிய ராணுவம் என்னும் பெயரில் ஏராளமான போராளிகள் அமைப்புகள் இருந்து வந்த காலம். அமிர்தலிங்கத்தின் மகன், தமிழ் தேசிய ராணுவம் என்னும் இயக்கத்தை நடத்தி வந்தார். இன்னொரு குழு, தமிழீழ விடுதலை ராணுவம் என்றொரு அமைப்பை நடத்தி வந்தது. அத்தனை குழுக்களுக்கும் தமிழ்நாட்டில் ஆட்கள் இருந்தார்கள் என்பதுதான் ஆச்சர்யம்.

'மீனம்பாக்கம் வெடி குண்டு அமெரிக்க சி.ஐ.ஏயின் சதி. தமிழக மக்களுக்கும் ஈழப் போராளிகளுக்கும் இடையே விரிசலைத் தூண்டும் முயற்சி' என்று சென்னை முழுவதும் போஸ்டர்கள் முளைத்தன. எம்.ஜி.ஆர் அரசு திணறித்தான் போனது. ஆனாலும், தமிழக காவல்துறையின் புலனாய்வுத்துறை சிறப்பாகச் செயல்பட்டு தம்பா பிள்ளை மகேஸ்வரன் மற்றும் அவரது ஆதரவாளர்களைச் சுற்றி வளைத்தது.

மீனம்பாக்கம் குண்டுவெடிப்பு வழக்கில் தம்பா பிள்ளை மகேஸ்வரனும், எர் லங்கா அலுவலகத்தில் ஊடுருவி, அங்கே ஊழியராகச் சேர்ந்து லக்கேஜை விமானத்தில் அனுப்ப முயற்சி செய்த அவரது ஆதரவாளர்களும் கைது செய்யப்பட்டார்கள். கைது செய்யப்பட்ட சில நாட்களில் அத்தனைப்பேரும் ஜாமீனில் வெளியே வந்தார்கள். வெளியே வந்ததும் தமிழ்நாட்டிலிருந்து இலங்கைக்குத் தப்பியோடிவிட்டார்கள்.

1992ல் ஜெயலலிதா அரசு வந்தபோது, மீனம்பாக்கம் குண்டுவெடிப்பு வழக்கு மறுபடியும் விசாரணைக்கு வந்தது. இது சம்பந்தமாக 1998ல் 10 பேர் கைது செய்யப்பட்டார்கள். அதில் விக்னேஸ்வர ராஜா, தம்பிராஜா உள்ளிட்ட மூன்று பேருக்கு ஜாமீன் வழங்கப்பட்டது. சரவண பவன், லோகநாதன், விஜய்குமார், பாலசுப்ரமணியம், சந்திரகுமார் உள்ளிட்ட ஐந்து பேர் மீது குற்றம் சாட்டப்பட்டு ஆயுள் தண்டனை விதிக்கப்பட்டது.

13 ஆண்டுகள் தமிழ்நாட்டில் சிறைவாசம் அனுபவித்த கதிரேசன் என்னும் தம்பா பிள்ளை மகேஸ்வரன், சிறையிலிருந்து விடுவிக்கப்பட்டு 2010ல் செங்கல்பட்டு சிறப்பு முகாமில் தங்கவைக்கப்பட்டார். இந்திய குடியுரிமை இல்லாத காரணத்தால் அவரது விருப்பத்தின் படி வெளிநாட்டுக்கு அனுப்பி வைக்கப்பட்டார். ஆம். அதே மீனம்பாக்கம் விமான நிலையம் வழியாகத்தான் பத்திரமாகக் கிளம்பிச் சென்றார்.

•

29. நீக்கப்பட்டது ஏன்?

தி.மு.கவில் இருந்து எம்.ஜி.ஆர். நீக்கப்பட்டார் என்பது மில்லினியம் குழந்தைகளுக்கும் தெரிந்த விஷயம்.

1972. அக்டோபர் *10* அன்று சென்னையில் தி.மு.கவின் தலைமை நிர்வாகிகள் கூடி, பொருளாளரும் புரட்சி நடிகருமான எம்.ஜி.ஆரைக் கட்சியிலிருந்து தற்காலிகமாக நீக்குவதாக அறிவித்தபோது, எம்.ஜி.ஆர்., சத்யா ஸ்டுடியோவில் இதய வீணை படப்பிடிப்பில் இருந்தார். எம்.ஜி.ஆருக்கு மட்டுமல்ல அவருக்கு நெருக்கமானவர்களுக்கும் அதில் ஆச்சர்யம் எதுவுமில்லை.

வெளியே காத்திருந்த பத்திரிக்கையாளர்களுக்குப் பாயசம் வழங்கிய எம்.ஜி.ஆர்., கூடிய விரையில் நல்ல செய்தி தெரிவிப்பதாகச் சொன்னார்.

நீண்டநாட்களாகவே கருணாநிதிக்கும் எம்.ஜி.ஆருக்கும் பனிப்போர் நடந்து கொண்டிருந்தது. பொதுக்குழு கூடப்போவதாக அறிவிப்பு வந்த நாள் முதல் முரண்பாடுகள் வெளிச்சத்திற்கு வந்தன. இரண்டு நாட்களுக்கு முன்னர் திருக்கழுக்குன்றம் பொதுக்கூட்டத்தில்

எம்.ஜி.ஆர். பேசியிருந்த விஷயங்கள் கட்சித் தலைமையைக் கோபமூட்டியிருந்தன.

'அரசியலில் இன்னும் தீவிரமாகப் பங்கேற்க வேண்டும் என்கிறார்கள். இவ்வளவு கொஞ்சமாக அரசியலில் பங்கேற்பதையே சிலரால் தாங்கிக் கொள்ள முடியவில்லை. இன்னும் அதிகமாக அரசியலில் ஈடுபட்டால் என்னவாகுமோ?

'எம்.ஜி.ஆர். என்றால் தி.மு.க.; தி.மு.க. என்றால் எம்.ஜி.ஆர்.' என்றேன். உடனே ஒருவர், 'நாங்கள் எல்லாம் தி.மு.க. இல்லையா?' என்று கேட்டார். என்னால் சொல்ல முடியும். உன்னால் முடிந்தால் நீயும் சொல்லிக்கொள். உனக்குத் துணிவில்லை என்பதால் என்னைக் கோழை ஆக்கிவிடாதே' என்றேன்.

'தி.மு.கவுக்கு வாக்களியுங்கள். வாக்குறுதிகளை நிறை வேற்றுவோம். ஆட்சியில் ஊழல் இருக்காது; நேர்மையிருக்கும் என்று உறுதி கொடுத்தேன். அப்படி இருக்கவேண்டும் என்று சொல்வதற்கு எனக்கு உரிமை இல்லையா?

'கட்சியிலிருந்து எம்.ஜி.ஆர். போய்விடுவார் என்று சொல்வதற்கு அவர்களுக்குப் பயம். யாருக்கோ என்னுடைய கேள்வி உறுத்துகிறது. ஆட்சியில் பங்கேற்பவர்கள், அமைச்சர்கள், சட்டமன்ற, நாடாளுமன்ற உறுப்பினர்கள் அனைவரும் கணக்குக் காட்ட வேண்டும் என்கிறேன். யாருக்கு எத்தனை சொத்து என்று ஏன் பொதுக்குழுவில் கேட்கக்கூடாது?

'ராமச்சந்திரன் சினிமாவில் நடிக்கிறான்; சம்பாதிக்கிறான்; நீ சம்பாதித்தால் அதற்குக் கணக்குக் காட்டு!'

வழக்கத்திற்கு மாறாக எம்.ஜி.ஆர். அதிரடியாகப் பேசியிருந்தார். கட்சியை உடைப்பது என்றொரு முடிவை எம்.ஜி.ஆர். எடுத்துவிட்டதாகடு கிசுகிசுக்கப்பட்டது. திருக்கழுக்குன்றத்துப் பேச்சு, முதல்வர் கருணாநிதியை மட்டுமல்ல அமைச்சர்களையும் காயப்படுத்திய பேச்சு என்பதால் நடவடிக்கை எடுத்தாக வேண்டும் என்று முடிவு செய்தார்கள்.

சென்னையில் நாவலர் நெடுஞ்செழியன் தலைமையில் நடந்த தி.மு.கவின் தலைமை நிர்வாகிகள் கூட்டத்தில் 12 மாவட்டச் செயலாளர்கள் கலந்து கொண்டார்கள். இது தவிர சத்தியவாணி முத்து, ப.உ. சண்முகம், க. ராஜாராம் உள்ளிட்ட 26 பேர் கையெழுத்திட்ட தீர்மானமும் நிறைவேற்றப்பட்டது.

கழகக் கட்டுப்பாட்டை மீறியதாக தி.மு.கவின் பொருளாளரான எம்.ஜி.ஆரை கட்சியிலிருந்து தற்காலிகமாக நீக்கியிருப்பதாகவும், விளக்கம் தருவதற்குப் பத்து நாள் அவகாசமும் தரப்பட்டது. புரட்சி நடிகர் எம்.ஜி. ராமச்சந்திரனைத் தற்காலிகமாக நீக்கம் செய்து, விளக்கம் தர பத்து நாள் அவகாசம் தரப்பட்டது.

எம்.ஜி.ஆர். கட்சியிருந்து நீக்கப்பட்ட செய்தி, அவரது ரசிகர்களிடையே பெரும் கொந்தளிப்பை ஏற்படுத்தியது. தமிழகம் முழுவதும் போராட்டம் வெடித்தது. போக்குவரத்து பாதிக்கப் பட்டது. கலவரங்களும் கடையடைப்புகளும் நடந்தன. என்றாவது ஒருநாள் கட்சியிலிருந்து நீக்கப்படுவோம் அல்லது விலகிவிடுவோம் என்பது எம்.ஜி.ஆருக்குத் தெரியும். ஆனால், அவரது ரசிகர்களுக்கு அதுவொரு பேரதிர்ச்சியாக இருந்தது. தி.மு.கவைத் தங்களது சொந்தக்கட்சியாகவே நினைத்தார்கள்.

எம்.ஜி.ஆர். படம் வெளியீடுகளில் திரையரங்க வளாகங்களில் தி.மு.க. கொடி பறக்கும். சினிமா போஸ்டரில் அண்ணா படமெல்லாம் அச்சடித்திருப்பார்கள். 1971 தேர்தலுக்குப் பின்னர் அரசியலிலும் சினிமாவிலும் எம்.ஜி.ஆர். உச்சத்தில் இருந்த நேரத்தில்தான் முதல்வரோடு அவருக்கு மோதல் ஏற்பட்டது. ஒரே நாளில் கட்சியிலிருந்து நீக்கப்பட்டு, வெறும் நடிகராக்கப்பட்டது அவரது ரசிகர்களைத் தாண்டி மக்கள் மத்தியில் பெரிய அனுதாப அலையை உருவாக்கிவிட்டது.

ஓர் அரசியல் கட்சியில் தலைமைப் பொறுப்பில் இருக்க வேண்டும், முதல்வராக வேண்டும். தனிக்கட்சி தொடங்கவேண்டும் என்றெல்லாம் எம்.ஜி.ஆர். எந்நாளும் நினைத்ததில்லை. சினிமாவுலகில் தன்னுடைய ஆதிக்கம் குறையக்கூடாது என்று நினைத்தார். எம்.ஜி.ஆரின் அரசியல் செல்வாக்கு அவரது சினிமா செல்வாக்கைத் தக்க வைத்திருந்தது. தேர்தல் அரசியலில் இருந்தாலும் எந்நாளும் முழு நேர அரசியல்வாதியாக அவர் தன்னை நினைத்துக் கொண்டதில்லை.

கட்சியிலிருந்து நீக்கப்பட்ட செய்தி வெளிவந்ததும் உற்சாகமாக தன்னுடைய சுற்றுப்பயணத்தை ஆரம்பித்துவிட்டார் எம்.ஜி.ஆர். சென்னையின் புறநகர்ப் பகுதிகளில் மக்களைண் சந்தித்து, 'இனி நான் என்ன செய்ய வேண்டும் என்று நீங்களே முடிவு செய்யுங்கள்' என்றார். தன்னுடைய ரசிகர்கள் புடை சூழ காஞ்சிபுரத்திற்கு வந்தவர், 'என்னுடைய தர்மயுத்தத்தை அங்கீகரித்தால் அறிஞர் அண்ணா அவர்களே அங்கீகரித்தற்குச் சமமாகும். நீங்கள் என்ன

சொல்கிறீர்கள்?' என்று மக்களைப் பார்த்துக் கேள்வி எழுப்பினார். 'ஆம், ஆதரிக்கிறோம்' என்று மக்களும் கோஷமிட்டார்கள்.

ஓர் அரசியல் கட்சியிலிருந்து ஒரு தனிநபர் நீக்கப்பட்டார் என்பதற்காக மாநிலம் முழுவதும் போராட்டம் வெடிப்பது அதுதான் முதல் முறை. எம்.ஜி.ஆர். ரசிகர்கள் வன்முறையில் இறங்கினார்கள். சாலை மறியல், ஊர்வலம், கடையடைப்பு அடுத்து வந்த நான்கு நாட்களுக்குத் தமிழ்நாடு முழுவதும் தொடர்ந்து நடந்தது. தி.மு.க. அமைச்சர்களால் காவல்துறை பாதுகாப்பின்றிப் பொதுவெளியில் நடமாட முடியாத நிலை இருந்தது.

எம்.ஜி.ஆரைக் கட்சியிலிருந்து நீக்கியதை நியாயப்படுத்தி கருணாநிதி நிறையப் பேசவும், எழுதவும் வேண்டியிருந்தது. '15 லட்சம் உறுப்பினர்களையும், 18 ஆயிரம் கிளைகளையும் கொண்ட கழகம். என்னுடைய 27 ஆண்டுகால நண்பரைக் காப்பாற்றுவதை விடக் கழகத்தைக் காப்பாற்ற வேண்டியது முக்கியம். கழக ஆட்சியில் ஊழல் இருப்பதாகப் பொதுவிடத்தில் பேசியதால் கட்சியின் தலைமை நிர்வாகிகள் எடுத்த முடிவு. அதில் நான் தலையிடப் போவதில்லை' என்றார்.

'தி.மு.க. கட்சிக்குள் நடைபெறும் மோதல். இதில் நான் கருத்து சொல்வதற்கில்லை' என்றார் காமராஜர். ஆனால், ராஜாஜி, எம்.ஜி.ஆரை ஆதரித்தார். 'எம்.ஜி.ஆரைக் கட்சியை விட்டு நீக்கியது அண்ணாதுரையைக் கட்சியை விட்டு நீக்கியது போன்ற செயல்' என்றார். தமிழ்நாட்டில் சட்டம் ஒழுங்கு கெட்டுவிட்டது. ஊழல் மலிந்து விட்டதாக சுயராஜ்யாவில் கட்டுரைகள் வந்தன. எம்.ஜி.ஆரை நேரில் சென்று சந்தித்த ராஜாஜி, 'பத்தாண்டுகளுக்கு முன்னரே நீங்கள் வெளியே வந்திருக்க வேண்டும்' என்றார். இது போதாதா, பெரியாருக்கு?

மயிலாப்பூரில் நடந்த பொதுக்கூட்டத்தில் எம்.ஜி.ஆர். நீக்கப்பட்டது பற்றி பெரியார் பேசினார். 'தி.மு.கவின் பொருளாளரே இவர்தான். சொத்துக் கணக்கு தெரிய வேண்டுமென்றால் ரகசியமாகக் கேட்டிருக்கலாம். பொது மேடையில் பேசியதால் கழகத்துக்குத்தான் கேடு செய்தார்கள். இதற்கு நடவடிக்கை எடுக்காமல் விட்டால் கழகத்தின் கதி என்ன? எதிர்காலம் இருக்குமா? கட்சியை விட்டு வெளியில் போவதற்கு சாக்குத் தேடியது போல் போய்விட்டு, இப்போது குப்பை போடுகிறார்கள்' என்றார்.

தி.மு.கவின் செயற்குழுவும், அடுத்தடுத்து பொதுக்குழுவும் கூடி எம்.ஜி.ஆரைக் கட்சியை விட்டு நீக்கியது சரியென்று தீர்மானம்

நிறைவேற்றின. பெரியாருக்கு நெருக்கமானவர்கள் எம்.ஜி.ஆரிடம் பேசி சமாதானம் செய்யுமாறு கேட்டுக் கொண்டார்கள். பெரியார் திடலுக்கு, பெரியாரை நேரில் சந்திக்க வந்த எம்.ஜி.ஆரிடம் பெரியார் பேசினார். எம்.ஜி.ஆர். பெரியாரிடம் எந்த உறுதியும் தரவில்லை. பெரியார் என்ன பேசினார் என்பதும் தெரியவில்லை.

மறுநாள் சென்னையிலிருந்து திருச்சிக்குச் சென்று கொண்டிருந்த பெரியாரின் வேனை விழுப்புரம் அருகே எம்.ஜி.ஆர். ரசிகர்கள் வழிமறித்தார்கள். பெரியாரைக் கடுமையாக விமர்சித்தவர்கள், கருணாநிதி ஒழிக என்று முழக்கமிடும்படி வற்புறுத்தினார்கள். பெரியார் கோபத்தின் உச்சிக்கே சென்றார். தனக்கெதிராக எம்.ஜி.ஆர். தன்னுடைய ரசிகர்களைத் தூண்டிவிடுவதாக நினைத்தார்.

தமிழ்நாடு முழுவதும் அமளிதுமளியெல்லாம் ஓய்ந்த பின்னர் எம்.ஜி.ஆர். ஓர் அறிக்கை வெளியிட்டார். தி.மு.கவிலிருந்து தான் விலகிவிட்டதாகவும், புதுக்கட்சி துவங்கப்போவதாகவும் அறிவித்தார்.

சென்னையிலிருந்து ரயில் மூலம் மதுரைக்குக் கிளம்பிய எம்.ஜி.ஆர்., அங்கே புதுக்கட்சிக்கான கொடியை அறிமுகம் செய்து வைத்தார். கருப்பு, சிவப்பு வண்ணத்துடன் நடுவே வெள்ளைத் தாமரையின் உருவம் இடம்பெற்றிருந்தது.

இந்திரா காந்தி எதிர்பார்த்ததுபோல் ஒரு புதுக்கட்சி பிறந்திருப்பதாக விடுதலை, சுதேசமித்திரன் என அனைத்துப் பத்திரிக்கைகளும் தொடர்ந்து எழுதிக்கொண்டிருந்தன. கருணாநிதியின் தலைமை மாறினால் மட்டும் போதாது, தி.மு.கவை வீட்டுக்கு அனுப்ப வேண்டும் என்று எம்.ஜி.ஆர். பேசினார். ராஜாஜியின் ஆதரவும், காமராஜரின் மௌனமும் தமிழ்நாட்டு அரசியலின் போக்கை மாற்றியமைத்தன. கருணாநிதி ஙண் எம்.ஜி.ஆர். என்னும் இரு துருவ அரசியலுக்கு அடித்தளமிடப்பட்டது.

எம்.ஜி.ஆரின் வருமானம், அவரது இன்கம் டாக்ஸ் பிரச்னை பற்றியெல்லாம் தி.மு.க. தலைவர்கள் மட்டுமல்ல பெரியாரும் கேள்வி எழுப்பினார்கள். இரண்டு ஆண்டுகளாக பொருளாளராக இருந்தவர், இதுவரை கேட்காத கணக்கை ஏன் இப்போது கேட்கிறார் என்றார்கள். அண்ணாவின் மருத்துவச் செலவுக்கு எம்.ஜி.ஆர். பணம் கொடுத்து உதவியதாகச் சொன்னபோது, அது அரசு செய்த உதவியா, எம்.ஜி.ஆருடைய வருமான வரிக்கணக்கில் எழுதப்பட்டிருக்கிறதா என்றெல்லாம் விமர்சனம் வந்தது.

எம்.ஜி.ஆரின் கருணாநிதி எதிர்ப்பு என்பது தி.மு.க. எதிர்ப்பாக மாறிப்போனது. ஒரு வருடத்திற்கு 15 படங்களில் நடித்துக் கொண்டிருந்த எம்.ஜி.ஆர். தன்னுடைய ரசிகர்களையும் துடிப்பாக வைத்திருந்தார். ஒவ்வொரு மாதமும் குறைந்த பட்சம் ஒரு பட வெளியீடு. தி.மு.கவினரை விட ரசிகர்கள் உற்சாகமாகவும், கட்சிப்பணிகளில் ஆர்வத்துடனும் ஈடுபட்டு வந்தார்கள்.

எம்.ஜி.ஆர். ரசிகர்கள் மன்றம் என்றும் கட்டுக்கோப்பானதாக இருந்ததில்லை. யார் தன்னுடைய ரசிகர்கள், யார் தி.மு.கவினர் என்று பிரித்துப் பார்த்ததில்லை. கட்சிக்காக எம்.ஜி.ஆரையும், எம்.ஜி.ஆருக்காகக் கட்சியையும் ஆதரித்து வந்தவர்கள் ஏதாவது ஒரு முடிவெடுக்க வேண்டிய கட்டாயத்தில் தள்ளப்பட்டார்கள்.

சில இடங்களில் எம்.ஜி.ஆர். மன்றங்கள் கலைக்கப்பட்டன. நிறைய இடங்களில் தி.மு.க. கொடி, பேனர்களை ரசிகர்கள் அடித்து, உடைத்தனர். அமைச்சராக இருந்த மன்னை நாராயணசாமி ராமநாதபுரத்தில் பொதுக்கூட்டத்தில் பேசும்போது, உள்ளே புகுந்த எம்.ஜி.ஆர். ரசிகர்களின் குழப்பத்தால் அவரது மண்டை உடைந்தது.

ராஜாஜியும், கம்யூனிஸ்ட் கட்சித் தலைவர்களும் எம்.ஜி.ஆருக்கு ஆதரவாக இருந்தார்கள். பெரியார், எம்.ஜி.ஆர். ரசிகர்களைக் கடுமையாக விமர்சித்தார். பணக்காரர்களும் பார்ப்பனர்களும் சேர்ந்து தி.மு.க. ஆட்சியை ஒழிப்பதற்காக எம்.ஜி.ஆருக்கு ஆதரவாக இறங்கியிருப்பதாகப் பேசினார். 'இந்திரா காங்கிரஸ் கட்சியின் ஆதரவு அவர்களுக்கு இருக்கிறது. தி.மு.கவுக்குக் கலைத்துறையில் தொடுப்பு இருந்ததால் எம்.ஜி.ஆர். அங்கிருந்து அரசியலுக்கு இழுக்கப்பட்டார். பின்னர் எப்படியோ பொருளாளராகவும் ஆகிவிட்டார்.

தனக்கு அமைச்சர் பதவி வேண்டுமென்று எம்.ஜி.ஆர். கேட்டாராம். வரம்பு மீறிப் பேசிவிட்டாராம் என்றெல்லாம் காரணத்தை அடுக்குகிறார்கள். இதெல்லாம் தி.மு.கவை விட்டு வெளியேறு வதற்கான சாக்குதான். எம்.ஜி.ஆரைத் தூக்கி வைத்துக் கொண்டாடும் பத்திரிகைகள், எம்.ஆர். ராதா அவரைச் சுட்டபோது கண்டு கொள்ளவில்லை. கருணாநிதிக்கு எதிராக எம்.ஜி.ஆர். கிளம்பி விட்டார் என்றதும் கொண்டாட ஆரம்பித்துவிட்டார்கள். தமிழர்களே, உங்கள் தலையில் நீங்களே நெருப்பை அள்ளிக் கொட்டிக் கொள்ளாதீர்கள்' என்றார் பெரியார்.

எம்.ஜி.ஆருடனான சந்திப்பு, அதைத் தொடர்ந்து எம்.ஜி.ஆர். ரசிகர்களின் எதிர்ப்பும் பெரியாரைத் தொடர்ந்து எம்.ஜி.ஆரை

விமர்சிக்க வைத்தது. டெல்லியிலிருந்து ஆட்கள் இயக்குவதால் எம்.ஜி.ஆர். அதற்கேற்ப நடந்து கொள்கிறார். எம்.ஜி.ஆர். இந்திரா காங்கிரஸ் கட்சியில் சேர்ந்துவிடுவார் அல்லது தனிக்கட்சி ஆரம்பித்து இந்திரா காங்கிரஸ் கட்சியுடன் கூட்டணி வைத்துக் கொள்வார் என்றெல்லாம் விடுதலையில் தொடர்ந்து எழுதப்பட்டன.

'எம்.ஜி.ஆர். ஒரு கலைஞர். எனக்கு அந்தத் துறையில் அனுபவம் இல்லை. சுயமரியாதை உள்ள நடிகரின் நாடகம்தான் நான் பார்ப்பேன். இரண்டொரு படங்கள் பார்த்திருக்கிறேன். சிவாஜி கணேசன், எம்.ஆர் ராதா யாரென்பது எனக்கு நன்றாகவே தெரியும். ஆனால், எம்.ஜி.ஆரை எனக்குத் தெரியாது.

இரண்டொரு நிகழ்ச்சிகளில் பார்த்தபோது வணக்கம் தெரிவித்தார். நானும் பதில் வணக்கம் தெரிவித்தேன். இன்கம்டாக்ஸ் தொல்லை இருப்பதாகச் சொல்கிறார்கள். ஆகவே குழப்பம் வருவது இயற்கைதான்.இனி கழகத்திற்கு இவரால் தொல்லை ஏற்படும். இனி கலைத்துறையிலும் வீழ்ச்சியடைவார். பார்ப்பனர்களின் ஆதரவோடு எத்தனை நாள் இவரால் செயல்படமுடியும்' என்றெல்லாம் பெரியார் பேசினார்.

எம்.ஜி.ஆர். ரசிகர்களுக்குப் பெரியார் மீது கோபம் வராவிட்டால்தான் ஆச்சர்யம்.

தமிழ்நாட்டில் உள்ள தொழிற்சாலைகளில் தமிழரல்லாதவர்களின் ஆதிக்கம் அதிகமாகிவிட்டது. பாதிக்கு மேல் மலையாளிகளின் ஆதிக்கம்தான் இருக்கிறது. எம்.ஜி.ஆரின் துரோகத்தாலும், டில்லி அரசின் சூழ்ச்சியாலும் தி.மு.க. ஆட்சி கவிழ்ந்து போனால், தமிழனுக்கு வாய்ப்பு ஏது? கலவரம் செய்ய மாணவர்களைத் தூண்டி விடுகிறார்கள். தி.மு.க. ஆட்சியைக் கவிழ்க்க எம்.ஜி.ஆர். கருவியாக இருக்கிறார் என்று அடுத்தடுத்துத் தொடர்ந்து பெரியார் பேசி வந்தார்.

எம்.ஜி.ஆர். ரசிகர்கள், பெரியாருக்கு எதிராக உக்கிரமானார்கள். திண்டுக்கல்லில் இருந்த பெரியார் சிலையை உடைக்க முயற்சிகள் நடந்தன. தமிழ்நாடு முழுவதும் உள்ள பெரியார் சிலைகளுக்குக் குறி வைக்கப்பட்டது.

மக்கள் மத்தியிலும் கட்சிக்குள்ளேயும் எம்.ஜி.ஆருக்கு அனுதாபம் இருப்பதை கருணாநிதி நன்றாகவே புரிந்து கொண்டார். அதற்கேற்றபடி சமரசங்களில் இறங்கினார். முன்னர் பல்வேறு காரணங்களுக்காகக் கட்சியிலிருந்து ஒதுக்கி

வைக்கப்பட்டவர்களைத் திரும்பச் சேர்த்துக்கொண்டார். அண்ணாவின் முக்கியமான தளபதியாக இருந்து, கருணாநிதியிடம் இருந்து தள்ளியிருந்த மதியழகனை, தேடிப்போய் சபாநாயகர் பதவியைக் கொடுத்து அரவணைத்துக் கொண்டார்.

எம்.ஜி.ஆர். தன்னுடைய ஆதரவாளர்களுடன் ஊர்வலமாகப் போய், ஆளுநரிடம் மனு கொடுத்தார். நான்கு மாதம் முன்பு வரை ஆட்சிக்கு ஆதரவாக இருந்துவிட்டு இப்போது டெல்லியின் கைப்பாவையாக இருந்து ஆட்சியைக் கலைக்க முயற்சி செய்வதாக குற்றம் சாட்டிய கருணாநிதி, எம்.ஜி.ஆரின் புகார்ப்பட்டியலில் உள்ள குற்றச் சாட்டுகளுக்குப் பதில் விளக்கம் தந்து அதைப் புத்தகமாகவும் வெளியிட்டுவிட்டார்.

மதியழகன் மாறிவிட்டார், தனக்கு ஆதரவாக இருப்பார் என்று கருணாநிதி நினைத்தது தவறாகிவிட்டது. சட்டசபையைக் கலைத்துவிட்டு மறு தேர்தல் நடத்தலாம் என்று சட்டசபையில் மதியழகன் அறிவித்தது அதிர்ச்சியலைகளை ஏற்படுத்தியது. ஆயிரம் விளக்குத் தொகுதியில் இருந்த அவரது வீட்டின் முன்பு தி.மு.கவினர் ஆர்ப்பாட்டம் நடத்தினார்கள். மதியழகனின் யோசனை சரிதான் என்று பத்திரிகைகளும் எழுதின.

அரசியல் ரீதியாகவும் தொழில் ரீதியாகவும் தன்னை அழித்திட முயன்றதால் புதுக்கட்சி தொடங்கி முடிவு செய்ததாகக் கூறினார், எம்.ஜி.ஆர்.

எம்.ஜி.ஆருக்கு ஏற்பட்ட நெருக்கடியைத் தமிழ்நாட்டுக்கு ஏற்பட்ட சோதனையாக அவரது ரசிகர்கள் மாற்றியமைத்தார்கள். சேலத்தில் முதல்வர் கருணாநிதி பேச இருந்த கூட்டத்தில் நுழைந்து, மின்சார டிரான்ஸ்பார்மரைக் கொளுத்தினார்கள், கோபமடைந்த பெரியார், எம்.ஜி.ஆர். ரசிகர் மன்றங்களைத் தடை செய்ய வேண்டும். 'தி.மு.கவை ஒழிக்க முயன்று தோற்றவர்களின் கையாள்தான் எம்.ஜி.ஆர். எதைச் சொன்னால் மக்கள் ஏமாறுவார்களோ அதைச் சொல்லி எம்.ஜி.ஆர். மக்களை ஏமாற்றுகிறார்' என்றார்.

திண்டுக்கல் இடைத்தேர்தலில் அ.தி.மு.க வெற்றி பெற்றதும், திண்டுக்கல் மக்களின் தீர்ப்புதானே தவிர, தமிழ்நாட்டின் தீர்ப்பல்ல என்றார், கருணாநிதி. பெரியாரும் திண்டுக்கல் வெற்றியைப் பெரிதுபடுத்தவில்லை. திண்டுக்கல் முடிவு எதிர்பாராதது. என்ன காரணம் என்னவென்பது தெரியவில்லை. சகித்துக் கொள்வதைத் தவிர வேறு வழியில்லை என்று பெரியாரிடமிருந்து உப்புச் சப்பில்லாத அறிக்கையொன்று விடுதலையில் வந்தது.

பெரியாரின் 95வது பிறந்தநாள் வந்தபோது பெரியார் திடலுக்கு வந்த எம்.ஜி.ஆர்., அவருக்கு மாலை சூட்டி 5000 ரூபாய் அன்பளிப்பு வழங்கினார். பெரியாருக்கு சென்னையில் ஒரு சிலை அமைக்கப் போவதாகக் குறிப்பிட்டார். பின்னாளில் முதல்வரானதும் முதல் வேலையாக பெரியாருக்கு ஒரு சிலையை வைத்து, திறப்பு விழா நடத்தினார்.

எம்.ஜி.ஆர். ஏன் கட்சி ஆரம்பித்தார்? இன்னொரு 50 ஆண்டு களானாலும் விடை தெரியாத கேள்வி அது. தி.மு.கவினரின் சொத்துக்கணக்கு வெளியிடச் சொன்ன எம்.ஜி.ஆர். கடைசிவரை தன்னுடைய சொத்துக் கணக்கை வெளியிட்டதில்லை. தன்னுடைய கட்சியினரையும் சொத்துக்கணக்கு வெளியிடுமாறு கேட்டுக் கொண்டதில்லை. அவருக்குப் பின் கட்சியின் தலைமைப் பொறுப்புக்கு வந்த ஜெயலலிதா வருமானத்திற்கு மீறி சொத்து சேர்த்த காரணத்தால்தான் சிறைக்குச் செல்ல வேண்டியிருந்தது.

•

30. ராஜ்குமார் கடத்தல்

22 ஆண்டுகளுக்கு முன்னர் நடந்த இந்தியாவின் மிகப்பெரிய கடத்தல் சம்பவம் அது. 108 நாட்கள் இரு மாநிலங்களையும் பதற்றத்தில் வைத்திருந்த நிகழ்வும்கூட. கன்னட சினிமாவிலும், கர்நாடக மக்களின் வாழ்க்கையிலும் இரண்டறக் கலந்துவிட்ட 'கன்னடத்துக் கண்மணி' என்னும் ராஜ்குமார், சந்தனக் கடத்தல் வீரப்பனால் கடத்தப்பட்டார்.

தமிழ்நாட்டின் சத்தியமங்கலம் காட்டில் ராஜ்குமாரும் அவரது உறவினர்களும் 108 நாட்கள் பிணையாக வைக்கப்பட்டதற்கான காரணம் என்ன? எப்படி விடுவிக்கப்பட்டார்? விடை தெரியாத கேள்விகள் நிறைய.

எட்டாயிரம் சதுர கி.மீ. பரப்பளவு கொண்ட அடர்ந்த காட்டில் தினமும் தன்னுடைய இருப்பிடத்தை மாற்றிக்கொண்டு இரு மாநில அரசுகளுக்கும் கண்ணாமூச்சி காட்டிக்கொண்டிருந்தான், வீரப்பன். அவனை எப்படியாவது பிடித்துவிடவேண்டும் என்று காட்டுக்குள் போய் உயிர் விட்ட காவல்துறை அதிகாரிகள் ஏராளம். தமிழ்நாட்டை கர்நாடகாவுடனும் கேரளாவுடனும் இணைக்கும் அந்த அடர்ந்த காடுதான் அவனுக்கு அரணாக இருந்தது.

கொள்ளேகால் முதல் பவானி வரை, ஒகேனக்கல் முதல் ஜோல்லிபாளையம் வரை வீரப்பனின் ஆட்சிதான் நடந்தது. ஆனால், 90களின் ஆரம்பத்தில் இரு மாநிலங்களும் சேர்ந்த நடத்திய தேடுதல் வேட்டையால் வீரப்பனின் நடமாட்டம், சிறிய எல்லைக்குள் குறுக்கப்பட்டது. அதற்கு இன்னொரு காரணமும் இருந்தது.

ஸ்ரீநிவாஸ் என்றொரு காட்டிலாக அதிகாரியைச் சந்திக்க விரும்புவதாக வரவழைத்த வீரப்பன், அவரை வஞ்சகமாக சுட்டுக்கொன்று அவரது தலையை வெட்டியெடுத்தான். வீரப்பன் பிறந்த ஊரான கோபிநத்தம் பகுதியில் உள்ள மக்களுக்கு நெருக்கமாக இருந்தவர், ஸ்ரீநிவாஸ். அந்த ஊர் மக்களுக்காக மருத்துவமனையும், கோயிலையும் கட்டித் தந்தவர். மருத்துவமனையில் வீரப்பனின் சகோதரியான மாரியம்மாவைப் பணியில் அமர்த்தினார். வீரப்பனின் நடமாட்டத்தைத் தடுக்க அதே கிராமத்தில் மக்களோடு மக்களாகத் தங்கியிருந்தவர்.

வீரப்பனின் நெருங்கிய கூட்டாளியாக இருந்த 50 பேரைச் சரணடைய வைத்து, கடத்தல் தொழிலிலிருந்து அவர்களை மீட்டு, கூலி வேலை வாங்கிக் கொடுத்தார். தன்னுடைய ஆதரவாளர்களை மடைமாற்றும் காட்டிலாகா அதிகாரியின் பின்னணியில் வேறு யாரோ இருக்கிறார்கள் என்று வீரப்பன் சந்தேகப்பட்டதால் ஸ்ரீநிவாஸ் கொலை செய்யப்பட்டார். ஸ்ரீநிவாஸ் மரணத்திற்குப் பிறகு வீரப்பனுக்குச் சொந்த கிராமத்திலேயே ஆதரவாளர்கள் இல்லாமல் போனது. இதனால் தன்னுடைய நடமாட்டத்தைத் தமிழ்நாட்டு எல்லைக்குள் நிறுத்திக்கொண்டான்.

20 ஆண்டுகளில் வீரப்பன், 124 பேரைக் கொன்றிருக்கிறான். 25 பேருக்கும் மேற்பட்டவர்களைக் கடத்தியிருக்கிறான். மரம் கடத்திய வழக்கும் தொடங்கி, காவல்துறை அதிகாரிகளைச் சித்ரவதை செய்து கொலை செய்தது வரையிலான நூற்றுக்கணக்கான வழக்குகள் வீரப்பன் மீது பதிவு செய்யப்பட்டிருந்தன. பல லட்சங்களைச் செலவழித்து அவனைப் பிடிப்பதற்காக அதிரடிப்படையினர் காட்டுக்குள் அனுப்பி வைக்கப்பட்டார்கள். எந்தப் பலனுமில்லை.

ராஜ்குமாரைக் கடத்தியதால் வீரப்பன், தேசிய அளவில் கவனிக்கப்படும் கிரிமினலாக உயர்ந்தான். அதற்கு முன்னர் எத்தனையோ பேரைக் கடத்திச் சென்றிருக்கிறான். அவர்களும் காட்டில் அவனுடன் பத்து நாட்கள் இருந்துவிட்டு வெளியே வந்து வீரப்பன் புகழ் பாடியிருக்கிறார்கள். விளம்பரப் பிரியனான வீரப்பன், பத்திரிக்கையாளர்களும் புகைப்படக்கலைஞர்களும் சந்திக்க வந்தால்

அவர்களுக்காக 150 கி.மீ தூரம் வரை நடந்து வந்து சந்தித்த நிகழ்வுகளும் உண்டு.

ராஜ்குமாரின் பண்ணை வீடு, தாளவாடி அருகே தொட்டகாஜனூரில் இருந்தது. வீரப்பனுக்கு நன்கு பழக்கமான பகுதிதான். ஒரு அமாவாசை நாளில், இரவு எட்டு மணிக்கு ராஜ்குமாரோடு அவரது மைத்துனர் கோவிந்தராஜ், உறவினர் நாகேஷ், இயக்குநரும் ராஜ்குமாரின் உதவியாளருமான நாகப்பா ஆகியோர்களைத் துப்பாக்கி முனையில் வீரப்பனும் அவனது கூட்டாளிகளும் கடத்திச் சென்றார்கள். வீரப்பனின் வழக்கமான கடத்தல் நிகழ்வு என்றுதான் நினைத்தார்கள்.

கடத்தப்பட்டவரோ, கன்னட சினிமாவின் சூப்பர் ஸ்டார். ராஜ்குமாருக்குச் சினிமாவில் மட்டுமல்ல அரசியலிலும் பெரிய செல்வாக்கு இருந்து வந்தது. அவருடைய ரசிகர் மன்றங்கள் மாநிலம் முழுவதும் துடிப்போடு செயல்பட்டு வந்த நேரம். ராஜ்குமாரை விடுவிக்கக் கோரி கர்நாடகா முழுவதும் போராட்டங்கள் நடந்தன. பெங்களூர், மைசூர் போன்ற பகுதிகளில் தமிழர்கள் வசிக்கும் இடங்களில் பதற்றம் தொற்றிக்கொண்டது.

வழக்கம்போல் தமிழக அரசு, வீரப்பனைத் தொடர்பு கொள்ள முயற்சி செய்தது. தமிழக அரசின் தூதுவராக நக்கீரன் கோபால் சத்தியமங்கலம் காட்டிற்கு அனுப்பி வைக்கப்பட்டார். சமாதானப் பேச்சுவார்த்தை ஆரம்பமானது. அரசு தூதுவராக நக்கீரன் கோபால், வீரப்பனை மூன்று முறை சந்தித்துப் பேச்சு வார்த்தை நடத்தினார். ஏராளமான காஸெட் வீரப்பனுக்கு அனுப்பி வைக்கப்பட்டது.

வீரப்பனும் தன்னுடைய கோரிக்கைகளைப் பட்டியலிட்டு அனுப்பியிருந்தான். தடா வழக்கின் கீழ் கைது செய்யப்பட்டு கர்நாடக சிறைகளில் விசாரணைக் கைதிகளாக உள்ள தமிழர்களை விடுவிக்க வேண்டும் என்பதுதான் பிரதான கோரிக்கையாக இருந்தது. முன்பு போல் தனக்கு பொது மன்னிப்பு வழங்க வேண்டும் என்று கேட்காததால் வீரப்பனின் பின்னணியில் ஒரு புதுக்கூட்டம் இருப்பது உறுதியாகிவிட்டது.

ஒரு வழியாக 100 நாள் நாடகம் நிறைவுக்கு வந்தது. 2000, நவம்பர் 14 அன்று மாலை ராஜ்குமார் விடுவிக்கப்பட்டார். ஆனால், மறுநாள் காலை 8 மணிக்குப் பின்னரே இரு மாநில முதல்வர்களுக்கும் விஷயம் தெரிந்தது. ஈரோட்டிலிருந்து இருவரையும் தொடர்பு கொண்ட ராஜ்குமார், தான் விடுவிக்கப்பட்டதாகவும், நலமுடன்

இருப்பதாகவும் தெரிவித்தார். அரசு தூதர்கள், அங்கீகரிக்கப்படாத தூதுவர்களெல்லாம் காட்டுக்குள் அனுப்பி வைக்கப்பட்டாலும், ராஜ்குமார் எப்படி மீட்கப்பட்டார் என்பது கேள்விக்குறியாகவே இருந்தது.

சத்தியமங்கலம் காட்டிலிருந்து வெளியே கொண்டு வரப்பட்ட ராஜ்குமார், ஈரோட்டிலிருந்து 25 கி.மீ தூரத்தில் உள்ள ஒரு பண்ணை வீட்டில் தங்க வைக்கப்பட்டார். தமிழக காவல்துறைக்கோ, தமிழ்நாடு அரசு வனத்துறை அதிகாரிகளுக்கோ விஷயம் தெரியாது. ஆனால், பெங்களூரில் உள்ள ராஜ்குமாரின் குடும்பத்தினருக்கு விஷயம் தெரிய வந்தது. அங்கிருந்து கிளம்பி, அன்றிரவே பண்ணை வீட்டிற்கு வந்து சேர்ந்துவிட்டார்கள். தாடியோடு இருந்த ராஜ்குமாருக்கு முகச்சவரம் செய்யப்பட்டது. முடி திருத்தப்பட்டது. தலைமுடிக்குச் சாயம் பூசப்பட்டது.

நவம்பர் 16 அன்று பெங்களூர் வந்து சேர்ந்த நடிகர் ராஜ்குமார், தலைமைச் செயலகத்தில் பத்திரிக்கையாளர்களைச் சந்தித்தார். முன்னதாக ஹெலிகாப்டரில் இருந்து இறங்கியவர், மண்டியிட்டு மண்ணை முத்தமிட்டார். அங்கிருந்து ஊர்வலமாக தலைமைச் செயலகத்திற்கு அழைத்துச் செல்லப்பட்டு கர்நாடக முதல்வர் முன்னிலையில் 30 நிமிடங்களுக்கு ஓர் உணர்ச்சிகரமான உரையை நிகழ்த்தினார்.

காட்டில் இருந்தபோது வீரப்பன் தன்னை நல்ல முறையில் நடத்தியதாகப் பலமுறை குறிப்பிட்டார். பழ. நெடுமாறனை மகாயோகி என்று புகழ்ந்து பேசினார். நக்கீரன் கோபால் அடிக்கடி வந்து போனதையும், நாகப்பா காவலில் இருந்து தப்பிச் சென்றதையும் கிண்டலடித்தார். ஐம்பதுக்கும் மேற்பட்ட இடங்களில் தான் தங்க வைக்கப்பட்டதாகவும், 2 அல்லது 3 நாட்களுக்கு மேல் எந்த இடத்திலும் இல்லை. வீரப்பன் தன்னுடைய இடத்தை மாற்றிக்கொண்டே இருந்ததாகவும் குறிப்பிட்டார்.

தன்னை மீட்டதில் பானுவுக்கு முக்கிய பங்கு இருந்ததாக ராஜ்குமார் குறிப்பிட்டிருந்தார். அரசு தூதரை அனுப்பி ராஜ்குமாரை மீட்கும் முயற்சிகள் தோற்றதால் ராஜ்குமாரின் குடும்பம், வேறு வழிகளில் முயற்சி செய்தது. பெங்களூர் இந்திரா நகரைச்சேர்ந்த தமிழரான பானு, ஒரு மருத்துவர். ராஜ்குமாரின் உடல்நிலையைப் பரிசோதிக்க காட்டுக்குள் அனுப்பப்பட்டார். அவர் மூலமாக சில கோடி பணம் பிணையத்தொகையாக வீரப்பனுக்குத் தரப்பட்டதாகச் சொல்லப் பட்டது.

ஏற்கெனவே ஒருமுறை காட்டுக்குள் சென்று, வீரப்பனைச் சந்தித்துவிட்டுத் திரும்பிய பானு, மறுபடியும் காட்டுக்குள் சென்று ராஜ்குமாரை மீட்டு வந்தார். உடல்நிலை சரியில்லாததுபோல் ராஜ்குமாரை நடிக்குமாறு சொல்லிவிட்டு வந்ததாகவும், அதன் காரணமாகவே வீரப்பன் ராஜ்குமாரை விடுவிக்க மனதளவில் தயாராகிவிட்டதாகவும் சொல்லப்பட்டது. ராஜ்குமாரின் குடும்பத்திற்கும் கர்நாடக முதல்வருக்கும் நெருக்கமானவராக இருந்த பானுவின் செயல்பாடுகள் பற்றி வெளிப்படையாகப் பேசுவதற்கு யாரும் தயாராக இல்லை.

ராஜ்குமார் கடத்தப்பட்டு 100 நாட்கள் ஆகியிருந்த நிலையில் பானு, ராம்குமார், கொளத்தூர் மணி போன்றவர்கள் தந்த நம்பிக்கையினால் கர்நாடக முதல்வர் நம்பிக்கையோடு இருந்தார். நக்கீரன் கோபாலும் பழ. நெடுமாறனும் தர முடியாத நம்பிக்கையைப் பானு பெற்றுத் தந்தார். ராஜ்குமார் விடுவிக்கப்பட்ட பின்னர் அது குறித்து முதல்வர் தந்த விளக்கத்தில் நிறையக் கோடிட்ட இடங்கள் பூர்த்தியாகாமலே இருந்தன.

'இருள் விலகிவிட்டது. நெருக்கடியை முடிவுக்குக் கொண்டு வந்த தமிழக அரசு, மத்திய அரசு தூதர்கள் அனைவருக்கும் நன்றி தெரிவித்துக் கொள்கிறேன். பெயர் வெளியிட முடியாத, ஆனால், இவ்விஷயத்தில் பேருதவி புரிந்த வேறு சிலருக்கும் நன்றி சொல்ல வேண்டியது என்னுடைய கடமையாகிறது. நடிகர் ராஜ்குமார் விடுதலையில் மகிழ்ச்சி அடையும் நேரத்தில், நாம் கற்றுக்கொள்ள வேண்டிய பாடத்தையும் நினைவில் வைத்துக்கொள்வது நல்லது' என்றார், எஸ். எம். கிருஷ்ணா.

ராஜ்குமார் கடத்தலின் போது வீரப்பனை இயக்கியவர்கள் யார்? வீரப்பனுக்கு விடுதலைப்புலிகளிடம் தொடர்பு இருந்தது. தமிழ் தேசிய இயக்கத்தைச் சேர்ந்தவர்களுடன் நெருக்கமாக இருந்திருக்கிறான். தமிழ் தேசியக் கொடிக்கு வீரப்பன் மரியாதை செலுத்துவது போன்ற புகைப்படங்கள் நாளேடுகளில் வெளியாகியிருந்தன. முதல் கேஸட்டிலேயே வீரப்பன், தனக்குக் கிடைத்த புதிய தொடர்புகள் பற்றி விரிவாகச் சொல்லியிருந்தான்.

'தனி மனிதனாக இருந்தேன். சரணடைய விரும்பினேன். ஆனால், இப்போது நான் ஒரு இயக்கத்தின் அங்கமாக இருக்கிறேன். யாருடைய அனுதாபத்தையும் எதிர்பார்க்கவில்லை. ராஜ்குமாரை விடுவிக்க எந்த அதிரடி நடவடிக்கையையும் எடுக்க வேண்டாம். ராஜ்குமாரைத் தேடி, காவல் துறை காட்டுக்குள் வந்தால், உடல் கூறு

கூறாகத் துண்டு போடப்பட்டு விடும். ஒரு அரசு தூதரை அனுப்பி வைத்தால் என்னுடைய நிபந்தனைகளைத் தெரிவிக்கிறேன்' என்று வீரப்பன் அதில் பேசியிருந்தான்.

கர்நாடக சிறைகளில் அடைத்து வைக்கப்பட்டிருக்கும் தடா விசாரணைக் கைதிகளை விடுவிப்பதுதான் வீரப்பனின் பத்து நிபந்தனைகளில் பிரதானமாக இருந்தது. கூடவே காவிரி நடுவர் மன்ற இடைக்கால உத்தரவின்படி தமிழகத்துக்கு 205 டிஎம்சி நீர் திறந்துவிடவேண்டும். காவிரிப் பிரச்னையின்போது கலவரத்தால் பாதிக்கப்பட்ட தமிழர்களுக்கு நஷ்டஈடு அளிக்க வேண்டும். திருவள்ளுவர் சிலையை பெங்களூரில் உடனே திறக்க வேண்டும். அதிரடிப்படையால் பாதிக்கப்பட்டவர்களுக்கு இழப்பீடு வழங்க வேண்டும் என்றெல்லாம் நிபந்தனைகள் இருந்தன.

கர்நாடக சிறைகளில் உள்ள தடா விசாரணைக் கைதிகளை உடனே விடுவிக்கவேண்டும் என்கிற நிபந்தனைக்கு கர்நாடகா அரசு தலையாட்டினாலும், அமலுக்குடு கொண்டு வருவதில் நடைமுறைச் சிக்கல்கள் இருந்தன. அப்துல் கரீம் என்பவர் தடா விசாரணைக் கைதிகளை விடுதலை செய்யத் தடை விதிக்குமாறு உச்சநீதிமன்றத்தை நாடினார். உச்ச நீதிமன்றம் இடைக்காலத் தடை விதித்ததோடு, கர்நாடக அரசின் மீது கண்டனத்தையும் பதிவு செய்தது. வேறு வழியின்றி அடுத்த கட்ட நடவடிக்கையை கர்நாடக அரசு ஆரம்பித்தது. தமிழக அரசுடன் பேச்சுவார்த்தை ஆரம்பமானது.

சிறப்பு அதிரடிப்படையால் பாதிக்கப்பட்டவர்களுக்கு நிவாரணத் தொகை அளிப்பது. இரண்டு அரசுகளும் இணைந்து பத்து கோடி ரூபாயைத் திரட்டி, தடா விசாரணைக் கைதிகளுக்குப் பொருளுதவி செய்வது என்று முடிவு செய்யப்பட்டது. தேசிய மனித உரிமை கமிஷன் ஆலோசனையின் பேரில் ஒரு குழுவை உருவாக்குவது, அதன் மூலம் பணத்தைப் பட்டுவாடா செய்ய முடிவு செய்யப்பட்டதாகவும் செய்திகள் வெளியாகின.

தமிழகத்தில் வீரப்பனுக்கு பா.ம.கவினரின் ஆதரவும் இருந்தது. கோபிநத்தம், மேட்டூர், கோவிந்தபாடி போன்ற பகுதிகளில் வன்னிய சமூகத்தைச் சேர்ந்தவர்களின் ஆதரவு வீரப்பனுக்கு இருந்தது. சட்டப் பேரவை தேர்தல்களில் பா.ம.கவின் வேட்பாளருக்கு வீரப்பன் பிரசாரம் செய்ததாகவும் செய்தி உண்டு. ஆனால், வீரப்பனின் கூட்டாளிகளில் யாரும் பா.ம.க. கட்சியில் இருந்ததில்லை.

வீரப்பனிடமிருந்து ராஜ்குமாரை மீட்பதில் சில தமிழ் தேசியத் தலைவர்களும் ஈடுபட்டார்கள். தமிழக முதல்வரைத் தவிர்த்துவிட்டு,

நேரடியாகக் கர்நாடக அதிகாரிகளோடு தொடர்பில் இருந்தார்கள். கர்நாடக முதல்வர் எஸ்.எம். கிருஷ்ணாவின் வற்புறுத்தலின் பேரால் பழ. நெடுமாறன் காட்டுக்குச் சென்றார். காட்டிலிருந்து சிலமுறை கர்நாடக முதல்வரால் நேரடியாக வீரப்பனுடன் பேச முடிந்திருக்கிறது. கர்நாடகத்திலிருந்து கொடுத்தனுப்பிய பணம் முழுமையாகத் தனக்கு வந்து சேரவில்லை என்று வீரப்பன் குற்றம் சாட்டியதாகவும் ஒரு தகவல் உண்டு.

கர்நாடக அரசு மறுத்தாலும், ராஜ்குமாரை விடுவிப்பதற்காகப் பெரும் தொகை கைமாறியது எல்லோருக்கும் தெரிந்த விஷயம்தான். ராஜ்குமாரை மீட்பதற்காக 30 கோடி ரூபாய் பணம் வீரப்பனுக்குத் தரப்பட்டதாக பின்னாளில் ஜெயலலிதா குறிப்பிட்டிருந்தார். ராஜ்குமார் குடும்பம் தவிரத் தமிழ் சினிமா பிரபலங்களும் கன்னட சினிமா நட்சத்திரங்களும் இணைந்து ஒரு பெரிய தொகையைத் தந்ததாகவும் சொல்லப்பட்டது.

நக்கீரன் கோபாலுடன் விடுதலைப்புலிகளின் ஆதரவாளர்களைத் தமிழ்நாடு அரசு தூதர்களாகக் காட்டுக்குள் அனுப்புவது சரியல்ல என்று காங்கிரஸ் கட்சி எதிர்ப்பு தெரிவித்தது. காங்கிரஸ் கட்சித் தலைவர் சோனியா காந்தி முதல் தமிழ் மாநில காங்கிரஸ் கட்சித் தலைவர் மூப்பனார் வரை அனைவரும் கண்டித்தார்கள். ஆனால், கர்நாடகாவில் காங்கிரஸ் ஆட்சியைத் தலைமையேற்று நடத்திய எஸ்.எம். கிருஷ்ணா, சம்பந்தப்பட்டவர்களோடு நேரடித் தொடர்பில் இருந்தார்.

பின்னாளில் முதல்வர் கருணாநிதி முன்னிலையில் நடைபெற்ற தமிழக அரசின் திரைப்பட விருது விழாவில் பேசிய சூப்பர் ஸ்டார் ரஜினிகாந்த், 'ராஜ்குமார் கடத்தலின் போது என்னென்னவோ நடந்துவிட்டது. 70 வயதில் காட்டில் கஷ்டப்பட்டுக் கொண்டிருந்த ராஜ்குமாரைக் காப்பாற்றவேண்டும்; கர்நாடகாவில் வாழும் 40 லட்சம் தமிழர்களுக்கு எந்தவித ஆபத்தும் நேர்ந்துவிடக்கூடாது என்று கலைஞர் கவனமாக இருந்தார். அவரது முயற்சிகளை என்னை விட நன்றாக அறிந்தவர்கள் வேறு யாரும் இருக்க முடியாது. சில விஷயங்களை வெளிப்படையாகப் பேசமுடியாது' என்றார்.

ராஜ்குமாரை மீட்க, தான் காட்டுக்குக் கூடப் போகத் தயார் என்று ரஜினி அறிவித்திருந்தார். வீரப்பனுக்குத் தனியாக வேண்டுகோள் விடுத்து, ஒரு காஸெட்டை நக்கீரன் கோபால் மூலமாகவும் அனுப்பியிருந்தார். ஆனால், வீரப்பன், ரஜினி வந்து தன்னைச் சந்திப்பதை விரும்பவில்லை. வீரப்பன் பிணையிலிருந்து நாகப்பா

தப்பியோடிய பின்னர் வீரப்பன் நேரடியாக கர்நாடக முதல்வருடனும், ராஜ்குமார் குடும்பத்தாருடன் பேச ஆரம்பித்து விட்டான்.

ராஜ்குமார் கடத்தல் சம்பவம், தமிழ்நாட்டு எல்லையில் நடந்திருந்தது. அது தமிழ்நாட்டின் பிரச்னை. கடத்தல் வழக்கானது தமிழக காவல் நிலையத்தில் பதிவு செய்யப்பட்டிருந்தது. கடத்தியவர்களும், கடத்தப்பட்டவர்களும் தமிழ்நாட்டு பகுதியில்தான் இருந்தார்கள்.

தமிழக அரசின் அதிகாரப்பூர்வத் தூதராக நக்கீரன் கோபால் அனுப்பி வைக்கப்பட்டிருந்தார். ராஜ்குமாரை மீட்டு பிரச்னையைத் தீர்க்க வேண்டிய பொறுப்பு, தமிழக முதல்வரிடம் இருந்தது. ஆனால், மீட்பு நடவடிக்கைகளில், மறைமுகமாக நடைபெற்ற சமாதான நடவடிக்கைகளில் பெங்களூரின் தலையீடு அதிகமாக இருந்தது.

வீரப்பன், ராஜ்குமாரை ஏன் கடத்தினான் என்பது இன்றுவரை தெரியவில்லை. கடத்தலுக்கு உதவி செய்ததாக 9 பேர் மீது வழக்கு தொடரப்பட்டு, ஆதாரம் இல்லாததால் அத்தனை பேரும் விடுவிக்கப்பட்டார்கள். வீரப்பனிடமிருந்து யார், எப்படி ராஜ்குமாரை மீட்டார்கள் என்பது இன்றும் கேள்விக்குறியாகத்தான் இருக்கிறது

●

31. கோவை குண்டுவெடிப்பு

பிப்ரவரி 14, 1998, மாலை 3.30 மணி. அப்படியொரு மோசமான தொடர் குண்டுவெடிப்பை தமிழ்நாடு அதுவரை கண்டதில்லை. கோவை, ஆர்.எஸ். புரத்தில் ஏற்பாடு செய்யப்பட்டிருந்த பொதுக்கூட்டத்தில் பா.ஜ.கவின் தேசியத் தலைவர் அத்வானி பேசுவதாக இருந்தது. பொதுக்கூட்ட மேடைக்கு அருகே 100 மீ தூரத்தில் வைக்கப்பட்டிருந்த முதல் குண்டு மிகச் சரியாக 3.50 மணிக்கு வெடித்தது. திருவனந்தபுரத்தில் இருந்து வரவேண்டிய விமானம், தாமதமானதால் அத்வானி உயிர் தப்பினார்.

வெடிகுண்டு வெடித்ததால் பிளாட்பாரத்தில் உணவுக்கடை நடத்திய ஒரு பெண்மணி உட்பட 6 பேர் சம்பவ இடத்திலேயே உயிரிழந்தார்கள். 15 பேருக்குப் படுகாயம் ஏற்பட்டது. அருகில் நிறுத்தி வைக்கப்பட்டிருந்த வாகனங்கள் உருத்தெரியாமல் அழிக்கப்பட்டன. முதல் குண்டுவெடித்து 40 நிமிடங்கள் கழித்து உக்கடம் பகுதியில் இரண்டாவது குண்டு வெடித்தது. அங்கிருந்த ஜவுளிக்கடையில் துணியெடுப்பதற்காக வந்த மூன்று பேர், கையோடு எடுத்து வந்திருந்த சூட்கேஸை வைத்துவிட்டு வெளியேறிய ஐந்து நிமிடங்களில் குண்டு வெடித்தது.

அத்வானி பங்கேற்கும் பொதுக்கூட்டம் மக்கள் நெருக்கமாக வசிக்கும் பகுதியான ஆர்.எஸ். புரத்தில் ஏற்பாடு செய்யப் பட்டிருந்தது. இடங்கள் தேர்வு செய்யப்பட்டதிலும், பாதுகாப்புக் குளறுபடிகள் எதுவும் நடந்ததாகவும் செய்திகள் இல்லை. அதே இடத்தில் ஒரு வாரத்திற்கு முன்புதான் முதல்வர் கருணாநிதி பங்கேற்ற தேர்தல் பிரசாரக் கூட்டம் நடந்திருந்தது. அன்றைய தினம் மதியம் முதல் பா.ஜ.க. தொண்டர்கள் கூட்டத்திற்கு வந்து சேர ஆரம்பித்துவிட்டார்கள்.

பா.ஜ.கவின் முக்கிய நிர்வாகிகளும், பத்திரிக்கையாளர்களும் அத்வானியை வரவேற்க விமான நிலையத்தில் காத்திருந்தார்கள். சரியாக 4.15 மணிக்குக் கோவைக்கு வந்து சேர்ந்த அத்வானியிடம் குண்டுவெடிப்பு பற்றிய விபரங்கள் தெரிவிக்கப்பட்டன. பொதுக் கூட்டத்தை ரத்து செய்துவிட்டு, மருத்துவமனையில் அனுமதிக்கப் பட்டவர்களை அத்வானி நேரில் சந்தித்தார். பின்னர் அங்கிருந்து திருச்சிக்குக் கிளம்பிச் சென்றார்.

அதே நேரத்தில் கோவையின் காந்திபுரம் பஸ் நிலையம், கோவை ரயில்வே ஸ்டேஷன் பார்க்கிங், பா.ஜ.க. நிர்வாகி நடத்தி வந்த ஒரு டிராவல் ஏஜென்ஸி அலுவலகம், ஒப்பனக்கார வீதியில் இருந்த ஒரு நகைக்கடை, ரத்தினபுரியில் இருந்த பா.ஜ.கவின் அலுவலகம் உள்ளிட்ட பல இடங்களில் மறைத்து வைக்கப்பட்டிருந்த குண்டுகள் வெடித்தன. கோவை மருத்துவக் கல்லூரி மருத்துவமனையிலும் ஒரு குண்டு வைக்கப்பட்டிருந்தது. அதில் சிக்கி, சிகிச்சையில் இருந்த நோயாளிகள் பலியானார்கள்.

அன்றைய தினம் மாலை 4.30 மணி முதல் 6 மணிக்குள் ஏராளமானவர்கள் தனியார் மருத்துவமனைகளில் அனுமதிக்கப் பட்டார்கள். சிலரது உடல் பாகங்கள் கருகிக் கிடந்தன. சிலருக்கு கண் பார்வை பறிபோயிருந்தது. கோவையின் அனைத்து மருத்துவ மனைகளும் நிரம்பி வழிந்தன. ஆறு பேர் மருத்துவமனைக்குக் கொண்டு வரும் வழியிலேயே இறந்துபோய், அவர்களது உடல் நேரடியாக பிணவறைக்கு எடுத்துச் செல்லப்பட்டது.

கோவையில் அறக்கட்டளை நடத்திக் கொண்டிருந்த நிறுவனங்களும், தனியார் கல்லூரிகளும் தங்களுடைய வளாகத்தைக் காயமடைந்தவர்கள் தங்கிக் கொள்ள அனுமதித்தார்கள். இயற்கைச் சீரழிவின்போது மக்களுக்குச் செய்யப்படும் சமூக சேவைதானே என்று சாதாரணமாக நினைத்துவிட வேண்டாம். கோவையின் அன்றைய சூழல் வித்தியாசமாக இருந்தது. யாராவது பெரிய

சூட்கேஸ் அல்லது லக்கேஜ் உடன் பயணித்தால் அவர்களைச் சந்தேகத்தோடு பார்க்குமளவுக்கு கோவைவாசிகள் பீதியில் இருந்தார்கள்.

அடுத்து வந்த மூன்று நாட்களும் கோவை மாநகரத்திற்கு மோசமான நாட்களாக அமைந்துவிட்டன. அடுத்தடுத்து 11 குண்டுகள் வெடித்தன. 12 கி.மீ. சுற்றளவு கொண்ட கோவை மாநகரம் முழுவதும் தவித்துப் போனது. பெரும்பாலான வெடிகுண்டுகள் ஆர். எஸ். புரம் பொதுக்கூட்டம் நடைபெறும் பகுதிகளிலும் அங்கிருந்து பா.ஜ.க. தொண்டர்கள் வெளியேறும் இடங்களிலும் வைக்கப் பட்டிருந்ததால் குண்டுவெடிப்பின் இலக்கு யாரென்று தெளிவாகத் தெரிந்தது.

குண்டுவெடிக்கப்பட்ட சில மணி நேரங்களில் தமிழகத்தில் செயல்பட்டு வந்த இஸ்லாமிய அடிப்படைவாத இயக்கங்களான அல் உம்மா மற்றும் ஜிகாத் கமிட்டி அமைப்புகள் தடை செய்யப்பட்டன. அன்றிரவே தேடுதல் வேட்டை ஆரம்பமானது. கோவையில் இன்னும் எத்தனை வெடிகுண்டுகள் வெடிக்குமோ என்று உளவுத் துறையால் கூட முடிவுக்கு வரமுடியாத நிலையில் அத்தனையையும் தேடியெடுத்து, செயலிழக்க வேண்டிய அவசியமானது.

கோவையின் கோட்டை மேடு பகுதியில் தேடுதல் வேட்டை ஆரம்பமானது. அங்கே ஒளித்து வைக்கப்பட்டிருந்த ஜெலாட்டின் குச்சிகளும், டைம் பாம் உள்ளிட்டவையும் கைப்பற்றப்பட்டன. அவசர அவசரமாக வெடி மருந்துகளை இன்னொரு இடத்திற்கு மாற்றிக் கொண்டிருந்த ஆறு அல் உம்மா இயக்கத்தைச் சேர்ந்தவர்களை காவல்துறையினர் சுற்றி வளைத்தார்கள். அதற்குள் வெடி மருந்து வெடித்து, ஆறு பேரும் அங்கேயே பலியானார்கள். காவல்துறையினருக்குப் படுகாயம் ஏற்பட்டது.

கோவை மாநகரம் முழுவதும் கார், மோட்டார் சைக்கிள் எனப் பல இடங்களில் ஏற்கெனவே குண்டு வைத்திருப்பதால் அவற்றை மீட்பதற்கு ராணுவத்தின் உதவி நாடப்பட்டது. தேசியப் பாதுகாப்புப் படை வீரர்களோடு, தமிழ்நாடு கமாண்டோ படையும் களத்தில் இறங்கி, தேடுதல் வேட்டையைத் தீவிரப்படுத்தினார்கள்.

திருமால் தெருவில் இருந்த ஒரு கல்யாண மண்டபத்தில் தண்ணீர் டிரம்மில் வைக்கப்பட்டிருந்த வெடிகுண்டு கைப்பற்றப்பட்டது. அதில் பேட்டரியோடு, டெட்டனேட்டர் சகிதம் வெடிகுண்டு இருந்தது. டிரம்மின் கைப்பிடியில் ரோட்டரி ஸ்விட்ச் ஒன்றும்

பொருத்தப்பட்டிருந்தது. மக்கள் கூடும் இடங்களில் எளிதாக எடுத்துச் செல்லும்படி வடிவமைக்கப்பட்டிருந்தது.

அதே தெருவில் இருந்த தர்காவில் இன்னொரு வெடிகுண்டு இருந்தது. பொதுக்கூட்டம் முடிந்து திருமால் தெரு வழியாகத் திரும்பி வருபவர்கள் வெடிகுண்டில் சிக்காமல் தப்பிக்க வாய்ப்பில்லை. 70 கிலோ வெடி மருந்து நிரப்பப்பட்ட கார் ஒன்றும் அதே பகுதியில் இருந்த லோகமான்யா தெருவில் கண்டுபிடிக்கப் பட்டது. அதைச் சுற்றிலும் பாதுகாப்பு அரண்களை ஏற்படுத்தி, வெடிகுண்டை செயலிழக்கச் செய்ய நான்கு நாட்கள் தேவைப் பட்டன.

கோவை மட்டுமல்ல, தமிழ்நாட்டின் பல ஊர்களிலும் தேடுதல் வேட்டை தொடர்ந்தது. கீழக்கரை, மேலப்பாளையம், நாகப் பட்டினம், திண்டுக்கல், தேவக்கோட்டை, திண்டுக்கல், தஞ்சாவூர், நாகர்கோயில், மேலப்பாளையம், உடுமலைப்பேட்டை போன்ற பகுதிகளில் நடந்த சோதனையில் ஆயிரத்திற்கும் மேற்பட்ட அல் உம்மா இயக்கத்தைச் சேர்ந்தவர்கள் கைது செய்யப்பட்டார்கள்.

மறுநாளே இந்து அமைப்புகளும் அல் உம்மா இயக்கத்திற்கு எதிராகக் களத்தில் இறங்கின. கோவையில் இஸ்லாமியர்களுக்குச் சொந்தமான கடைகள், இருப்பிடங்களுக்குத் தீ வைக்கப்பட்டது. தேர்தல் நேரம் என்பதால் அரசியல் கட்சிகளைச் சேர்ந்தவர்களும் பதிலடியில் இறங்கினார்கள். கோவையில் இருந்த மார்க்கிஸ்ட் கட்சியின் தலைமை அலுவலகம் தாக்கப்பட்டது.

சென்னை திருவல்லிக்கேணியில் தங்கியிருந்த அல் உம்மா தலைவர் பாட்ஷா, கைது செய்யப்பட்டார். அவரது ஆதரவாளர்கள் வீட்டிலிருந்தும் ஏராளமான வெடி மருந்துகள் கைப்பற்றப்பட்டன. குறிப்பாக கொடுங்கையூரில் ஒரு வீட்டில் மறைத்து வைக்கப்பட்டிருந்த ஜெலாட்டின் குச்சிகள், பைப் வெடிகுண்டு, பெட்ரோல் வெடிகுண்டு, எலெக்ட்ரிக்கல் டெட்டனேட்டர், ஏராளமான கத்திகளும், வாள்களும் கைப்பற்றப்பட்டது.

அல் உம்மா தவிர ஜிகாத் கமிட்டியைச் சேர்ந்தவர்களும் தமிழ்நாடு முஸ்லீம் முன்னேற்றக் கழகத்தைச் சேர்ந்தவர்களும் கைது செய்யப்பட்டார்கள். மத ரீதியான கலவரத்தைத் தடுக்கும் பொருட்டு இந்து முன்னணி நிர்வாகிகளும், கோவையில் மையம் கொண்டிருந்த சங் பரிவார் அமைப்பைச் சேர்ந்தவர்களும் கைது செய்யப்பட்டுச் சிறையில் அடைக்கப்பட்டார்கள்.

1993ல் மும்பையில் நடந்த தொடர் குண்டுவெடிப்பிற்கும் 1998ல் கோவையில் நடந்த தொடர் குண்டுவெடிப்பிற்கும் ஏராளமான ஒற்றுமைகள் இருந்தன. மும்பை குண்டுவெடிப்பிற்கு மூன்று மாதங்களுக்கு முன்னர் நடந்த கலவரங்களில் இஸ்லாமியர்கள் பாதிக்கப்பட்டார்கள். அதற்குப் பதிலடியாகவே தொடர் குண்டுவெடிப்பு நிகழ்ந்தது. அதேபோல், கோவை குண்டு வெடிப்பிற்கு மூன்று மாதங்களுக்கு முன்னர் நடந்த தாக்குதல்களிலும் இஸ்லாமியர்கள் பாதிக்கப்பட்டிருந்தார்கள். அதற்குப் பதிலடியாகத்தான் கோவையிலும் தொடர் குண்டுவெடிப்பு நிகழ்ந்தது.

90களின் ஆரம்பம் தொடங்கி கோவை மாநகரத்தில் மத ரீதியிலான மோதல் இருந்து வந்தது. பழனி பாபா கொல்லப்பட்ட சம்பவத்திற்குப் பின்னர் ஆறு பேர் கொலை செய்யப்பட்டார்கள். அதைத் தொடர்ந்து அவ்வப்போது பழிக்குப் பழி வாங்கும் சம்பவங்கள் நடந்து வந்தன. காவலர் செல்வராஜ் கொலையான பின்னர் நடந்த மோதலில் 18 இஸ்லாமியர்கள் கொல்லப்பட்டார்கள். அதைத் தொடர்ந்து கோவையின் கோட்டை மேடு பகுதி பதற்றமான பகுதியாகவே இருந்து வந்தது.

கோவையில் நடந்த மத மோதல்கள் பற்றி விசாரிக்க நீதிபதி பி.ஆர். கோகுல கிருஷ்ணன் தலைமையில் கமிஷன் அமைக்கப்பட்டது. குண்டுவெடிப்புச் சம்பவத்தையும் சேர்த்து நீதிபதி பி.ஆர் கோகுல கிருஷ்ணனின் கமிஷன் விசாரிக்க வேண்டியிருந்தது. விசாரணையின் முடிவில் மத ரீதியிலான அடிப்படைவாத அமைப்புகள் கோவை மாநகரத்தில் பெற்றிருந்த வளர்ச்சி வெளிச்சத்திற்கு வந்தது.

குண்டு வெடிப்பிற்கான நோக்கம் எதுவென்பதில் மாறுபட்ட கருத்துகள் இருந்தன. பா.ஜ.க. தலைவர் அத்வானி இலக்காக இருக்கக்கூடும் என்கிற ரீதியில் விசாரணை நடந்தது. ஸ்ரீபெரும்புதூரில் ராஜிவ் காந்தியைப் படுகொலை செய்ததுபோல், கோவையில் அத்வானியைக் கொல்ல மனித வெடிகுண்டு அனுப்பப்பட்டதா என்பது குறித்தும் விசாரணை நடந்தது. ஒரு பிரதமருக்கு உரிய பாதுகாப்பு ஏற்பாடுகள் அத்வானிக்குச் செய்து தரப்பட்டன என்று தமிழக அரசு தரப்பில் விளக்கம் தரப்பட்டது.

குண்டுவெடிப்பு நடந்த மறுநாள் கருணாநிதியும் மூப்பனாரும் கோவைக்குச் சென்றார்கள். பாதிக்கப்பட்டவர்களைச் சந்தித்து ஆறுதல் தெரிவித்தார்கள். குண்டுவெடிப்பு குறித்து விளக்கம் அளித்த முதல்வர் கருணாநிதி, தேர்தலைத் தடுத்து நிறுத்த செய்யப்பட்ட சதி

என்றார். சதியின் கரங்கள், மாநில எல்லையைத் தாண்டி நீண்டிருப்பதாகவும் குறிப்பிட்டார். அதே நாளில் கேரள மாநிலம் திருச்சூரில் குண்டுவெடிப்பு தொடர்பாக 9 பேர் கைது செய்யப்பட்டார்கள். அல் உம்மாவுக்கும் கேரளாவைச் சேர்ந்த இஸ்லாமிய அமைப்புகளுக்கும் உள்ள தொடர்பு பற்றிய கோணத்தில் விசாரணை தொடர்ந்தது.

அல் அம்மாவுக்கும் ஐஎஸ்ஐ அமைப்புக்குமான தொடர்புகள் குறித்தும் விசாரணை நடந்தது. இது ஐஸ்ஐ சதியாக இருக்க வாய்ப்பு இருப்பதாகவும் உள்துறை அமைச்சராக இருந்த இந்திரஜித் குப்தா தெரிவித்தார். கோவையின் சட்டம் ஓழுங்கு நிலையைக் கட்டுக்குள் வைத்திருப்பதில் கருணாநிதியின் அரசு தடுமாறியிருந்தது. நீறு பூத்த நெருப்பாக இருந்த மத ரீதியிலான மோதல்களைத் தடுக்கத் தவறியதாக கடும் விமர்சனம் எழுந்தது.

கோவை குண்டுவெடிப்பு, தமிழக அரசின் உளவுத்துறையின் தோல்வியாகப் பார்க்கப்பட்டது. மும்பை கலவரத்திற்குப் பின்னர் மகராஷ்டிரா அரசு, முன்னெச்சரிக்கை நடவடிக்கை எடுத்தது. அதையும் மீறி மும்பையில் குண்டுவெடிப்பு நடந்தது. ஆனால், கோவை விஷயத்தில் கருணாநிதி அரசு மெத்தனமாக இருந்துவிட்டது. முளையிலேயே கிள்ளிவிடாமல் பெரிய பிரச்னையாக உருவெடுக்கும் வரை அலட்சியம் காட்டியதால் பேரிழப்பு ஏற்பட்டிருந்தது. .

ஓராண்டுக்கு முன்னர் நடந்த காவல்துறையின் வழக்கமான சோதனைகளில் அல் உம்மா இயக்கத்தவர்களிடம் வெடி மருந்துகளும் ஆபத்தை விளைவிக்கும் வெடிகுண்டுகளும் இருப்பது தெரிய வந்தது. ஆனால், ஏனோ கடுமையான நடவடிக்கைகள் எடுக்கப்படவில்லை. கோவையில் வெடித்த குண்டுகளுக்கான வெடி மருந்துகளும் தமிழ்நாட்டின் பல பகுதிகளில் தயாரிக்கப்பட்டிருந்தன. அதன் காரணமாகத்தான் தேடுதல் வேட்டை தொடர்ந்து நடந்து கொண்டிருந்தது.

கோவை குண்டுவெடிப்பு, தமிழ்நாட்டு அரசியலில் பெரிய மாற்றங்களைக் கொண்டு வந்தது. 42 சதவிகித வாக்குகளுடன் தமிழ்நாட்டில் வலுவான கூட்டணியாக தி.மு.க. - த.மா.கா. கூட்டணி நாடாளுமன்றத் தேர்தலை நம்பிக்கையோடு எதிர் கொண்டது. கருணாநிதியின் அரசு மீது குறை சொல்வதற்கு எதுவுமில்லை. முதல் கட்ட வாக்குப் பதிவு அமைதியாக நடந்து முடிந்திருந்தது. தேர்தலுக்கு முந்தைய கருத்துக் கணிப்புகளில்,

தி.மு.க. கூட்டணி குறைந்தபட்சம் 33 இடங்களில் வெற்றி பெறும் என்று கணிக்கப்பட்டது.

தேவ கவுடா, குஜ்ரால் என அடுத்தடுத்துப் பிரதமர்கள் பதவியேற்றதால் நிலையான ஆட்சிக்கான தேடல் இருந்தது. தேசிய அளவில் வாஜ்பாய் பிரதமராக வேண்டும் என்று தமிழ்நாட்டு வாக்காளர்கள் நினைத்தாலும், ஜெயலலிதாவுக்கு எதிரான மனநிலை இருந்து வந்தது. வாஜ்பாயை பிரதமர் வேட்பாளராக முன்னிறுத்தியது, அ.தி.மு.க. தலைமையிலான கூட்டணி. 2 அல்லது 3 இடங்களைப் பெறும் என்று எதிர்பார்க்கப்பட்ட நிலையில் கோவை குண்டுவெடிப்பு, தேர்தல் முடிவுகளை மாற்றியமைத்தது.

இரண்டாம் கட்ட வாக்கெடுப்புக்கு முன்னர் நடந்த நிகழ்வு என்பதால் தேர்தல் பிரசாரத்தில் கோவை குண்டுவெடிப்பு பிரதான இடத்தைப் பெற்றது. தேர்தல் பிரசாரத்தில் பேசிய அத்வானி, எல்லை தாண்டிய தீவிரவாதம் நாடு முழுவதும் அதிகரித்துவருவதாகவும் குறிப்பாக தமிழ்நாட்டில் குண்டு கலாசாரம் அதிகரித்து வருவதற்கு தி.மு.கவின் வாக்கு வங்கி அரசியல்தான் காரணம் என்றார்.

1996 தேர்தலில் பெற்ற மோசமான தோல்விக்குப் பின்னர், கோவை குண்டுவெடிப்பு அரசியல் ரீதியாக ஜெயலலிதாவுக்குக் கைகொடுத்தது. 'கருணாநிதியின் அரசு முற்றிலுமாகச் செயலிழந்து விட்டது. கோவையில் மட்டுமல்ல தமிழ்நாடு முழுதும் இனி வெடிகுண்டுகள் வெடிக்கக்கூடும். பஞ்சாப் மற்றும் வடகிழககு மாநிலங்களில் கூட அமைதி நிலவுகிறது. ஆனால், தமிழ்நாடோ பற்றி எரிகிறது' என்றார்.

ஜெயலலிதாவும் அத்வானியும் குண்டு கலாச்சாரம் பற்றிப் பேசியதால், ரஜினிக்கு அரசியல் நெருக்கடி ஏற்பட்டது. 1996 தேர்தலுக்கு முன்னர், தமிழ்நாட்டில் குண்டு கலாசாரம் அதிகரித்து விட்டதாகவும், ஜெயலலிதா திரும்பவும் ஆட்சிக்கு வந்தால் தமிழ்நாட்டை ஆண்டவனாலும் காப்பாற்ற முடியாது என்று பேசியிருந்தார். கோவை குண்டுவெடிப்பின்போது வெளிநாட்டில் இருந்த ரஜினி, சென்னைக்குத் திரும்பி வந்ததும், பத்திரிகை யாளர்களைச் சந்தித்தார்.

'கோவை குண்டுவெடிப்பு, உளவுத்துறையின் தோல்வி. தமிழக அரசு அதற்குப் பொறுப்பேற்றுக்கொள்ள வேண்டும்' என்றவர், 'நாடாளுமன்றத் தேர்தலில் தி.மு.க. - த.மா.கா. கூட்டணி பெறப்போகும் வெற்றியைத் தடுக்கும் விதமாக கோவையில்

குண்டுவெடிப்பு நிகழ்ந்திருக்கிறது. தி.மு.க. கூட்டணிக்கு என்னுடைய ஆதரவு எப்போதும் உண்டு.முதல்வர் கலைஞர், சுயமரியாதை கொண்டவர். இனி தமிழ்நாட்டில் குண்டு வெடித்தால், அவரே முன்வந்து பதவியை ராஜினாமா செய்துவிடுவார்' என்றார், ரஜினி.

கருணாநிதி ராஜினாமா செய்ய வேண்டிய சூழல் வரவேயில்லை. கருணாநிதி மட்டுமல்ல வேறெந்த முதல்வருக்கும் அப்படியொரு நெருக்கடி ஏற்படவில்லை. குண்டுவெடிப்புக்குப் பின்னர் கோவை மீண்டு வர பல மாதங்களானது. குண்டுவெடிப்பின் தாக்கத்தைத் தமிழ்நாட்டு மக்களால் புரிந்துகொள்ள முடிந்தது. அதன் காரணமாகத்தான் கடந்த 25 ஆண்டுகளாக தமிழ்நாடு அமைதிப் பூங்காவாக தொடர்ந்து இருக்க முடிந்திருக்கிறது.

•

ஜெ. ராம்கி

ஜெ. ராம்கி என்னும் ஜெ. ராமகிருஷ்ணன், எழுத்தாளர், மொழி பெயர்ப்பாளர் - வரலாற்று ஆர்வலர். சென்னையில் பன்னாட்டு நிறுவனத்தில் திட்ட மேலாண்மை நிபுணராகப் பணியாற்றுகிறார். கருணாநிதி, ஜெயலலிதா, ரஜினிகாந்த் உள்ளிட்ட தமிழகத்தின் முக்கியமான ஆளுமைகளின் வாழ்வைப் புத்தகங்களில் பதிவு செய்திருக்கிறார். நரசிம்ம ராவ், ஐரோம் ஷர்மிளா, ஜெயப்பிரகாஷ் நாராயண் குறித்த புத்தகங்களை மொழிபெயர்த்திருக்கிறார். 2020ஆம் ஆண்டிற்கான தமிழக அரசின் சிறந்த மொழிபெயர்ப்பாளர் விருதையும் பெற்றிருக்கிறார். அச்சு மற்றும் காட்சி ஊடகங்களில் அரசியல், வரலாறு, தொழில்நுட்பம் குறித்துத் தொடர்ந்து எழுதியும், பேசியும் வருகிறார்.

www.ingramcontent.com/pod-product-compliance
Lightning Source LLC
LaVergne TN
LVHW100802051026
849519LV00006B/1947